காட்டுக்குட்டி

மலர்வதி

'காத்திருந்த கருப்பாயி' என்ற புதினத்தின் வழியாக 2008-ல் இலக்கிய உலகில் முகம் காட்டியவர். இவரது துவக்ககால எழுத்துகள் மேடை நாடகங்களாவே வெளிப்பட்டன. தொடர்ந்து இவர் எழுதிய 'தூப்புக்காரி' என்ற புதினம் 2012-ம் ஆண்டிற்கான சாகித்திய அகாதெமியின் 'யுவ புரஸ்கார்' விருதைப் பெற்றது. விளிம்பு நிலை, கடைநிலை, அடித்தட்டு மக்கள் என்று உலகம் கண்டுகொள்ள மறந்தவர்களை தனது இலக்கியத்தின் மையமாகக்கொண்டு எழுதுபவர். முழுவதும் இலக்கிய களத்தில் பயணித்துக் கொண்டிருப்பவர். குமுதம் குழுமத்தின் இலக்கிய பணியாளராகவும் செயல்பட்டுக்கொண்டிருக்கிறார்.

காட்டுக்குட்டி

மலர்வதி

கிழக்கு

காட்டுக்குட்டி
Kaattukutti
Malarvathi ©

First Edition: January 2017
240 Pages
Printed in India.

ISBN: 978-81-8493-714-5
Kizhakku - 970

Kizhakku Pathippagam
177/103, First Floor,
Ambal's Building, Lloyds Road
Royapettah, Chennai 600 014.
Ph: +91-44-4200-9603

Email : support@nhm.in
Website : www.nhm.in

kizhakkupathippagam
kizhakku_nhm

Author's Email: malarvathi26@gmail.com

Kizhakku Pathippagam is an imprint of New Horizon Media Private Limited

காமத்தின் சத்தங்களை மீட்டும்
கடவுளின் காதலிகளுக்கு...

1

அப்பு என்பவன் அந்த ஊரில் தலைமுடி வெட்டி, இறந்தவர்களை புதைக்கும் தொழிலையும் செய்து வருபவன். அவனது அப்பா இவனது அம்மா பவளத்தை சுமார் நாற்பது வருடங்களுக்கு முன் காதலித்து இழுத்துக்கொண்டு ஓடிப்போய் கல்யாணம் செய்திருக் கிறார். நாடாத்தியான இவனது அம்மா முடி வெட்டும் காவதியை கல்யாணம் செய்துவிட்ட காரணத்தால் அவள் குடும்பத்தில் பலரும் புறக்கணிப்பைக் கொடுத்தாலும், பவளத்தின் சொந்த அண்ணன் தங்கையைச் சேர்த்துக்கொண்டார். அதற்குக் காரணம் இவரின் குடும்பமும் அடிப்படையில் மிகவும் ஏழை. சுற்றிலும் வாழ்பவர் களுக்குக் குறை சொல்வது எளிது. ஏழைகளுக்குச் சாதி தெரியாது தானே.... வாழ்க்கையை நகர்த்த திறந்த வாசலை பவளம் தேர்ந் தெடுத்த காவதியையும் அவர் ஏற்றுக்கொண்டு தன் வீட்டினருகே கிடந்த ஒன்றரை சென்ட் நிலத்தைக் கொடுக்க, பவளம் தன் கணவனுடன் தன் அண்ணனின் வீடருகே வீடு வைத்து வாழ்ந்தாள்.

பவளத்தின் கணவன் குருசு இந்த ஊரில் தனது பாரம்பரிய தொழிலையே செய்து வந்திருக்கிறார். அதன் நிராகரிப்பை சாகும் வரை பவளமும், குருசும் பெற்றார்கள். அதன் தொடர்ச்சி அப்புவின் மீதும் நீண்டுகொண்டிருக்கிறது. ஏனெனில் அப்புவையும் இத் தொழிலுக்கு காலம் தயாராக்கிக் கொடுத்தது.

அப்புவின் அப்பா இவனது பன்னிரண்டாவது வயதில் விபத்தில் இறந்துவிட, இவனது தோளில் இத்தொழில் வந்தமரும் நிலை வந்தது. அந்தச் சிறிய வயதில் குருசின் கடைசி சித்தப்பாவான சந்தனம் தாத்தாவுடன் கல்லறை குழி வெட்டப் போகும் மகனைப் பார்த்து

கதி கலங்கிப் போனாள் பவளம். தன்னைப் பழித்த தன் சாதியினர் முன் மகனைப் படிக்க வைத்து பெரிய ஆளாக மாற்ற வேண்டுமென்ற அவளது ஆசைகள் பொடிந்து போனது.

அப்புவுக்கு சொந்தமாக கடைபோட்டு முடி வெட்ட வசதியில்லை. அதனால் அவனின் அப்பாவைப்போல் ஏரியாதோறும்போய் முடி வெட்டுவான். நாகரிக வெட்டுக்காரர்கள் இவனிடம் வருவது இப்போது குறைந்து வருகிறது. வயதானவர்கள், நோய் பிடித்தவர் கள், கடன் சொல்லி போகிறவர்களென எதோ அவசரத்திற்கென வருபவர்களே உண்டு. ஊரில் எவராது இறந்தால் கல்லறைக் குழி வெட்டும்போது ஏதாவது கிடைத்தால் உண்டு.

குறிப்பிட்ட சில மரத்தடிகளை அவன் அப்பாவைப்போல் முடி வெட்டுவதற்காகத் தேர்ந்தெடுத்திருந்தான் அப்பு.

வழக்கம்போல் பலா மரத்தினடியில் இருந்தான். மரத்தினடியில் ஏராளமான கடிக்கின்ற எறும்புகள் பரபரவென ஓடிக் கொண்டிருந்தன. எறும்புகளின் வாயில் வெள்ளையாக பச்சரிசி மாவின் துண்டுகள் தெரிய அப்பு எறும்புகளைக் கூர்மையாகப் பார்த்தான்.

பலா மரத்தின் எதிர்பக்கத்தில் தெரிந்த வீட்டின் திண்ணையில் ரோசம்மா என்ற கிழவி உரலில் உலக்கை வைத்து பச்சரிசியை இடித்துக் மாவாக்கிக்கொண்டு நின்றாள். குப்பாயி போடாத அந்தக் கிழவி அப்புவின் அம்மா பவளத்தின் நெருங்கிய கூட்டுக்காரி. ரோசம்மா கிழவி பாவம். இவளைக் கல்யாணம் பண்ணுன மாப்பிளைக்காரன் கல்யாணம் முடிந்த பதினொன்றாவது நாள் ஆட்டுக்கு தழை அறுக்கப் போன இடத்தில் பாம்பு கடித்து இறந்துபோனான். இவள் அதிர்ஷ்டம் இல்லாத பெண் என்பதால் கணவன் இறந்துப் போனதாக கணவன் குடும்பம் முழுவதும் துன்புறுத்த அனைத்துத் துன்பங்களையும் தனியே தாங்கிக்கொண்டு வாழ்ந்தவள் ரோசம்மா கிழவி.

ரோசம்மா கோயிலுக்குள்ளேபோய் செபம் செய்து தனது இளமையின் அத்தனை உணர்வுகளையும் தனியே அணைத்துப் போட்டவள். வெறும் பத்து நாளைய ஆணின் சுகம் போதுமென்று ஒதுங்கிக் போனவளின் உணர்வை அன்று புரிந்தவர்கள் யார்தான் இருந்திருக்க முடியும்? அடுத்து ஒரு வாழ்க்கையை அவளுக்குக் கொடுக்க யாருமே அக்கறை எடுக்கவில்லை போலும். அவள் மனமும், உடம்பும் அடங்கிப் போகிறதுக்கு அவள் உருட்டித் தள்ளிய செபமாலையின் எண்ணிக்கைகள் யாருக்கு புரியும்?

இவள் தன்மானம் பிடித்த கிழவி. யாரிடமிருந்தும் எதையும் இலவசமாக வாங்கியதில்லை. ஊரில் பலருக்கு வீட்டில் வேலை செய்து கொடுத்ததுண்டு. அரிசி இடித்துக் கொடுத்து, ரேசன் வாங்கிக் கொடுத்து என்று ஏதாவது வேலை செய்து தனது வயிற்றுப் பிழைப்பை நடத்தியவள். ஆனால் இப்போது வயதாகிவிட்டதால் அவளால் முன்புபோல் ஓடியாடி வேலை செய்ய இயலவில்லை. அவளுக்கு பச்சரிசி மாவில் புட்டு, உருண்டையிண்ணா உயிரு. அதனால்தான் இவ்வளவு முடியாத நிலையிலும் பச்சரிசியை வெள்ளத்தில் ஊற இட்டு அதை வாரி வைத்து இடிக்கிறாள். அவள் இடித்ததில் தெறித்த அரித்துண்டுகளை எறும்புகளும் ஆர்வமாக வாயில் கவ்விக்கொண்டு பலா மரத்தினடியில் இறங்கிப் போய்க்கொண்டிருந்தன.

'ரோசம்மோ காலத்தே அரி இடிப்பா...' அப்பு கேட்டான்.

'ஓம்ப்புல மோனே... நேத்தே கொவுர இட்ட அரி. நேத்து இடிச்ச களியேல ஒரே தலச்சுத்து... காலத்தே கும்பி அலந்து ஆவேல அதான் இப்ப போட்டு நரக்கியிட்டுக் கிடக்கியேன்.' காலத்தூக்கி திண்ணையில வைத்து சொறிந்துகொண்டே சொன்னாள் ரோசம்மா.

'ஒரே எறும்புல மோனே...இதுல வாறியா ஒரு இணுக்குப் புட்டு தின்னுட்டுப் போலாம்.' பல்லு போன ஊனக்காட்டி சிரிச்சிட்டே அப்புவை அழைத்தாள் ரோசம்மா.

'நீ புட்டு அவுச்சி எடுக்கம்ப உச்ச களியுமே. நானும் எனக்க வீட்டுல ஒத்தெய்லதானே கிடக்கியேன். எனக்க கூட ஒரு கூட்டாட்டு எனக்க அம்மையப் போல வந்து கெடண்ணு எத்தன நாளா விளிச்சிட்டு இருக்கேன். ஒனக்கு எனக்க வீட்டுல வந்தா என்னாண்ணு கேக்கியேன்...' அப்பு உரிமையாக அவளிடம் கேட்க, ரோசம்மா தலையைச் சரித்துச் சிரித்தாள். அப்புவின் அம்மா பவளமும் இந்த கிழவியும் நெருங்கிய தோழிகள்.

'இது எனக்க மாப்பிளக்கெட்டியிட்டு வந்த வீடுல மோனே... இத்ன வருசமா இதுல அவருக்க ஓர்மையில சீவிச்சிட்டேன். இனி எனக்க இந்த கட்டை எத்ர நாளைக்குண்ணு செல்லிய... நானும் இதுலக் கெடந்து சாவியேன் மோனே...லே அப்புவே...' ரோசம்மா அப்புவை அழைத்த விதத்தில் கொஞ்சம் தீவிரம் தெரிய என்ன என்பதுபோல் அப்பு அவளைப் பார்த்தான்.

'இதுல அனாதைப்போல செத்துக் கெடக்கிய என்னை நீ தான் உரிமையா எடுத்து பூத்தணம் இன்னா. ஆளு சீரத்துப்போன எனக்க மனசுல ஒன்ன எனக்க மொவன்போல வச்சிருக்கியேன். எனக்க

அடுக்களயில தொங்கிய உறியில உள்ள சக்கறத்த பொதிஞ்சி வச்சிருக்கியேன். அத சாவு செலவுக்கு எடுத்துக்கா... பின்ன இந்த வீட்டடி எனக்க பெயருல இல்ல... இத எடுக்க அவருக்க தம்பியாருக்க பய வந்துருவான். அதுனால எனக்க மொவுனுக்கு வேற ஒண்ணும் தர ஒக்காது.' ரோசம்மா சொன்னதை வருத்தமுடன் கேட்டு நின்றான் அப்பு.

'இப்படி எனட்ட ஒரு ஆயிரம் தடவையாவது சொல்லியிருப்பா. இவா உறியில அப்பிடி என்னதான் வச்சிருக்கியாளோ என்னதோ. எண்ணாவது உறிய எனக்குப் பாக்கணம்.'

அப்பு நினைத்துக்கொண்டே ரோசம்மாவின் முகத்தைப் பார்த்தான்... அவள் முகத்தில் சாவுக்கான ரேகை படர்ந்து நிற்பது தெரிய அப்புவின் மனதில் வலியின் அழுத்தம் வந்து திருமிக் கொடுத்தது.

'இவளும் இனி செணம் சாவுவா... இவளையும் நான் பூத்தணம். எனக்க கைகொண்டு நான் எத்தனை பேரை பூத்தியிருக்கியேன். எத்தனையோ பேருக்கு கல்லறைக்குண்டு வச்சி விட்டுருக்கேன். எவ்வளவு பணக்காரங்களுக்கு, பவுறும் பெருமையும் உள்ளவனுக்கு கடைசி வீட்டை கட்டிக் கொடுத்திருக்கேன்...'

அப்புநிராசையாக பெருமூச்சு விட்டான். அவன் மனதில் அவன் அம்மா பவளம் வந்து நின்றாள்.

'எடியம்மோ எனக்க கட்டை சாயுறது வரைக்கும் ஒன்னை எனக்கு எப்பிடியம்மா மறக்க ஒக்கும்? நீ என்னை தனியாட்டு வளத்தும், எனக்க கசுற்றங்களுல கூட நின்னதும், நான் அய்யமா இருந்த பெறகும் அழகு ராசாண்ணு கொஞ்சியதும் மறக்க ஒக்குமா?'

பவளத்தை நினைத்துக்கொண்டே பலாமரத்தனடியில் சென்று அமர்ந்தான். மாவு அரிப்பு எடுப்பதற்காக வீட்டிற்குள் சென்றுவந்த ரோசம்மா கிழவி உரலைச்சுற்றி நின்ற கோழிகளைத் துரத்தி விரட்டினாள்.

'நீக்கெம்பெடுத்த கோழியா மாவ கொத்தி தின்னுதுவா... கோழியா சூ... சூ...'

அவள் பரானப்பட்டு கோழிகளைத் துரத்திய சத்தம் அப்புவின் காதில் விழுந்துகொண்டே இருந்தது. எனினும் சலமனமற்றவன்போல் இருந்தான். அவ்வளவுக்கு அவன் மனதில் அவன் அம்மா பவளம் வந்து நின்றாள்.

அவன் சாய்ந்திருந்த பலா மரத்தினடியில் பார்க்கும்போது, அங்கே சிவந்த மண்ணில் பெருமித் தெரிந்தது எறும்பின் கூடுகள். தங்கள்

புற்று வீட்டுக்குள் எறும்புகள் இறங்கிப்போவதும் வருவதுமாக இருந்தன. தங்களுக்கு ஆகாரம் கிடைத்த மகிழ்வில் அவைகள் சுறுசுறுவென தெரிய அப்பு எறும்புகளைப் புன்னகைத்துக்கொண்டே பார்த்தான்.

'இந்தப் புற்றுக்குள்ள இறங்கிப் போற எறும்புகளுக்கு இந்த ஆகாரத்த பத்திரமா வச்சிட்டு அதுகளுக்க அம்ம, அப்பன், தங்கச்சி, தம்பி அக்காண்ணு எல்லாருக்கும் பவுந்து பவுந்து தின்னுவுனுமோ... பொளு பொளுண்ணு மண்ணு வீட்டுக்குள்ள இறங்கிப் போற இதுகளுக்க வீடு பெருசா இருக்குமோ...'

என்னதான் ஆனாலும் எறும்புப் புற்றுக்குள் இறங்கிப்போய் அவைகளின் வாழ்வைப் பார்க்க முடியாதே என்ற வருத்தத்தில் இருந்தவன் காலில் சிறகு முளைத்த கடி எறும்பில் ஒன்றிரண்டு நருக்கென கடித்துவிட, தரிப்பும் வலியும் உச்சந்தலையில் ஏறி அப்பு காலைப் போட்டு உதறிக்கொண்டே எழும்பினான். அவன் எழும்பி நின்ற இடம் முழுவதும் எறும்பு புற்றாக இருக்க, சிறியதும் பெரியதுமான எறும்புகள் அவனை கடி கடியென்று கடிக்கத் துவங்க அவன் பரபரவென காலைப் பறண்டிக்கொண்டு அதிலிருந்து ஓடினான்.

அப்புவின் கனத்த கால் பாதம் பட்டு கலைந்த எறும்புகள் வாயிலிருந்த பச்சரிசி மாவின் துண்டுகளை கீழே இட்டுவிட்டு தெறிக்கெட்டு ஓடின. போர் வந்த பூமி பதறுவதுபோல் பதறிப் பதறி ஓடிய எறும்புகளை திகிலுண்ட கண்களுடன் பார்த்தான் அப்பு.

எறும்பு கடித்த காலை அருகில் தென்பட்ட கல்லில் வைத்துத் தோய்த்து தோய்த்து சொறிந்து சொறிந்து நின்று பார்த்தவன் கண்களில் தன் வலி மறந்த கருணை ஒழுகியது. எறும்புகளின் வீட்டையும் அவற்றின் உணவுகளையும் கலைத்துவிட்டேனே என்ற வருத்தம் மேலோங்கியது... அவன், கண்களில் ஈரம் கொட்ட அந்த பலா மரத்தடியைப் பார்த்தான்.

வன்முறையில் கலைந்த கலவர பூமிபோல் எறும்புப் புற்று கலைந்து குலைந்துகிடந்தது... எறும்புகளோ பலா மரத்தின் மேலும் கீழும் பரபரவென ஏறியும், இறங்கியுமாக கலவரத்துடன் தெரிந்தன.

2

அப்பு தனது கால்களை மாறி மாறிச் சொறிந்துகொண்டிருக்க அதில் தாசன் என்று சொல்பவர் தலைமுடி வெட்டுவதற்காக அப்புவிடம் வந்தார். இந்தத் தாசனும், அப்புவின் அப்பாவும் ஒரு காலத்தில் மிக நெருங்கிய நண்பர்கள். அந்தப் பாசத்தில் அப்புவிடம் அடிக்கடி வந்து பேசிக்கொண்டிருப்பார்... தலைமுடி வெட்டிக்கொள்வார்.

'லே அப்புவே தலை ஒரே கடியா இருக்குல... விறுத்தியா இழுத்து மொட்ட அடிச்சி விடுல... எனக்க பேத்தியார ஒறக்க வச்சிட்டு வந்தேன். அவா முளிச்சக்கு முன்ன எனக்குப் போணும். செணம் வெட்டித்தள்ளுடே...'

தாசன் என்பவர் துரிதப்படுத்திக்கொண்டே பலா மரத்தடியினடியில் கிடந்த கல்லில் சென்று அமர்ந்தார். அவரும் அமர்ந்த வேகத்தில் காலைச் சொறிந்துகொண்டே எழுந்தார்.

'ஓய் அதுல எல்லாம் ஒரே கடியெறும்புவா கிடக்கு. நான்தான் அதுகளுக்கு புற்ற சவுட்டி தள்ளியிட்டேன்...'

அப்பு சொல்ல தாசன் தனது தலையில் கட்டியிருந்த அழுக்குத் துண்டை எடுத்து காலை துடைத்துத் துடைத்து அப்புறமாக நடந்தார்.

'கோ... சாமானம் என்ன தரிப்பு தரிச்சக்கு கடிச்சிட்டுதுவா... பாம்பு கொத்தினதுபொல இல்லியா தரிச்சி ஏறுது...' அவர் தனது பல் போன ஊனில் வலி காட்டிச் சொன்னதைப் பார்த்து அப்பு சிரித்தான்.

'ஓய் தாசரே ஒமக்கு வைப்பு பல்லு வச்சி விடப்படாதா? எங்கி ஒமக்கு கறுத்து ஊனு மட்டும் தெரியாது இல்லியா ஓய். எண்ணும்

குமரனப் போல இருக்குலாமே. ஒமக்க ரெண்டு மொவுனுகளும் சர்க்காரு சோலிப் பாக்கியவியா தானே... ஒரு செட்டு பல்லு வச்சி விடச்செல்லும்...'

'ஒ. எனக்க மொவுனுவா எனக்கு பல்லு வச்சி விடத்தான் இருக்குனம். எனக்கு ஒரு கிளாசு தேயிலவெள்ளம் தரவே போக்கத்த எனக்க மக்கா எனக்கு பல்லு வச்சி விட்டா அவனுகளுக்க பெண்டாட்டியா அவனுகளுக்க பல்ல பேத்து விடுவுவாளுவா... மாப்பிளச் செத்து இதுல வந்து நிக்கிய எனக்க மொவுளுக்கோ... அது பெத்ததுக்கோ பத்து பைய்சா செலாக்காத பயலுவா எனக்கு பல்லு வைப்பானுவளா? பல்லும் பவுறும் போட்டு அப்புவே... அந்தந்தப் பிராயம் தப்புனா பல்லும் போவும், பவுறும் போவும். அதையும் ஏத்துக்கணம்... தேகத்துக்க கெச்சாப்பு போனபிறகு என்னத்துக்கல கண்டமானம் மினுக்கணம். சக்கறமும், பவுறும் வந்துட்டா தங்கப்பல்லு வச்சுனம்... வெள்ளிப்பல்லு வச்சுனம். வெளுத்துப்போன தலைமுடியில மை வேண்டி அடிச்சுனம். வயசாகியிட்ட அதை வெளியில காட்ட மடிச்சுனம்... பிராயத்துக்கு ஏத்த சீவிதம் வாழுறதுலேயும் ஒரு பெருமை இருக்கத்தான் செய்யுது...' அப்பு அவரை ஆச்சரியமாகப் பார்த்தான்.

'ஏம்புல அப்பிடி பாக்கிய? எனக்க கூட உள்ள வற்கிய ஒனக்குத் தெரியுமல. அவனுக்கும் என்னைப்போல பல்லும் போய் முடியும் நரச்சியிருந்து. அவனை அவனுக்கு மொவா அவா கூட பேர்சியாயிக்கி கூட்டியிட்டுப் போனா... அவன் அடுத்த விடுப்புல வரம்ப அவனுக்க தலையில கறுத்த முடி இருந்து... வாயெல்லாம் பல்லிருந்து. ஒன்னாணல எனக்கு அவனக் கண்டதும் கெக்கக்கேண்ணு சிரிப்புதான் வந்து. எனக்க அப்பச்சி முத்தையர ஒனக்குத் தெரியாது... அவருண்ணு சென்னா இப்பவும் எனக்கு அவருக்க பல்லுப்போன ஊனும்... நீண்டு நரச்சிக் கெடந்த தலைமுடியும்தான் ஓர்ம வரும். அவருக்க ஊனுல பிறு பிறுண்ணு கைப் போட்டு எம்புடு நாளு நான் சிரிச்சிருக்கேன். நானும் எனக்க அப்பச்சியப்போல இப்பிடியே இருந்துட்டுப் போறேண்டே.... இப்ப எல்லாம் வயசாகி முடி நரச்சி பல்லு போன ஒரு வயசு காலங்களையும் காணமுடியாது. பாட்டி தாத்தாண்ணு விளிக்க முடியாத படி செட்டு பல்லும், செட்டு முடியும் மலிஞ்சிப் போச்சியில்லியா... என்னை அஞ்சாறு பிள்ளையா தாத்தாண்ணு விளிச்சட்டுடே.'

உண்மைதான். இப்போது வயதானவர்களின் தலைமுடியும் கறுத்திருக்கிறது... வாயில் பற்களும் இருக்கிறது. இதைப்பற்றி அவர் இயல்பாகக் கூற, அவரை முகத்தில் மலர்ச்சிப் பொங்க பார்த்தான் அப்பு.

‘ஓய் தாசரே நீரு செல்லியது செரிதான். இண்ணத்தக்காலத்துல பத்து வயசு பிள்ளை வரைக்கும் முடி நரைக்குதே... இளம் பிராயத்துல முடி நரச்சா பின்ன கறுப்பு மை வேண்டி தடவாம வேற என்ன செய்ய முடியும்?’ அப்பு கேட்க..

‘அது இண்ணு நீங்க தின்னிய ஆகாரங்களுக்க வேலை. இப்ப நீங்க எல்லாரும் விசத்தை இல்லியா தின்னுட்டு இருக்குதியா. குடிச்சிய வெள்ளத்துல, சுவாசிச்சிய காத்துல, தின்னிய ஆகாரத்துலண்ணு எல்லாத்திலேயும் விசமாக்கி இல்லியா போட்டுருக்கு. போதாக் குறைக்கு பிஞ்சிலே எல்லாத்துக்க கையிலேயும் போணும், கீணுமுண்ணு ஆகிப்போய் ஆளாளுக்குப் பைத்தியம் பிடிச்சதுபோல வாழம்ப தலைமண்டை சூடாகித்தானேப் போகும். அண்டியிலண்டு விரியக்கு முன்னே எல்லாத்துக்கும் பிரசர் வருது. வெப்புராளம் வருது... பின்ன முடி நரைக்காதா? அண்ணெல்லாம் நாங்க சீவிதத்த நின்னு நிதானிச்சி சீவிச்சோம். தொழி மண்ணுலண்டு கிழங்கும், பயிறும் தின்னு வளந்தோம்... மண்ணுக்க மனசப் புரிஞ்சி அதுக்க கூட ஒண்ணா வளந்தோம்ப்ல அப்புவே...’

அவர் வாழ்வின் எதார்த்தங்களை இயல்பாக பேசிக்கொண்டே போக அப்புக்கு அவரிடம் இரக்கம் சாடிப்போக தாசனின் அருகில் சென்று அவரைஅணைத்தான். தாசனும் அப்புவை அன்பாகப் பார்த்தார். அவர் மனதில் அப்புவின் அப்பா குருசு நினைவில் வந்தார்.

‘ஓனக்க கொப்பனும் இதேபோலதான் எனட்ட பாசமா இருப்பான். எனக்கும் அவனுக்கும் குலத்துல வேறு பாடு இருந்தாலும் அதை நாங்க காட்டுறது இல்ல. சாதியிக்க அழுக்கு அறியாத அந்த வயசுல எனக்க வீட்டு அக்கானியில கொப்பனுக்க வயிறு நிறஞ்சிட்டுண்டு. எனக்க பாட்டியம்மையிக்க அவனுண்ணா ஆகவே ஆகாது. எனக்க வீட்டுக்கப் பெறம கூட்டி வச்சிருக்கிற வைக்கப் படப்புல நானும் குருசியும் விளையாடியிருக்கியோம். சேந்து குளிச்சப் போயிருக்கியோம். நானும் அவனும் சேர்ந்து பழகிய இடங்களுக்க கால்தடத்த இப்ப கூட அழிக்க முடியாத அளவுக்கு எனக்கும் அவனுக்கும் நட்பு உண்டு. எனக்க வீட்டுக்குள்ள அவனை சேத்துக்காம போனதுக்கு அவன் சாதி ஒரு காரணமுண்ணு எனக்குத் தெரியவே தெரியாது. அந்த அளவுக்கு வெகுளியா வளந்தோம். ஓனக்க கொம்மைய கெட்டக்கு நானும் சப்போட்டு செய்தேன். அப்ப எல்லாம் முடிவெட்டியளுக்கும், குழிவெட்டியளுக்கும் ஏது சம்பளம்? சம்பளம் எல்லாம் கிடையாது. எதோ சாப்பாடுக்கென்று வயல் நெல், தேங்காய் வெட்டும்போது ஒன்றிரண்டு தேங்கா... கிழங்குண்ணு கொடுக்கிறது. விளையில பாழாப்போற சக்க,

மாங்காண்ணும் கொடுக்கிறதுண்டு. நான் ஒனக்ககொப்பனுக்கு அப்பா கொடுத்தது போக நிறைய கொடுத்திருக்கேன். எப்ப ஆனாலும் எனக்க வீட்டு அக்கானி குடிக்க சுழந்து சுழந்து நிப்பான் குருசு... ஒன்ன பாக்கம்ப எனக்கு அவனுக்க ஓர்மைதான் வருது. லே அப்புவே ஒனக்க கொப்பன ஒனக்கு ஓர்மையுண்டா? அவனை எப்படிதான் மண்ணு தின்னுதோ...'

தாசன் அப்புவின் அப்பாவைப் பற்றிக் கேட்க அப்புவுக்கு தனது தந்தையின் நினைவு வந்தது.

'எனக்க அப்பாய எனக்கு நினைவில்லாம இருக்குமா?பிறு பிறுண்ணு நாறி ஊறிகொண்டு வாற தலைமுடியளையும் சிரிச்சிட்டே வெட்டிக்கொடுக்கியவரு இல்லியா எனக்க அப்பா. இந்த சாதி சனம் அவ்வளவு பேருக்க நாற்றம் பிடித்த தலையை நாலணா, எட்டணாண்ணு ஒரு காலம் வெட்டிக் கொடுத்தவரு இல்லியா எனக்க அப்பன். ஊருல காலராப் பிடிச்சி ஆளுவா சாவம்ப எவ்வளவு பேரை காசு பணம் வேண்டாம எடுத்து பூத்துவாராம் எனக்க அப்பா.

கறுக்க சிவக்க வெத்திலை தின்னுவாரு எனக்க அப்பா. அவரு ஆளுகளுக்க தலையில முடி வெட்டும்ப அவருக்க வாயில வெத்தில பொதியும் கிடக்கும். தடைப்போயில வச்சி வெத்திலை போடுவாரு. வெத்திலையும், பாக்கும், சுண்ணாம்பும் அதுக்க கூட தடைப் போயிலையும் வச்சி சவைத்து வாயில ஒதுக்கி தின்னம்ப நல்லதாக ஒரு மணம் எடுக்கும். அவருக்க சுண்டு தாண்டி வெத்திலைக்க சிவப்பு துப்பலா வெளியில வரம்ப பல நாளு நான் அதை தொட்டு பாத்துருக்கேன்.

அப்பாயக் கண்டு அண்ணத்த பிள்ளைகளுக்கு நல்லாவே பேடி உண்டு. எதுக்குண்ணா அப்பா முடி வெட்டுவாரு இல்லியா அந்தப் பயம்தான். ஒவ்வொரு நாளும் ஒவ்வொரு திக்கா முடி வெட்டணு மாண்ணு கூவி கூவி அப்பா போவாரு. நானும் எனக்க பள்ளி விடுமுறைகளுல அப்பா கூடப் போயிருக்கேன். அப்பா வாற சத்தம் கேட்டு பல பிள்ளையிங்கா ஓடியிரம். அப்பாயிக்கி முடி வெட்டக் குண்ணு ஒவ்வொரு இடத்திலேயும் ஒரு மரத்தடி உண்டு. பலா, மா, அயனி, கொன்னையிண்ணு உள்ள எதோ ஒரு மரத்துக்க மூட்டுல ஒரு கல்லைத்தூக்கிப் போட்டு அதுல முடி வெட்ட இருந்துருவாரு. அந்த மரத்தடியில இருந்துட்டு முடி வெட்டுறது பயங்கர சுகமா இருக்கும். மரத்துக்க நிழலுல வருசையா குழந்தையள அம்மாக்கள் வச்சிட்டு நிப்புனம். ஒவ்வொரு பிள்ளையும் எனக்க அப்பாயிக்க பக்கத்துல வரம்ப காறு பீறுண்ணு ஒப்பாரு வச்சிஅழும். எனக்கு அதைப்பாக்கம்ப மனசுக்குள்ள எதோ ஒரு சின்ன பெருமையும்,

பவுறும் வந்து நிக்கும். இந்த சாதி சனம் அம்படம் எனக்க அப்பாய ஒதுக்கி வச்ச... அவ்வியளுக்க பிள்ளையா எனக்க அப்பாயக் கண்டு பேடிச்சி கரையுதுவளேண்ணு எதோ ஒரு மிடுக்கு வந்துரம்.

வாய் நிறைய வெத்திலையைப் போட்டுட்டு அழுறக் குழந்தையள தனக்க கை அணப்புல வச்சி முடி வெட்டிக் கொடுக்கிய அப்பாயப் பாக்க அழகா இருக்கும். கத்தரியக் கண்டும், முடி வழிச்சிய சாதனங்கா கண்டும் பிள்ளையா எல்லாம் கரையம்ப அதுகள மடியிலப் போட்டு அமத்துவாரு. கரஞ்சி கரஞ்சி மூக்கு வழியா பாயுற சளியை அவருக்க கையிலிமுண்டுல துடைப்பாரு... அலறிக்கரைய பிள்ளையள வெத்திலப் பொதி வாயால ம் ம் ண்ணு சொல்லி சொல்லி முடி வெட்டம்ப எதோ தாலட்டு பாடியதுபோல இருக்கும். அவருக்க முன்ன விரிச்சி இட்டுருக்கிற தோர்த்து துண்டுல ஆளுவா முடி வெட்டுற கூலிய போட்டுட்டுப் போவுனம். ஆக எட்டணா... ஒத்த ருவாண்ணு விளியது சுருட்டி எடுப்பாரு எனக்க அப்பா. சில ஆட்கள் பைய்சாயிக்கி பதில் சக்க மாங்காண்ணு கொடுப்புனம்.

எனக்க பன்னிரண்டாம் வயசுல பள்ளியில உச்ச நேர சத்துணவு சோறு வாங்கி தின்னக்குண்ணு இருக்கம்ப எனக்க சித்தப்பா பள்ளி வாத்தியாருட்ட வந்து எதோ சொல்லியிட்டு என்னை வந்து அழச்சாரு. எனக்கு வயிறு பசியா இருந்து... ஆசையா சோறு தின்ன நின்ன எனக்கு அதுக்குள்ள அவகாசத்த சித்தப்பா தராம வீட்டுல கூட்டியிட்டு வரம்ப எனக்க அம்ம வீட்டு முத்தத்துலக் கெடந்து உருண்டு பெரண்டு சத்தம் போட்டு ஒப்பாரு வச்சா... அப்பாய காறு இடிச்சிட்டுண்ணும் அவருக்கு ஓர்ம இல்லாம ஆசுத்தரியில கெடக்கியாருண்ணும் ஆளாளுக்கு சொல்லியிட்டு நின்னுனம். ஆனா கொஞ்ச நேரத்துல எனக்க அப்பாய பெரிய ஆம்புலன்சு வண்டியில பொதிந்துகொண்டு வந்து இறக்கம்ப அவரு செத்துப் போயிட்டாருண்ணு எனக்குப் புரிஞ்சி. அய்யோ எனக்க அம்ம அண்ணு வச்ச அந்த ஒப்பாரு இப்பவும் எனக்க காதுக்குள்ள கெடக்கு... அப்பாய பூத்தக்கு கொண்டு போம்ப ‘அப்புவே இனி ஒனக்க அப்பா இஞ்ச வர மாட்டாரு மோனே’ண்ணு எனக்க அம்ம கரஞ்ச கரச்சி என்னையும் உலுக்கிப் போட்டு. எனக்கும் பொல பொலண்ணு கண்ணீரு பாய அப்பாயக் கொண்டுபோன திசையைப் பாத்துட்டு நின்னேன்.

ஊருல யாருச் செத்தாலும் குழி வெட்டிக் கொடுத்து அவங்கள பூத்திய எனக்க அப்பனுக்கு சாவு வருமுண்ணு நான் அப்ப நினைக்கவே இல்ல... எல்லாருக்கும் ஆறடிக்குண்டு தோண்டி கடைசி வீடு வச்சிக் கொடுக்கிறவருக்கு சாவு வருமுண்ணு நினைக்கவே இல்ல... ஆனா

எனக்க அப்பாயும் செத்தாரு. அதான் உண்மை. எனக்க அப்பா சாவம்ப இடிந்து பொடிந்து கிடந்த அதே வீடுதான் இப்பவும்..

'லே கொப்பனப் பத்தி கேட்டவுடனே கொப்பனுக்க ஓர்மை வந்துட்டா...' தாசன் அப்புவை கலைக்க, அவன் தாசனின் முகம் பார்த்தான்.

'அது பின்ன வராம இருக்குமா? எனக்க அப்பனுக்கும், அம்மையிக்கும் ஆசையா பெறந்த மொவன் இல்லியா நான். அவ்விய ரெண்டு பேரும் தானே எனக்க சொந்தமா இருந்தாங்கா... ஓமக்குத் தெரியுமா? நான் பிறந்து வரக்கு முன்ன மூணு பேரு பெட்டயாப் பிறந்து மூணு மாசம், நாலு மாசத்துலண்ணு செத்துப்போயிருக் கிறாங்க. அதுக்கப்பிறகு நீண்ட இடைவெளிக்கப் பிறகு இல்லியா நான் பிறந்தது. அய்யமாப் பிறந்த எனக்கு அழகப்பனுண்ணு பேரு போட்டு பொத்தி பொத்தி வளக்கப்பட்ட மொவனில்லியா நான். இப்ப பாரும் ஆளும் சீருமத்து அனாதையா இருக்கியேன். அப்புக்குண்ணு யாரு இருக்கியா ஓய்?' அவன் வருத்தமாக கேட்க, தாசன் அவனை பாவம்போல் பார்த்தார்.

அப்பு ஒன்றும்கொண்டாடக்கூடிய பேரழகன் இல்லை. அவன் கறுத்த உருவத்தில் முறையில்லாமல் அதிகப்படியான சதைகள் தொங்கிக் கிடந்தன. கண்கள் இரண்டும் சிவந்தேறியே தெரியும். முன் வரிசையில் ஒன்றிரண்டு பற்கள் துருத்திக்கொண்டு முன் நிற்கும். பானைபோல் தொங்கும் தொப்பை... கால்களை அகட்டி அகட்டி நடக்கக் கூடியவன். அவன் அக்கம் பக்கத்தில் எந்தக் குழந்தையாவது குறும்பு செய்தால் அப்புவிடம் சொல்லிக் கொடுக்கவா என்றால் அவை பயந்து விடும். இவையெல்லாம் அப்புவை வெகுவாகவே பாதித்ததுண்டு. ஆனால் இப்போது அவனுக்குப் பழகிவிட்டது. வயதும் நாற்பது கழிந்துவிட்டது அல்லவா... அப்புக்கு முறையான வயதில் திருமணம் நடத்தி வைக்க அவன் அம்மா பவளம் தீவிரமாக சம்மந்தம் தேடியபோது ஒன்றும் அவ்வளவு சீக்கிரத்தில் அமைய வில்லை. இவன் மனதில் அசைக்க முடியாத காதலாக ரமணி இருந்தாள். அவளைக் காதலித்த விவரம் இப்போதுவரைக்கும் வெளிப்படுத்தக்கூடிய தைரியம் அப்புக்கு வரவில்லை என்பது உண்மை.

அப்புவுக்கும் இன்னொரு பெண்ணுக்கும் அவன் அம்மா பவளம் திருமணம் முடித்து வைத்தாள். ஆனால் அவள் திருமணம் முடிந்த இரண்டாவது மாசமே இவனை விட்டுவிட்டு ஓடி விட்டாள். இவனும் ஊரில் பல பெரியோர்களும், இவன் அம்மாவும் போய் அழைத்தபோது அவள் கூறிய வார்த்தைகள் இப்போதும் அவன்

மனதுக்குள் எரிநெருப்புகளாகச் சுட தலையை உதறிக்கொண்டு நிமிர்ந்தான் அப்பு.

‘நீயெல்லாம் ஒரு ஆம்புள... ஒனக்கெல்லாம் ஒரு கல்யாணம். ஓங்கூட வாழ்றதுக்கு செத்துப் போலாம் எனக்கு. ஒரு விறுத்தியோ சுத்தமோ இல்லாத ஒங்கூட எனக்கு வாழ பிடிக்கேல... சிமுந்தேரியிலண்டு குழி மண்ணோட வாற, அதே மண்ணோட எனக்க கிட்ட வாற... இதெல்லாம் எனக்கு பிடிக்கவே பிடிக்கல... ஆம்புளையிண்ணா சுத்தம் வேணும்... நாகரிகம் வேணும்... ரசனை வேணும்... எதுவும் இல்லாத ஒன்னை எனக்குப் பிடிக்கேல... ஒங்கூட வாழ்றதுக்கு என்னை வற்புறுத்திக் கூட்டியிட்டுப் போனா நான் அங்க வந்து செத்துருவேன்.’

எங்கூட வாழ்றதை விட சாவு பெருசாப் தோணுனவளை அதுக்கப் பிறகு நான் அவா விருப்பம் போல பிரிஞ்சிட்டேன். எனக்க மன அழக பாக்கத் தெரியாதவள எனக்க கூட வாண்ணு கட்டாயப்படுத்தாம விட்டுட்டேன்... அவளும் இப்ப வேற யாரையோக் கல்யாணம் பண்ணி மக்கா குட்டியோட நல்லதா வாழ்றதா அறிஞ்சேன்... எனக்கு அவாப் போனதைவிட சங்கடம் எனக்க ரமணிதான். அவாதான் இப்ப வரைக்கும் என் மனசுலக் கெடந்து குடையுறா...’

ரமணி எனப்படுபவள் அப்புவின் மாமன் மகள். பவளத்திற்கு ஆதரவு கொடுத்த அண்ணனின் மகள். இருவரும் பத்து பதினைந்து வயது வரை சேர்ந்தே விளையாடினார்கள். ரமணி என்றால் அப்புக்கு அதிக விருப்பம். அந்தச் சூழலில் ரமணியின் வாழ்வு மாறியது. ஊரில் உள்ள தங்கப்பன் என்பவனின் இளைய மகன் ராயனைக் காதலித்து வயிற்றில் பிள்ளை வாங்கிக்கொண்டாள். அவள் தன் வயிற்றில் ஆறு மாதக் குழந்தையாக சமூகத்தில் அறியப்பட்டபோது ஒரு பெரும் கலவரம் போல் பலருக்கும் அறியப்பட்ட ரமணி அன்று முதல் அப்புவிடம் இருந்த நெருக்கத்தைக் குறைத்துவிட்டாள். அவள் ஏமாற்றமாகப் பெற்ற மகள் குட்டிமணியோடு இன்றுவரை தனியாக வாழ்கிறாள். எப்போதாவது அவள் பார்வை கிடைக்கும் என இவனும் காத்துக் கிடக்கிறான்.

‘அப்புவே நேரம் ஒருவாடு அதிகம் ஆகிப்போச்சி... செணம் எனக்கு தலைமுடியை வெட்டுடே...’ சொல்லிக்கொண்டே தாசன் தனது வேட்டிக் கட்டிலிருந்து ஐம்பது ரூபாய் தாளை எடுத்து அப்புவிடம் கொடுத்தார்.

‘இந்நா இதை வச்சிட்டு எனக்கு தல முடி வெட்டு...’

‘போவம் ஓய்... நான் ஒமட்டண்டு சக்கறம் வேண்டமாட்டேன்...’ அப்பு தீவிரமாக மறுத்தான்.

‘சும்மா கிணாட்டம பைய்சாய வேண்டு. இவன் பெரிய பணக்காரனா இல்லியா இருக்கியான்.’ தாசன் கூற அப்பு தனக்குள் சிரித்துக் கொண்டான்.

‘எல்லா இடமும் பளுக்கார நாகரிக கடைகள் வந்த பிறகு ஒனட்ட எவன் வருவான்? என்னைப்போல எவனும் வந்தாதான் உண்டு’ தாசன் கூற,

‘அது உள்ளதுதான் ஓய். எனக்கு பெரிய கடைப்போடக்குள்ள வசதியும் இல்ல... அதுனால எதோ தீனம் பிடிச்சி, நோய்வாய்ப்பட்டு இற்றுப்போய் சாகக்கிடக்கிற எதம் வந்தாதான் உண்டு. பின்ன கல்லறக்குழி வெட்டு உண்டண்ணா சக்கறம் வரும். இனி எனக்க வருமானத்துக்கு வேண்டி எவனையும் சாவ செல்ல முடியுமா?’ என்று சொன்ன அப்பு சத்தம் போட்டுச் சிரித்தான். அவன் சிரிப்பில் தாசனும் கலந்துகொண்டார்.

‘சீவிதம் இம்படந்தான் ஓய். எனக்க அம்ம இருக்கம்ப கதை கதையாச் செல்லுவா இதைப்பற்றி... கோயிலுல சாவு மணிக்க சத்தம் கேட்டா வீட்டுல சோத்துப்பானையை அம்ம கழுவி எடுப்பாளாம்... சவப்பெட்டி செய்து வச்சிருக்கியவன் வாழணும் என்றால் ஒருத்தன் சாவத்தான் வேணும். ஒருத்தருக்க சாவு பலருக்கு பிழைப்பு ஓய்...’ அப்பு எடுத்தெறிந்து சொன்னாலும் அதில் மறைந்து நின்ற வாழ்க்கைப் பொருள் தாசனை சுருட்டிப் போடவே செய்தது.

‘வந்ததும் போறதும் ஒரு செலவுதான் இல்லியா அப்பு...’ தாசன் அப்புவிடம் கேட்க அப்பு விரக்தியான ஒரு சிரிப்பை வீசினான். அதில் வாழ்க்கை வலி தெரிந்தது.

‘நின்னா நேரம் போகும். வாரும் தலை முடிய வெட்டுறேன்...’ அப்பு அவரை அழைத்த நேரம்.

‘அப்புவே...’ எவரோ அழைத்துக்கொண்டு வரும் சத்தம் கேட்க இருவரும் திரும்பினார்கள். அங்கே கடவக்காரி என்பவளின் மகன் வந்துகொண்டிருந்தான்.

3

இந்த இடத்தில் பனை ஓலையில் பாய், கடவம், சின்ன சின்ன பெட்டிகள் செய்து அதை சந்தை தோறும் விற்பனை செய்து தனது பிள்ளைகளை வளர்த்த கமலம் என்பவளை கடவக்காரி என்று குறிப்பிடுவது வழக்கம். அவளின் கணவன் பனையிலிருந்து கீழே விழுந்து இறந்த பிறகு தன் நான்கு பிள்ளைகளை மிகவே சிரமப்பட்டு ஆளாக்கினாள். கிழவியின் மூன்று மகள்களை திருமணம் செய்து கொடுத்தாகி விட்டது. அவளின் ஒரே மகன்தான் இப்போது அப்புவை அழைத்துக்கொண்டு வந்தான்.

‘அப்புவே எனக்க அம்மை கிடையாகி கிடந்து வருசம் ரெண்டு ஆகுது. கிழவியிக்க தலையில ஒரே பேனு. அவா கிடக்கிய கட்டிலுவரைக்கும் பேனுக் கெடக்குல... பிள்ளையளுக்க மேலு வரைக்கும் இப்ப ஊரத்துடங்கியாச்சி. அவா தலை முடி சடையாகிக் கிடக்கு. நீ வந்து தலையை விறுத்தியா மொட்டை அடிச்சி விட்டுருல. எனக்கப் பெண்டாட்டி இதுனால எனட்ட ஒரே சண்டை...’

அவன் தன் காலில் சூடுவெள்ளம் தெறித்ததுபோல் நின்று கூற அவனை ஏற இறங்கப் பார்த்தான் அப்பு.

‘பெட்டி வேணுமா பெட்டி... கடவம் வேணுமா கடவம்...’ இப்போதும் கடவக்காரி வீதியில் வியாபாரத்திற்குப் போட்ட குரல் அப்புவின் மனதிற்குள் கேட்டது. வெறும் சின்ன பிள்ளைகளாக இருக்கும்போது பனையில் இருந்து கீழே விழுந்து இதயம் கலங்கி இறந்த கணவனின் இழப்பின் வேதனையை மனதில் இறுக்கிக்

கொண்டு, மண்ணெண்ணெய் விளக்கு வைத்து எந்த இரவிலும் பாய் முடைந்து, கடவம் செய்து, பெட்டி செய்து வியாபாரம் நடத்தி தனது பிள்ளைகளை வளர்த்த ஆளாக்கியவள் இன்று கிழவி ஆகிப் போனாளோ என்று அப்பு அவனை தீர்க்கமாகப் பார்த்தான்.

எந்த ஒரு படிப்பும் இல்லாம, அது சார்ந்த தொழிலும் இல்லாம கையெழுத்து கூடப் போடத் தெரியாத ஒரு பாமரத்தியா இருந்தவா தனக்க நாலு மக்களையும் தன் உழைப்புல ஆளாக்கியிருக்கியா அவா தலையில இப்ப பேனு வந்திருக்காம். அது அருவெருப்பா ஒனக்கு? அப்பு அவனைப் பார்த்தான்.

‘என்னா நீ, நான் விளிச்சா என்னையேப் பாத்துட்டு நிக்கிய?’

‘தாசன் அவரு நேரமே இதுல வந்தாரு. அவருக்கு தலைமுடியை வெட்டியிட்டு வாறேன்...’

‘அப்பு வந்துருவ இல்ல... மறக்காம வந்துரு...’ அவன் உறுதிக் கேட்டு விட்டுப் போக அவன் முதுகை வெறித்தான் அப்பு.

‘லே நீ போய் கிழவியிக்க தலைமுடிய இளச்சிட்டு வா... நேரம் தப்புனா அவன் டவுனுலண்டு யாரையாவதுகொண்டுவந்து வெட்டியிருவான். அதுல கிடைக்கிற அம்பது ருபாயும் போயிரும். நான் பிறகு வாறேன்... எனக்க பேத்தியாரும் இப்ப ஒறக்கம் முழிக்கிற சமயம் ஆச்சி... நான் போறேன் அப்புவே பிறகு வாறேன்...’

தாசன் திரும்பி போக அப்பு கடவக்காரியின் வீட்டை நோக்கி நடந்தான். அவன் போகும் வழியில் சிறுவயதில் குளிக்கும் காட்டுக் குளம் தென்பட்டது. அந்தக் குளத்தை ஆவலோடு பார்த்தான். விரிந்து பரந்து சுற்றிலும் தென்னையும், பனைகளும், வயக்காடுகளு மாக தெரிய அதன் நடுவில் கொழுப்பாக விரிந்து கிடந்த குளம் இன்று நோயுற்றதுபோல் கிடக்க அப்புவின் மனதில் வலி ஏறி பினைந்தது.

‘அப்புவே சுகமா இருக்குதியல...’ குளம் கேட்பதுபோல் இருக்க அவன் மனது சங்கடத்தில் நெளிந்தது.

‘எனக்க காட்டுக்குளம்... நான் நீந்தி விளையாடின குளம்... எனக்க கூட்டுக்காரங்காகூட இந்தக்குளத்துல வந்து வாழைத்தடை வெட்டிப் போட்டு மிதந்துட்டே திரிந்த எனக்க காட்டுக்குளம் இது... மழ பெய்தா அக்கம் பக்கமுள்ள எல்லா ஒதவல் தூசிகளை இழுத்துட்டு வந்து சேருறதுனால இதுக்கு காட்டுக்குளமுண்ணு பெயரு. யாரும் தோண்டாம ஆளு நடமாட்டமற்ற இடத்துல தானாகவே உருவாகி வந்ததுனால இதுக்கு காட்டுக்குளமுண்ணு பெயரு. சுத்தி அப்ப

எல்லாம் எந்த விளையிக்கும் காம்ப்பவுண்டு இல்ல. குளத்துக்கு அண்ணு பெருசா எல்லை இல்லை. ஆனா இண்ணு எனக்க குளத்த சுத்தி சுரண்டல் நடந்துருக்கு. நில ஆக்கிரமிப்பு நடந்துருக்கு... எனக்க பூமியிண்ணு ஆளாளுக்கு குளத்தை வஞ்சித்திருக்கிறார்கள். அதனால் தான் விரிந்துப் பரந்து கிடந்த எனக்க காட்டுக்குளம் குட்டைப்போல குறுக்கப்பட்டு பாசிப்பிடிச்சி சாகப்போறதுபோல கெடக்கு. போதாதுக்கு குளத்துக்க நடுவுல எழுப்பப்பட்ட எறவைக் கிணறு குளத்துக்க மொத்த விரிப்பையும் விழுங்கியிட்டு நின்னது போல இல்லியா இருக்கு. காட்டுக்குளத்துக்க முகவரி அழியப் போகுது... அது மட்டும் எனக்கு இப்ப தெரியுது... பலர் சேர்ந்து எனக்க காட்டுக்குளத்தை குறுக்கிப் போட்டுருக்கு. இந்தக் கரையில நின்னுட்டு அடுத்தக் கரைய பாக்க முடியாத அளவுக்கு விரிவாகக் கிடந்த குளம் எல்லாப் பக்கமும் தெரியிற அளவுக்கு குறுக்கப் பட்டிருக்கே'

அப்புவின் மனதில் ஊசியெடுத்து குத்தியதுபோல் வலி பரவ அவன் கண்கள் பரபரவென குளத்தைப் பார்த்துச் சுழந்தன... கரையோரம் நெருங்கி நின்ற தென்னை மரங்களைக் காணவில்லை... பனை மரங்களைக் காணவில்லை... பயறு, கிழங்கு என்ற விளைப்பொருள் களை காணவில்லை... வாழைத்தோட்டங்களைக் காணவில்லை... தேய்ந்துப் போனதுபோல் சில தென்னைகள் தெரிய அவற்றையும் நெருக்கி விடுவதுபோல் ரப்பர் மரங்கள் தெரிய சோர்ந்துப் போனான் அப்பு. கனத்துப்போன இதயத்துடன் நின்றவனை.

'கொஞ்சம் இருந்துட்டு போ...' குளம் கூறியதுபோல் இருக்க அவன் குளத்தின் கரையில் அமர்ந்தான்.

'எந்த தொழிமண்ணுல கெடந்து உருண்டுப் பெரண்டாலும் ஒனட்ட வந்து முங்கி எழும்பி போனாதான் அப்புக்கு நிம்மதி. ஆனா இப்ப ஒனட்ட வாறதில்ல... குழித்தற ஆத்து வெள்ளம் பைப்புல வாறத வச்சி ஒடம்ப துடச்சிட்டு கெடக்க பழகியிட்டப் பெறகு ஒனட்ட வராம போனது ஒனக்கு வருத்தம் தந்துட்டோ... ராவும் பகலும் ஒனட்ட எம்புடு பேருவந்து குளுச்சி நனச்சிட்டு போவுனம். இப்ப அப்பிடி பலரும் வாறதில்லைண்ணு வருத்தமா கெடக்குதியோ... ஒனட்ட வந்து தானே நீந்திப் படிச்சது... எவ்வளவு சின்ன பிள்ளைங்க ஒனட்ட வந்து நீந்தி படிச்சிக்கிட்டோம்... ஒனட்ட வந்து முக்குளிச்சிப் படிச்சிட்டோம்... ஆனா இண்ணு எல்லாமே வீட்டுக்குள்ள அடைப்பட்டு எந்தச் சத்தும் இல்லாம வளருதுவாண்ணு உள்ள வருத்தம் ஒனக்கும் இருக்குதோ... சீவித பெலம்தானே நீச்சல்... இண்ணு அதுகூட இல்லாத பிள்ளைங்களா வளருறாங்கண்ணு

ஒனக்கும் வருத்தம் காணும்...'

இவன் மௌன வார்த்தைகளைக் கேட்டு சலனமற்றுக் கிடப்பது போல் கிடந்தது குளம்.

'இதுக்குள்ள இப்ப மீனு இல்லியா... ஒனட்ட குத்தி மறிந்த சுலோப்பியா, கையிலி, பிறாட்டியிண்ணு எவ்வளவு மீனுகள நாங்க பிடிச்சி அவுச்சி தின்னுருக்கோம்... அந்த மீனுகளுக்க வளம் இல்லாம இண்ணு கெடக்குதியோ.'

மனம் பொறுக்க இயலாமல் விங்கிக்கொண்டிருந்த அப்பு படாரென எழும்பினான். குளத்தின் நீர்பரப்பை தொட வேண்டும்போல் தோன்ற குளத்தை நோக்கி இறங்கினான். அவன் இறங்கி வருவதை ஆமோதிப்பதுபோல் குளத்தின் மேல்பரப்பு தண்ணீர் அசைந்து கொடுத்தது... குளத்தில் இறங்கிப் போக போக அவன் சிறுவயது காலங்கள் அவனுக்குள் முட்டிக்கொண்டு சிதறின.

ரமணியுடன் குளிக்க வருவது, குளத்துப் பாம்புகளான நீக்கோலி, சூக்கை, நீர்பௌவை இவற்றைக்கண்டு ஓடுவதும் பாம்புகளோடு சேர்ந்து கிடந்து நீச்சல் அடிப்பதும்... இந்தப் பக்கத்திலிருந்து அந்தப் பக்கம்வரை மத்திர போட்டியில் நீந்துவதும்... யார் அதிக நேரம் தண்ணீரில் முங்கி மூச்சடைப்பது என விளையாடுவதும்... மாக்கான் என்ற தவளையின் முட்டைகள் நீளவாக்கில் கால்களில் பின்னிக் கொள்வதும் அவைகளின் குஞ்சுகளான உம்புழுந்தை என்ற தலைப்பிரட்டைகளை அரித்து கோரி செரட்டையில் சேர்த்து வைப்பதுமான எத்தனையோ நினைவுகள் அவனை அமுக்கியது. குளம் வற்றி வாற நேரத்தில் குளம் கலக்கி மீன் பிடிப்பதும் விலாங்கு என்ற மீனுக்கு பதிலாக சூக்கைப் பிடித்ததும், களிமண்ணை வாரி உடம்பில் பூசிக்கொண்டு சகதி மணத்தோடு வாழ்ந்ததும் எவ்வளவு பெரிய மகிழ்வான காலங்கள்... அன்று யாருக்கு போண் வேணும்... யாருக்கு கம்ப்யூட்டர் வேணும். பத்து காசு கூட செலவழிக்காமல் கிடைத்த வாழ்வின் பேரின்பங்கள் மொத்தம் தொலைந்துப் போனதே... அப்புவின் ஆழ்மனம் வரை வலிக்க குளத்தினருகே சென்று குனிந்து தண்ணீரை உள்ளங்கையில் கோரினான்.

சத்தற்றதுபோல் கிடந்த தண்ணீர் அவன் உள்ளங்கையில் சுட குளத்தின் கண்ணீர் எனத் தோன்ற அவன் கண்களிலிருந்தும் கண்ணீர் வழிந்து குளத்து கண்ணீரோடு கலந்தது.

'அப்புவே.' குளம் முனக அப்பு குலுங்கிப் போனான்.

'ஒரு காலம் வரும் அப்புவே அப்ப நான் இதுலயிருந்து காணாம

போயிருவேன். ஒனக்க பிறகு வாற பிள்ளைங்களுக்கு காட்டுக்குளமுண்ணு ஒண்ணு கெடந்துண்ணு கதையா நீயெல்லாம் சொல்லிக் கொடுத்தாதான் தெரியும்... நீ சொல்லிக் கொடுப்பியா.' குளம் உணர்த்த, துடித்துப் போனவன் தனக்குள் நெளிந்தான். இல்ல அப்பிடி ஒரு நிலை வரக்கூடாது... குளம் அழியவே கூடாது... இதை எனக்கு யாருக்கிட்டயாவது சொல்லணம்... சொல்லியேத் தீரணம்.

அவன் கரையை நோக்கி ஓடினான்... ஓடிய வேகத்தில் கால் எவற்றோடு தட்டுப்பட அதில் விழுந்தான் அப்பு. விழுந்த இடத்தின் குச்சத்தை கையால் தொட்டான். அது பனைமரத்தின் அடிப்பாக குச்சம்... கையால் அதை வருடினான் கண்களிலிருந்து கண்ணீர் வழிந்தது.

'இது எனக்க பனைமரம்... அண்ணு இந்தக் குளத்துக்குள்ள நீண்டுக் கெடந்த பனைமரம். பனைமரத்தின் மூடு மட்டும் தரையிலக் கெடக்கும். இதன் தடியும்... தண்டும் குளத்துக்குள்ள கிடக்கும். இதுல ஏறி நின்னுட்டு நிக்கறையும் கழத்தி எறிஞ்சிட்டு சாடிய சாட்டம் இனி எப்ப கிட்டும்... உமிக்கரிய உள்ளங்கையில வச்சிட்டு இதுக்க மேல ஏறியிருந்துதானே பல்லுத்தேச்சியது, எவ்வளவு மனிதர்களை சந்திச்சிக் கிடந்த பனைமரத்தையும் முறிச்சிட்டு அதுக்க மூடை மட்டும் ஏன் நிக்க வச்சி வேதனைக் கொடுத்தாங்க?

பனைமரத்தின் மூட்டுப்பகுதியின் குச்சம் மழுங்கி உயிரற்றுப் போய் கிடக்க... அதை பாசமாக முத்தம் செய்தான் அப்பு... அவன் கண்கள் அந்நேரம் கசியவே செய்தன.

•

அப்பு கடவக்கார கிழவியின் வீட்டு முற்றத்தில் நின்றான். கடவக்கார கிழவியை மகனும், மருமகளுமாகத் தூக்கிக்கொண்டு வெளியே வந்தனர். உடன் அவளின் இரண்டு பேரமக்களும் தெரிந்தனர். வீட்டுக்குப் பின் பக்கம் உள்ள ஒரு சப்பைக்கல்லில் அவளை அமர வைத்தனர்.

கிழவியின் இடுப்பில் மட்டும் ஒரு துணி ஒட்டியிருந்ததுபோல் தெரிந்தது. அவள் முன்பக்க துணி அவளிடமிருந்து விலகியேக் கிடக்க தேய்ந்து வலிந்துபோன அவளது வற்றிய மார்பகம் இங்கும், அங்குமாக ஆடியது. அவள் தேகம் முழுவதும் காய்ந்து வலிந்து சுருங்கித் தெரிந்தது. எவருக்கும் வேண்டாதவள் என்ற புறக்கணிப்பில் வாழும் கொடுமை அவள் கண்ணில் தெரிந்தது. குழி விழுந்த அவளது கண்களை சிறிது நேரம் உற்றுப் பார்த்தாலே அவள் அனுபவிக்கும் வாழ்வின் வலி புரிந்துவிடும். அவள் தேகத்தைச்சுற்றி

ஈக்கள் உய் உய் என மொய்த்துக்கொள்ள அவற்றை விரட்டும் திராணியற்று இருந்தாள் கிழவி.

கன்னங்கள் இரண்டும் குழி விழுந்து ஒட்டிக்கொள்ள அவள் வாயோரம் உலர்ந்து பொருக்கைப் பிடித்திருந்த துப்பல் வடுவில் ஈக்கள் சிறகுகள் உயர்த்திக் குத்திக்கொண்டு நின்றன. நகம் முற்றி வளர்ந்து கிடந்தன.

அயர்ந்த கண்ணுக்குள் பூழி தள்ளி அவை உலர்ந்தும், உலராமலும் தெரிய, நலிவுற்ற விரல்கள் கொண்டு அதை பறண்டிப் பறண்டி அப்புவைப் பார்த்தாள். அவள் நீண்டு வளர்ந்த விரல் நகத்தில் கறுப்பான அட்டை அழுக்குத் தெரிய அவற்றில் கண் பூழியின் பச்சை அழுக்கும் ஒட்டிக்கொள்ள அதே கையால் கட்டிப் பிடித்த தனது தலைமுடியைப் போட்டு இளைத்தாள். அய்யப்போ அவள் இளைத்த தலைமுடியிலிருந்து பெரிது பெரிதாக கறுகறுவென பேன்கள் சிதறி சிதறி அவள் முகத்திலும் கழுத்திலும் சுற்றிலும் விழுந்துகொண்டே இருந்தன.

வாய் வெள்ளம் வழிந்து உலர்ந்த பொருக்கையை தன் கையால் சுரண்டியும், பறண்டியுமாக அப்புவைப் பார்த்தாள் கிழவி. அவளது பார்வை கூசியது போலிருக்க கையால் கண்களை நமைத்துக் கொண்டே அப்புவை இன்னும் கூர்மையாகப் பார்த்தாள்.

'என்னை இவளுக்கு ஓர்ம காணும். எனக்க அம்மையும் இவளும் நல்ல பழக்கக்காரிகள். இவளுட்டண்டு ஈக்காம்பெட்டி வாங்க அம்மை என்னை பல நாளு அனுப்பியுட்டுண்டு. இவா பாடெல்லாம் பல நாளு கல்லுவிளை சந்தைக்குப் போம்ப செல்லியிட்டுண்டு. அந்த ஞாபகத்துலதான் என்னை இவா பாக்கியா' அப்பு அப்படி நினைக்கவே பொலிவிழந்த அவள் உதடு அப்புவைப் பார்த்து சிரித்தன... அப்புவும் அவளிடம் சினேகமாகச் சிரித்தான்.

வா என்பதுபோல் கிழவியின் கண்கள் அப்புவை நோக்கி அசைய அப்பு அவளிடம் குனிந்தான். பட்டென அவன் மூக்கில் பீயும், மோளும் நாற முகத்தை சுருக்கிக்கொண்டான். அழுக்கு மூட்டைப் போல் தெரிந்தவளை மன விழி விரித்துப் பார்த்தான் அப்பு.

'என்ன ஒரு கொடுமை இது... ஒரு மனிதனின் பயன்பாடு தீர்ந்தது என்றால் அவன் எதோ ஒதுக்குப் பொருள்போல ஆக்கி பயன்பாடற்ற வர்கள் என்று ஒதுக்கிவிடுகிறார்களே... இவள் தன் காலத்தையும், வாழ்வையும் மக்களுக்குக் கொடுத்தவள். தன்னை உருக்கி அவர்களை வளர்த்தவள் இன்றோ பயன்பாடற்றப்பொருள்போல் இருட்டறை யில் கிடத்தி அவள் உடலென்னும் கோயிலை அழுக்குப்படுத்தி

மனமென்னும் பீடத்தை சிதைத்து விட்டார்களே... இந்த கிழவியிக்கி இப்போது அப்படி என்ன பெரிய தேவை இருந்துவிட முடியம்? கனிவான அன்பு... கண்ணியமான கவனிப்பு அதைக்கொடுக்க பணம் காசு வேண்டுமா?'

அப்புவின் மனம் துடித்துக்கொண்டது. கிழவியின் நாற்றம் பசித்த அவன் வயிறைக் கிளறிக்கொள்ள கன்னத்தில் சில்லிட்டு துப்பல் ஊறியது.

புழுத்து நாறி ஊறிப் போன கிழவியின் தலையை கைவைத்து வெட்ட வேண்டும். அதில் புண்ணிருக்கலாம் பழு வரைக்கும் இருக்கலாம். அவள் தலையில் உள்ள பேன்கள் இவன் உடம்பிலும் ஏறலாம்... ஆயினும் அப்பு வெட்டியாக வேண்டுமே என்று நின்றான்.

அவன் இன்னும் கிழவியின் அருகில் நெருங்கினான். கைவிரல்கள் பதறப் பதற கால் இரண்டும் கிடுங்க கிடுங்க கல்லில் இருந்த கிழவி எப்போது வேண்டுமானாலும் விழுந்து விடும் தொனியில் ஆடி ஆடி இருந்தாள்.

'என்ன நீ அவளப் பாத்துட்டே நிக்க... நானும் வந்த நேரத்துலண்டே ஒன்னக் கவனிச்சிட்டுதான் இருக்கேன். அவளுட்ட ஒனக்க அனுதாப பார்வை ஒண்ணும் வேண்டாம். தலைமுடியை வழிச்சிவிட்டு மொட்டைப் போட்டுரு... அப்பதான் பேனு குறையும்...'

கிழவியின் மருமகள் சத்தம் போட, கிழவியின் மகன் புன் முறுவலுடன் வீட்டிற்குள் சென்றான். அப்பு மட்டும் கிழவியின் அருகில் நின்றான். தடுமாறிய தனது கைகளை தடம் பிடித்துக் கொண்டு கிழவியின் கொண்டையைத் தொட்டான். நீண்டுக் கிடந்த முடி திருங்கி சடையேறிக் கிடந்தது. அவன் தூக்கிப் பிடித்த முடியில் பேன்களின் அணிவகுப்புத் தெரிய அந்த முடியை அப்படியே விட்டான்.

பதறிக்கொண்ட விரல்களால் தன் முன் நின்ற அப்புவை கிழவித் தொட்டுக்கொண்டு சிரிக்க அப்பு ஆடிப்போனான். பதிலுக்கு அவனும் அவள் விரல்களைப் பிடிக்க அதற்காகவே காத்திருந்தது போல் அவள் விரல்கள் அவன் கைகளுக்குள் தஞ்சம்கொண்டன. அப்பு நலிவற்ற அவள் கைவிரல்களை தன் கைக்குள் வைத்து பொத்திக்கொண்டான். கிழவியின் உதடுகள் நடுங்கி கண்ணிலிருந்து கண்ணீர் வழிந்தது.

'பாசமான ஒரு தொடுதலுக்கு இந்த கிழவியம்ம எப்படி ஏங்கிப் போய் கிடந்திருக்கிறாள்... பாவி மக்கா இப்படிப் போட்டுருக்கே... தன்

உடலில் பலம் இருக்கும் வரை மக்கா மக்காண்ணு பாத்தவளை ஒரு துளி பாசத்துக்கும், அரவணைப்புக்கும் வேண்டி தவிக்க விட்டுருக் குனுமே... இவா மனசுக்குள்ள பெருமிக் கெடக்கிய இந்த வேதனை ஏன் இவங்க யாரையும் தொடவே இல்ல...' அப்பு நினைத்துக் கொண்ட அந்த நேரம் சின்னக் குழந்தையைப்போல் கால்களை அகட்டி இருந்தவளை திட்டிக்கொண்டே வந்தாள் மருமகள்.

'மண்ணுக்குப் போக்கு சமயம் ஆகியாச்சி இதுவரைக்கும் கிழவியிக்கி ஒரு அடக்கம் ஒடுக்கம் வரேல... காலை ஒதுக்கி வை கிழவி...' கோபமாகத் திட்டியவள் கிழவியின் கால்களை ஒடுக்கி வைத்துக் கொடுக்க கிழவி தடுமாறி கீழே விழப்போக அப்பு அவளை பிடித்துக்கொண்டான்.

'கிழவியம்ம வெறும் சின்னபிள்ளைகளப் போல இல்லியா இருக்குனம்.'அப்பு கிழவியிக்காக பரிந்துப் பேச.

'இவளா பச்சப்பிள்ள. இவளைப்பற்றி ஒனக்குத் தெரியாது. இப்பவும் என்னை இவா போடுற சாபத்தைப் பாக்கணம். ஒன்ன இதுல யாருக்கும் எடுபிடியா பேச கூப்பிடல. ஒன் வேலை என்ன அதை மட்டும் பாத்துட்டு போயிட்டே இரு...'

மருமகள் அப்புவை எடுத்தெறிந்துப் பேச அப்பு தனக்குள் குனிந்தான்.

'ஒனக்கும் ஒரு நாளு வயசாகத்தான் போகுது. அண்ணு ஒனக்கும் இந்த நிலைதான்' நினைத்துக்கொண்டு கிழவியிக்கு முடி வெட்டுவதற்குரிய சாதனங்களை எடுத்து வைத்தான். பரபரவென்று பதறி நின்ற கிழவியின் முன்பக்க தலையில் வெள்ளம் தெளித்து சமன்செய்துவிட்டு அவள் தலையில் கைவைத்தான். இவன் கைவைக்கக் காத்திருந்ததுபோல் கிழவியின் கண்கள் சுகமாக மூடிக்கொண்டன.

அவள் தலைக்குள் சென்ற அப்புவின் கையில் சரசரவென பேன்கள் ஏறிக்கொள்ள திகிலுடன் அவற்றைப் பார்த்தான். மனதை இறுக்கிக் கொண்டான்.

'அண்ணத்தக்காலத்துலண்டே அப்பன் தாத்தாயும் இதைதான் செய்தான். ஒலகம் கடைசியில தள்ளி வச்சிருக்கிய எனக்க சாதி சனம் தொட்டாதான் அவனவன் தலை சுத்தமாகும். மனுசன சுத்தப்படுத்துற நானும் எனக்க மனசும் இந்த ஒலகத்துக்கு ஒரு விளையாட்டுப் பொருள் போல ஆகியிட்டு. நான் அழுக்காகி ஊரலுப் பிடிச்சிப் போனாலும் இவா தலைமுடியை வெட்டி இவா தலைப்பேனை தீத்தா

இந்த கிழவி எம்புடு சொகமா ஒறங்குவா... இவா இந்த பேனுனால எவ்வளவோ காலமா ஒறக்கம் இழந்திருப்பா... அப்புவே கிழவியம்மயிண்ணு உள்ள மனுச செனமம் ஒரு சொட்டு சந்தோசம் காண இந்த அருவெருப்பையெல்லாம் பொறுத்துக்கா...' தனக்குள் உறுதியைக் கொடுத்தப்படியே முடி வெட்டத்துவங்கினான். இவன் வெட்டித் தள்ளிய முடியில் இருந்த பேன்கள் சர சரவென இவன் தொடையிலும் ஏறிக்கொள்ள அவனுக்கு சொறிச்சல் எடுக்க சொறியவும் வழியற்றுத் தவித்தான். அவள் தலைக்குள் பேன்கள் கூட்டம் கூட்டமாக செதில்போல் மேடு அமைத்திருக்க அதில் புண்கள் அப்பிக்கொண்டிருக்க அவற்றில் இவன் விரல்கள் பட்டு அதிலிருந்து வெள்ளமும், ரத்தமும் வழிந்தது... அதிலிருந்து எடுத்த வெக்கை இவன் வாய்க்குள் ஏறிக்கொள்ள அப்புக்கு கண்ணீர் பெருகியது.

கண்மூடியிருந்த கிழவியின் தலையை அப்பு பிடித்திருக்க அவள் தலை சளுக்கென அவன் கையிலிருந்து நழுவிப்போக அவன் திடுக்கிட்டு அவளைத் தாங்கிப் பிடிப்பதற்குள் தலைகுப்பற குண்டக்கா மண்டக்கா என அவள் தரையில் விழுந்து போனாள். அப்பு அந்தக் காட்சியைப் பார்த்து தன் வாயை மூட மறந்து நின்றான்.

கீழே விழுந்த கிழவியைத் தூக்குவதற்காக வேகமாக நின்ற அப்பு அதிர்ந்துபோய் அவளைப் பார்த்தான். கிழவியின் வாயிலிருந்து வெண்நுரை சாட அவள் இடுப்பில் சுற்றியிருந்த துணியும் அவிழ்ந்துப் போக வெறும் கழுதைக்குண்டியா, நிர்வாணமாகக் கிடந்தவளின் அருகே சென்றான்... கீரைபோல் குழைந்து கிடந்தவளை தூக்கி தன் கையோடு சேர்த்துக்கொண்டபோது அவள் தலை குழல்போல் ஆட அவள் மூக்கு வழி காற்றும் வரவில்லை என்பது புரிய கிழவி இறந்து விட்டாள் என அப்புக்குப் புரிய ஆடிப்போனான்.

'கி..ழ... வி... யம்ம விழுந்துட்டா...' அவன் வீட்டிற்குள் பார்த்து குரல் கொடுக்க அங்கிருந்து மகனும், மருமகளும் என எல்லோரும் ஓடி வந்தார்கள்.

கிழவியம்ம இறந்ததை உறுதிசெய்துகொண்ட அவர்கள் அப்புவிட மிருந்து அவளை வாங்கிக்கொண்டு வீட்டிற்குள் ஓடினார்கள்.

'எனக்க செல்ல அம்மோ... செல்ல மாமியே... பாட்டியே' என்ற ஒப்பாரி சத்தங்களின் ஆழம் கேட்டு அதிர்ச்சியுடன் அவர்களைப் பார்த்தான் அப்பு.

'என்னமா கள்ளமா அழுறாங்க... சனியன் விட்டுதுண்ணு அழுறாங்கா... கோ என்ன ஒரு பொய்யான ஆட்கள்.' நினைத்து

நின்றவனின் விரல்கள் ஒன்றுக்கொன்று பிசுபிசுக்க அவன் தன்னைச்சுற்றி சலசலத்த காற்றை நிராசையாகத் தேடினான். சற்று முன் வரை தன் முன் சுழன்ற கிழவியின் மூச்சுக்காற்றை யார் வந்து உருவிக்கொண்டுப்போனது... அவள் மூக்கு வழி சென்ற உயிர்காற்று இப்போது எங்கே போனது? அவன் கலங்கி நின்ற நேரம் அவளருகே வந்தான் கடவக்காரியின் மகன்.

'அப்பு இன்னா அம்மையிக்க தலைமுடி வெட்டுன பைய்சா... அந்திக்கு சிமுந்தேரியில அடக்கம் வச்சணம். ஒனக்க கூட உள்ள சந்தனத்துட்டேயும் சொல்லியிட்டு குழி வெட்டியிரு' பரபரவென தெரிந்த அவனை கீழ்கண்கொண்டு பார்த்தான் அப்பு.

'விட்டது தொல்லையிண்ணு என்ன ஒரு நிம்மதியில நிக்கியான் இவன். ஒரு மனுசன் பிறந்து வரம்ப அவனை எதிர்பார்த்து வரவேற்க இருக்கிற அதே ஆட்கள் அவன் சாகும்போது இருப்பதில்லை. வலியோடு வழியனுப்ப பாசமுள்ளவர்கள் இருப்பது குறைவு. கடவக்காரியிக்க அண்ணன், தங்கச்சி. அப்பா, அம்மாண்ணு உள்ள உறவுகள் இருந்திருந்தா இவா சாவுக்கு வருத்தம் காட்டி மரணத்துக்க வாசலுக்குக் கொண்டுவிட தயக்கம் காட்டுவாங்க. ஒரு மனுசன் பிறக்கம்ப வரவேற்க இருந்த ஆட்கள் அவன் சாவும்போது இருப்பதில்லை. அவர்கள் எப்போதே மரணம் வழி பிரிந்திருப்பார்கள்...'

கடவக்காரியின் மருமகள் புத்தம் புதிய போர்வையை எடுத்து அவள் மேல் மூடினாள். பெரிய டப்பா பவுடரை எடுத்து கிழவியின் மேல் தட்டினாள். எல்லாவற்றையும் வெளி முற்றத்தில் நின்று பார்த்துக் கொண்ட அப்புவுக்கு மனதுக்கு என்னமோபோல் இருந்தது.

என்னதான் ஆனாலும் ஒரு மனிதன் இறந்த பிறகு நாம் அவனுக்கு செய்யும் எதுவும் அவனுக்குத் தெரியவே தெரியாது. இருக்கும்போது காட்டாத பெதப்பு போர்வையும், வாழும்போது காட்டாத பவுடரும் இனி கிழவியிக்கி எதுக்கு?

அவன் மனம் கலங்க சிமுந்தேரி நோக்கி நடந்தான். கையில் கிழவியின் தலைப்புண்ணின் பழுப்பு இன்னும் ஒட்டியிருப்பதுபோல் தோன்ற தனது உள்ளங்கையை விரித்தான். அதில் அவள் தலைமுடியின் வெட்டுக்கூலிக்கு கொடுத்திருந்த சில பத்து ரூபாய் தாள்கள் காற்றில் சலசலக்க அந்த பணத்தை மிரட்சியோடு பார்த்தான்... கிழவியின் உதட்டில் கடைசியாக தன்னிடம் உதிர்ந்த புன்னகையை நினைத்துக்கொண்டே அந்த கசங்கிய ரூபாய் நோட்டுகளை வெறித்தான் அப்பு.

அப்பு அவனது தாத்தா முறைவரும் சந்தனம் என்பவருடன் கல்லறைத் தோட்டத்தில் கடவக்கார கிழவியிக்கு கல்லறைக்குண்டு வெட்டுவதற்காக நடந்துகொண்டிருந்தான். தனது அப்பாவின் கடைசி சித்தப்பா ஆனவர். ஒரு காலத்தில் முடி வெட்டுவதிலும், கல்லறைக்குழி தோண்டுவதிலும் கெட்டிக்காரராக இருந்தவர். இன்று வயது அறுபத்தியைந்து தாண்டி விட்டது என்ற அயற்சியைவிட தனது மனைவி பாக்கியம் இறந்துவிட்ட வேதனையின் கொடுமையால் வலுவிழந்து விட்டார்.

இவர் மனைவிக்கு இருதயத்தில் எதோ விசித்திர கட்டி வந்து இறந்துப் போய் வருடங்கள் பலவாகிவிட்டது. அந்த நேரத்தில் இவருக்கு உறுதுணையாக இருந்தது மனைவியின் குடும்பத்தில் உள்ளவர்கள்... மனைவியின் தங்கை தன் கழுத்தில் கிடந்த தங்கச்செயினை விற்று தனது அக்காவை காப்பாற்ற கொடுத்தும் அவள் பிழைக்கவில்லை. அந்தப் பெண் தனது வறுமையிலும் உதவியதை இவர் மறக்காமல் தனது மனதில் வைத்துக்கொண்டு தனக்கென இருக்கும் சிறிய வீட்டையும் அதைத் தொட்டுள்ள சொத்தையும் அவள் பெயருக்கு எழுதி வைத்துவிட்டார். அவளும் எப்போதவாது இவரைப் பார்க்க வருவாள்... தனது மக்களிடம் இவரைப் பார்க்கச் சொல்லி வைத்திருக்கிறாள். இவரும் எப்போது உடம்புக்கு முடியவில்லையென்றால் அங்கு அவள் வீட்டிற்குச் சென்று விடுவார்... அவள் வீடு புதுக்கடைப்பக்கம்.

அப்பு மௌனமாக வருவதைக் கவனித்த சந்தனம் அவரைக் கலைத்தார்.

‘ஏம்ப்ல முகத்த தூக்கி வச்சிட்டு வாற?’

‘அது வேற ஒண்ணுமில்ல அப்பச்சி. எனக்க கையிலண்டு கடவக்காரியிக்க உயிருப் போனதுபோல போச்சி. அவா சாவுக்க கொஞ்ச நேரத்துக்க முன்ன என்னைப் பாத்து ஒரு சிரி சிரிச்சா... அதை நினச்சா எனக்கு பொறுக்க ஒக்கேல...’

‘இவன் ஒருத்தன்... லே அவா செத்துப்போனது நல்லதுல. இப்பிடியே இவாக் கெடந்தா இவளை யாருலப் பாப்பா... எல்லா பிரச்சனைக்கும் வேதனைக்கும் சாவுண்ணு ஒரு நல்ல இளைப் பாறுதலு இருக்குல அப்பு. அந்த இளைப்பாறுதலுக்குள்ள அவா போயிட்டாண்ணு சந்தோசப்படு...’

சந்தனம் அப்புக்கு ஆறுதல் கொடுப்பதுபோல் பேசிக்கொண்டு சென்ற அந்த நேரம் அவ்வழியே சத்தம் எழுப்பி சென்ற மோட்டார் வாகனம் அப்புவைக் கலைத்தது. அவனைக் கடந்துபோன அந்த வாகனத்தின்

பின்னே தெரிந்த அவள் இவனின் முதல் மனைவி. நாற்றம் பிடித்தவன், ரசனையற்றவன் என்று தூக்கி எறிந்து சென்ற அவள் தன் மாற்று கணவனின் முதுகில் சாய்ந்துப் போவதைக்கண்டு மனதோரம் வலிக்க தலையைக் கீழே போட்டான்.

'ஊருல பலருக்க முன்னால என்னை அவா வேண்டாமுண்ணு சொன்னதுகூட வருத்தமில்ல... எனக்க கூட வந்தா செத்துரு வேண்ணுச் சென்னா இல்லா அதான் பெரிய வருத்தம்.அப்பு ஒருத்தருக்கு சாவு கொடுக்குற அளவுக்கு மோசமாகவா இருக்கியேன். எனக்க அம்ம மட்டும் என்னை அழகே ராசாண்ணு விளிப்பா. எனக்குத் தெரியும் பெத்தவளுக்கு மட்டும்தான் தனக்கப் பிள்ளை எவ்வளவு அசிங்கமா அய்யமா இருந்தாலும் அழகாத் தெரியுமுண்ணு. எனக்க மனசுக்குள்ள கெடக்கிய அழக எந்த கண்ணாடிக்கொண்டு இந்த ஒலகத்துக்கு நான் காட்டுவேன். பவுடருடம், சென்ட்டும் போட்டு எனக்கு பொய்யா, கள்ளமா இந்த ஒலகத்துல நடிச்சத் தெரியேல. அதுனால நாறிப் பய ஆகிப் போனேன்...'

'அப்புவே கெட்டுனவளக் கண்டதும் மனசு நோவுது இல்லியா?' சந்தனம் கேட்டார்.

'துரோகங்களைக் காணம்ப மனசு நோவத்தான் செய்யும்... போகட்டும் அப்பச்சியே... விருப்பம் இல்லாதவங்களுட்ட வற்புறுத்தி எதையும் கேக்கக் கூடாது. வற்புறுத்தி வாங்குற எதுவும் ருசியா இருக்காது. எனக்கக் கூட இருந்தா செத்துப் போயிரு வேண்ணு சென்னவள நான் எப்பிடி வற்புறுத்த முடியும்? இயன்ற வரைக்கும் அடுத்தாளுக்க எந்த சந்தோசத்துக்கும் இந்த அப்பு இடஞ்சலா இருக்க மாட்டான். அவா போட்டு, எனக்கு அவாச் சென்ன ரசனை இருக்கா? எனக்கு வையிக் ஓட்டத்தெரியுமாக்கும்? போனவா போட்டு எனக்க மனசுக்குள்ள ஒருத்திக் கெடக்கியா இல்லியா அது போதும்...' அவன் ரமணியை நினைத்துக்கொண்டு சொன்ன அந்த நேரம் முத்து என்பவன் அதில் வந்துகொண்டிருந்தான். அவன் அப்புவை முறைத்துப் பார்த்தான். அப்புவும் அவனை முறைத்தான்.

அப்புவின் மனத்திரையில் ரமணியும் குட்டிமணியும் வந்தார்கள்.

4

மாலை நேரம் நாகர்கோவில் வடசேரி பேருந்து நிலையத்தில் நின்றாள் ரமணி. அவள் கண்கள் கச்சிக்கொட்டையான கோலிக் குண்டுப்போல் நாலுப்பக்கமும் சுழன்றுகொண்டு திரிந்தன. பசியில் வறண்டுப் போனவள் கா... ஆண்ணு வாயைத் திறந்து கொட்டாவி விட்டாள். பசித்துக்கிடந்த வயிற்றுக்குள்ளிருந்து வந்த காற்றில் நாற்றம் வெளிப்பட அது பசி நாற்றமென்று புரிந்த ரமணியிக்கி தன் வாய் நாற்றம் தனக்கே அருவெருப்பாகப் போக வாயைக் கூட்டி எச்சிலைத் துப்பினாள்.

நாக்கில் பசி அழுக்கு தடித்து வழுக்கு வழுக்கென்று பல்லில் உரசிப் போக காதுக்குள் குத்தும் வலியுமாக நின்றாள். முகத்தில் சுள்ளென்று அடித்த மாலை வெயில் தலையை கனக்க வைக்க, வாந்தி வந்ததுபோல் பரானப்பட்டுப் போனவளுக்கு தலைமுழுவதும் அதிக வலியைக் கொடுக்க மீண்டும் மீண்டும் வாயைப்பிளந்து கொட்டாவி விட்டாள். இந்தத் தலைவலியும் பசியும் போக சூடாக சாய காபி குடித்தால் இதமாக இருக்குமெனத் தோன்ற தனது தோளில் கிடந்த பையின் மூடியைத் திறந்தாள். அதற்குள் கைப்போட்டு பறண்டி பறண்டி சில்லறைக் காசுகளைத் தேடினாள் ரமணி... எவ்வளவோ முயன்றும் ஒன்றிரண்டு என நான்கு ரூபாய் சில்லறைக் காசுகளைத் தவிர வேறு எதுவும் வரவில்லை. வேறு கிடந்தால்தானே வரும்... கையில் எடுத்த சில்லறைக் காசுகளை குலுக்கி குலுக்கி அந்தக் காசுகளையே பார்த்தாள்.

'இவ்வளவு பைய்சா வைத்து சாய வாங்க ஒக்காது. ஒரு சாய எட்டு ஒம்பது ரூவா விக்குது. நான் சாயக்குடிச்சாட்டா அசதிபோல வந்து

கீழ விழுந்துருவேன். இப்படியே இதுல விழுந்துப் போனா என்னை யாராக்கும் வந்து தூக்குவா? காக்கை பொதுவா எல்லாத்துக்க இறைச்சியும் தின்னும். ஆனா அதுக்க இறைச்சிய தின்ன யாரும் இருக்க மாட்டுனுமாம். அதுபோல இந்த வேச பலருக்க சதைப்பசிய தீக்குறவாண்ணு இவள வெளிச்சத்துல வந்து உறவு பாராட்ட எந்தப் பயலும் இல்ல. வேசயிண்ணா அவா இருட்டுக்கு மட்டும்தானே தேவை... மறைவிடத்துக்கு மட்டும்தானே தேவை. பலருக்க தேகப்பசி தீர்க்கிற எனக்க தேகம் சரிந்துப் போனா என்னை உரிமையாத் தூக்க ஒரு பட்டி பயலும் இல்ல. இதெல்லாம் நினைக்கிறப்ப எனக்கு தேச்சியம் வருது... சங்கடம் வருது. ஆனா எனக்க நிலையை நான் என்ன சொல்ல?' தனக்குள்ளே பேசியவள் மீண்டும் தன் பைக்குள் கைப்போட்டு பறண்ட இருபது ரூபாய் நோட்டு கசங்கியபடி கையில் வர அந்த ரூபாயை ஆச்சரியமாகப் பார்த்தாள். எப்பவோ கை தப்பி, கண் தப்பிக் கிடந்த ரூபாய் கையில் கிடைத்தபோது புதையல் கிடைத்தது போன்று மனம் சில்லிட்டது. கசங்கித் தெரிந்த அந்த ரூபாயை தன் கைக்குள் வைத்துப் பொத்தினாள். இந்த ரூபாயை மாற்றி இனி தாராளமாக சாய குடிக்கலாம். அதில் வாற மீதி சில்லறையும், கையில் இருக்கும் நான்கு ரூபாய் சில்லறையும் எனக்கு வண்டிச்செலவுக்குப் போதும் என்று மனதுக்குள் நினைத்தபோது எதோ ஒரு வித மகிழ்வு அவளை அணைக்கவே செய்தது. அந்த ரூபாயைக்கொண்டு அவள் தேநீர் கடையை நோக்கி நடந்தாள்.

வடசேரி பேருந்து நிலையத்தில் சுற்றிச் சுற்றி இருந்த தேநீர் கடைகளிலிருந்து பல்வேறு விதமான பண்டங்களின் வாசனை மூக்கைத் நுழைக்க அவளுக்கு பசியில் அதிகமாக ஆவல் தூண்டியது. அவள் தேநீர் கடையை நோக்கி நடந்துகொண்டிருக்க பின்னிருந்து கும்பலாக பரிகாச சத்தம் கேட்டது.

'அயிட்டம் போவுதுடே....' சத்தம் வந்த திசையில் திரும்பினாள் ரமணி.

'ஒ... நீங்க தின்னு தூறி போற பண்டங்கா தானே பெட்டச்சியா... அதான் அயிட்டமுண்ணு சொல்லுதியளோ... என்னைப் பாத்தா ஒங்களுக்கு பரிகாசமாத்தான் இருக்கும். எனக்க நிலை ஒங்க யாருக்குத் தெரியும்? எனக்க கதை சபையேறாத கதை... இந்த ஒலகம் பூரா எழுதினாலும் தீராத கதை... பலரும் சீ ண்ணு துப்பி தள்ளிய கதைதான் வேசயிக்க கதை. இந்த வேச மட்டும் இல்லாட்டா ஒன்னைப்போல உள்ள பலருக்க யோக்கியமும் நல்லா தெரியும்.

என்னைப்போல பலரும் அவாவா சதையைத் தின்னத் தந்த பிறகும் உன்னைப்போல உள்ளவங்க பசி அடங்காம சின்னதையும், பெரியதையும் தின்னுட்டு தானே கெடக்குதியா... என்னைப்போல உள்ள பெட்டச்சியிக்க மனசுக்க கூட பேசிப் பாருங்கா... அவா மன வேளத்துல உரியாடிப் பாருங்கா... அப்ப இல்லியா எங்க கஷ்டம் தெரியும். எங்க சதையைப் பாத்து அதுல மட்டும் பசியாத்த நினைக்கிற ஒங்களுக்கெல்லாம் ஏது மனம்? போங்கல அப்பறம்...' திரும்பி நின்று அவர்களிடம் எடுத்தெறிந்து பேசிவிட்டு தேநீர் கடைக்கு முன் சென்றவள் இருபது ரூபாய் நோட்டை எடுத்து நீட்டிக்கொண்டே சாயைக் கேட்டாள்.

'ஓய் ஒரு சாய தரணம்...' சத்தம் போட்டு இவள் கேட்ட பிறகும் தேநீர் கடைக்காரர் இவளை ஒரு பொருட்டாக எடுக்காமல் அவளைத் தவிர மற்ற அனைவருக்கும் தேநீர் கொடுத்துக்கொண்டே இருந்தார்.

'ஓய் நான் ஓமட்ட எதோ சும்மா சாய கேக்கியதுபோல எனக்கு மட்டும் தராம மத்த எல்லாருக்கும் கொடுக்குது? நானும் பைய்சா தந்து தான் சாயக்குடிச்ச வந்தேன்... எனக்கு சாயத் தரணம்...' பசியின் கொடுமை உந்தித் தள்ள வாய் திறந்து தேநீர் கேட்டவளை அவன் பரிகாசமாகப் பார்த்து சிரித்தான்.

'ஒனக்கு இப்ப எங்கப் போணும். வாறவன் இதுல வருவான்...' அவன் குத்தலாகப் பேச..

'ஒனக்க கடையில மட்டும்தான் சாயை இருக்குண்ணு நினச்சியா? இங்க வேற கடையும் உண்டு...' ரமணி கோபமாக கூறிவிட்டு அடுத்த கடைக்கு நடந்தாள்.

'ஒனக்குத்தான் ஒலகம் முழுக்க ஆளு உண்டே.... இவா போனவுடன எனக்க மயிருக்கு மாத்திரம்...' அவன் மீண்டும் அவளை இழிவுப்படுத்தி கூற ரமணிக்கு சுள்ளென்று கோபம் வந்தது.

'ஒனக்க பெண்டாட்டிய எனக்க கூட விடுதியா? அப்படியிண்ணா அவளுக்கும் என்னைப்போல ஒலகம் பூராவும் ஆள் இருக்கும்...'

அவள் சத்தமாக கடைக்காரனிடம் கேட்க அவனுக்கு அவமானம் கலந்த கோபம் வர கையில் வைத்து ஆற்றிக்கொண்டிருந்த தேநீரை எடுத்து அவன் முகத்தில் சள்ளென்று ஊத்தினான். முகத்தில் வந்த வெள்ளத்தை தலை சரித்துக் கொடுத்ததில் அது முதுகில் வந்து விழ, ரமணி வலியில் அய்யோ என துடித்தாள்... சூட்டின் வெம்மை பொறுக்க இயலாமல் அவள் ஓடினாள்... கூடி நின்ற பலரும் சிரித்தனர்.

‘அவா எனக்கப் பெண்டாட்டிய ஓரசிப்பாக்கியா… நித்தம் ஆயிரம் பயலுகளுக்கக் கூட போற தேவிடியா எனக்கப் பெண்டாட்டிய அவா கூட விடச் செல்லியா… வா இனி இந்தப் பக்கம்… அடிச்சி ஒனக்க செவுளப் பேத்து தாறேன்…’ கடைக்காரன் ஆவேசம் வடியாமல் கத்திக்கொண்டிருக்க அதில் நின்ற அனைவரும் அவனுக்கு ஆதரவாளர்கள்போல் நின்று பல்லை இளித்துக்கொண்டார்கள்.

ஓடிய ரமணி மீண்டும் திரும்பி பார்த்தாள். வெம்மைப் பொள்ளிய உடம்பை விட அவள் மனம் அதிக வெம்மையில் சுருண்டது.

‘அவ்வளவு பயக்களும் பகல்ல மட்டும் பரிசுத்தம் காட்டிய கள்ள பயக்கா… நல்லா கிளிச்சித் தட்டுங்கல…’ தனக்குள் முனகிக் கொண்டே சூடு வெள்ளம் பட்ட முதுகை நெளித்துக்கொண்டு நடந்தாள்.

‘ஒனக்க சாயக்குடிச்சாட்டா ஒண்ணும் நான் சாக மாட்டேன். எவனும் வராமப்போனா வீடுபோய் சேருறதுக்கு இந்த ரூவா எனக்க சஞ்சியிலக் கெடக்கட்டு’ என்று அந்த இருபது ரூபாயை மீண்டும் தன் பைக்குள் போட்டவள் அருகே இருந்த தெரு தண்ணீர் குழாயைப் பார்த்தாள். எதோ உயிர் வந்ததுபோல் அந்த தண்ணீர் குழாயை நோக்கி நடந்தாள்… குழாயை திருகி தனது உள்ளங்கையில் வெள்ளம் பெருக்கி அதை மடக் மடக்கெனக் குடித்து இறக்கினாள். பசித்துக் காய்ந்த வயிற்றில் அந்த வெள்ளம் குளுமையாக இறங்கியது. வெள்ளம் அதிகமாகப் போகப் போக தலை கனத்து வாந்தி வருவது போலிருக்க நிமிர்ந்தவள் தன் முகத்தைக் கழுவித் துடைத்தாள்.

வெள்ளம் பட்ட முகத்தை சேலை முந்தானையால் துடைத்தபோது மாலைநேரக்காற்று குளு குளுவென முகத்தில் வந்து அப்ப சுகமாக கண்களை மூடினாள்.

‘மனுசங்கா வெறுத்தாலும் என்னை வெறுக்காம அணைக்கிறது இந்த பிரபஞ்சம் மட்டும்தான். எல்லாருக்கும் நான் பாவியாகிப் போனாலும் இந்த காற்றும், அந்த வானமும், இந்த பூமியும் என்னை அணச்சி முத்தியிட்டே இருக்கும்…’ நினைத்துக்கொண்டே அருகில் தெரிந்த இருக்கையில் சென்று அமர்ந்தாள்.சுற்றி வீசிய குசுகுசான காற்று அவளை அப்அப்பென்று அப்பிக்கொண்டேயிருக்க சுற்றி ஓடிய சாக்கடையின் நாற்றத்தோடு சகதியின் மணமும் கலந்து மூக்கில் நுழைய கண்களை அகலமாக விரித்தாள். சுற்றி விரிந்து தெரிந்த பேருந்து நிலையத்தை ஊடுருவிப் பார்த்தாள். மாபெரும் குளத்தை விழுங்கி வந்தேறிய வடசேரி பேருந்து நிலையத்தின்

கரையோரங்களில் இப்போதும் மறைக்கப்பட்ட ஒரு குளத்தின் கண்ணீர்த் துளிகள் கிடப்பது போன்ற ஈரம் தென்படவே செய்யும்.

ஒரு காலத்தில் விவசாய நிலமாக... ஆடு, மாடுகள், கொக்குகள், நண்டுகள், வாழைத் தோட்டங்கள் குளம் என்றிருந்த சூழலை அமுக்கி அதிலிருந்து வந்ததுதானே இந்த வடசேரி பேருந்து நிலையம். ஒரு காலம் விவசாய நிலமாக சது சதுண்ணு கிடந்த ஈர நிலத்தின் உயிரை அடக்கி அதிலிருந்து வந்த பேருந்து நிலையத்தை இன்னும் உற்றுப் பார்த்தாள்.

அதன் ஓரங்களில் இப்போதும் ஒன்றிரண்டாக தென்னை மரங்கள் தென்பட இவை அன்றைய மிச்சங்களோ எனத் தோன்றுகிறது. பேருந்து நிலையத்தின் ஓரங்களில் குட்டைபோல் பாசி மண்டிக் கிடப்பதைப் பார்க்கும்போது அன்றைய குளத்தின் கண்ணீர்த் துளிகளின் மிச்சமோ எனத் தோன்றாமல் இல்லை. மனமுள்ள யாராயினும் அந்த பேருந்து நிலையத்தில் நிற்கும்போது ஒரு குளத்தின் கல்லறையின் மேல் நிற்கிறோம் என்ற அலறல் தோன்றவே செய்யும். காலம் விழுங்கிய ஒரு நீர்ப்பரப்பின் மேல் நிற்கிறோம் என்ற குற்ற உணர்வு மேலோங்கவே செய்யும். முகத்தில் வந்து அணைப்பைக் கொடுக்கிற காற்றில் மறைந்துப் போன குளத்தின் மன முனகல் கேட்கவே செய்யும். 'எனக்க தியாகந்தான் இப்படி ஒரு பிரசித்தியை இந்த நாகர்கோவிலுக்கு தந்தது' என குளத்தின் மறைந்த மனம் கூறியது போலிருக்க ரமணி இழுத்துப் பெருமூச்சு விட்டாள்.

மீண்டும் தலைவலித்ததுபோல் இருக்க... அளிச்சாம்குளுச்சம் மீண்டுமாக சாயைக்குடிக்க மனம் ஏங்கியது. வேறு தேநீர் கடையை நோக்கி அவள் நடந்தாள். தேநீருக்குக் கூறிவிட்டு கண்களை பராக்காக அலையவிட்டாள். அப்போது அவள் கண்ணில் கண்ட காட்சியை விழி விரியப்பார்த்தாள்.

பேருந்து நிலையத்தின் ஓரமாக தென்பட்ட கழிவறைக்குள் ஒன்றிரண்டு கல்லூரிப் பெண்கள் தங்கள் கல்லூரிச் சீருடைகளை அணிந்தவாறு அவசர அவசரமாக நுழைந்தார்கள்... 'வயிற்றுக்கு சரியில்லையா இருக்கலாம்' அப்படித்தான் ரமணி நினைத்தாள். ஆனால் அந்த இளம் பெண்கள் அதற்காக உள் சென்றவர்கள்போல் தெரியவில்லை... போன வேகத்தில் வெளியே வந்தவர்கள் இப்போது மாற்று உடை அணிந்திருந்தார்கள். அவர்கள் முகத்தில் பவுடர் போட்ட மினுக்கு தெரிந்தது... உதட்டில் சிவப்பு சாயம் தென்பட்டது... தலைமுடி அழகு செய்யப்பட்டிருந்தது... அவர்களில் ஏதோ அவசரம் தெரிய அங்கும் இங்கும் பார்த்துக்கொண்டு ஏதோ மறைவான தப்புக்கு போகிறவர்கள் போன்ற தொனியில் தெரிய

ரமணி மனதுக்குள் லேசாக அதிர்ந்தாள்... அவள் இதயம் பட் பட் என துரிதமாகத் துடிக்க அந்தப் பெண்களை நோக்கி வேகமாக நடந்தாள்.

'இந்நா சாயை...' கடைக்காரர் சொல்வது காதில் விழுந்தபோதும் அதையும் உள்வாங்காமல் அவள் அந்தப் பெண்களிடம் ஓடினாள். அவள் சாயை காபியை புறக்கணித்துவிட்டு ஓடுவதை கடைக்காரர் எரிச்சலோடு பார்த்தார். ரமணி கல்லூரி மாணவிகளின் அருகில் போவதற்கு முன்பு அந்தப் பெண்களை மறித்துக்கொண்டு வந்தது சிவப்பு நிற வாகனம். அதிலிருந்து வேகமாக இறங்கினான் முத்து என்பவன். அவனைக் கண்டதும் ரமணியின் உயிர்வரை துவண்டது. நின்ற வேகத்தில் அந்த மூன்று பெண்களை இங்கும் அங்கும் பார்த்து விட்டு அந்த வாகனத்திற்குள் கல்லூரிப் பெண்களை ஏற்றினான்.

'வே...ண்டா...ம்' அலறிக்கொண்டு ரமணி அந்த வாகனத்தை நோக்கி விரைந்தாள்.

'அய்யோ கல்வி அதிகாரிகளே... வாத்திச்சியளே..வாத்தியான்களே... எல்லாரும் ஓடி வாங்கய்யா..சீவித ஆசையை ஆடம்பரமா காட்டிக் கொடுத்த காரணத்துனால சதை வித்து வாழ்க்கை வேண்டுற நிலையை பாருங்கய்யா... நாலு சுவத்துக்குள்ள பொத்தகம் பாத்து கற்பிக்கிற கல்வியைத் தாண்டி எம்புடு சீவித கல்வி தேவைப் படுதுண்ணு பாருங்கய்யா... எனக்க பிள்ளையா காலேசிக்கிப் போயிருக்குண்ணு இருக்கிய பெத்தவங்களே அதுகளுக்க சீவிதம் நிறைவு பெற சதையை வித்துட்டு இருக்குண்ணு பாருங்கய்யா... காலமெல்லாம் தப்பிப் போன பிறகு சீவிதம் வேண்ட ஒக்காதுண்ணு சொல்லி கொடுங்கய்யா... போணும், கீணும் சீவிதம் இல்லண்ணு கத்துக்கொடுங்கய்யா...' அவள் சிந்தனை இறகுகள் தீவிரமாகப் பதற அவள் போவதற்கு முன்னால் அந்த வாகனம் கரும்புகையை வெளியிட்டபடியே அவளை ஏமாற்றிவிட்டுப் போனது. உயிர் நசுங்க அவள் தளர்ந்து போய் நின்றாள். முத்துவையோ எரித்து விடுவது போல் பார்த்துக்கொண்டு அவனிடம் நடந்தாள்.

'லே துரோ...கி' இவள் அழைக்க அவன் திரும்பிப் பார்த்தான். அதில் ரமணியைக் கண்டு அவன் விழுந்து விழுந்து சிரித்தான்.

'நீ இந்த பெண்ணுங்கள கூட்டி விடுறியா? ஒனக்க இந்த புத்தி மாறவே செய்யாதா? ஒரே ஒருக்கா காதலுல இடறுன அறியாமை என்னை இந்த இடத்துல கொண்டுவிட்டுட்டு. இதுலயிருந்து இப்பவரைக்கும் எனக்கு வெளியே வர ஒக்கேல... இப்படி சின்ன விசயங்களுக்கு வேண்டி சதையை வச்சி வியாபாரம் பண்ணியிட்டு எப்பமாவது ஒருக்கா வாழ்க்கையை இழந்துட்டோமுண்ணு இந்தப் பெண்ணுங்கா

ஒப்பாரு வைக்கிற காலம் வரும். இப்ப எதுவுமே தெரியாத இளம் பெண்ணுங்களை பசி பிடிச்சவங்களுக்கு விட்டுக்கொடுத்து அதுல வாற சக்கறத்துல வாழுறதைவிட ஒனக்கு செத்துப் போலாம் இல்லியா...' அவன் அவளை முறைத்தான்.

'ஒனக்கு இப்ப என்ன வேணும்? என்னைப் பற்றி பேச ஒனக்கு என்ன யோக்கியதை இருக்கு? தேகம் வித்து சீவிதம் நடத்துற வேச நீ எனக்கு புத்தி சொல்ல வந்துட்டியா? ஊரு ஒலகம் பூராவும் மேஞ்சிட்டுக் கெடக்கிய ஒனக்கெல்லாம் ஏது நாக்கு? ஒனக்கு வாழக்கு எப்பிடி ஆணுக்க சதை தேவையோ அதுபோல அதுகளுக்கும் தேவை... நான் ஒண்ணும் அதுவளை வற்புறுத்தி இதுக்குள்ள விடேல... அதுகளா போவுது...' அவன் கூறக் கூற அவனை எரித்து விடுவதுபோல் பார்த்தாள் ரமணி.

'எங்கதையோட அதுவளை ஒப்பிட்டுப் போசாத... எங்கதை முடிந்துப் போன கதை'

'முடிந்த கதையோ முடியாத கதையோ அது ஒண்ணும் எனக்கு அறிய வேண்டிய அவசியம் இல்ல... வாழ்க்கையிண்ணா சந்தோசம் வேணும். அந்த சந்தோசத்தை அனுபவிக்க கை நிறைய சக்கறம் வேணும்... அந்த சக்கறம் தனக்க வீடுகளுல கிடைக்காம போறப்ப தனக்க சதையள வித்து வேண்டுதுவா... அதுல இப்ப ஒனக்கு என்ன வந்துட்டு. இப்படி அதுவா போறதுனால அதுகளுக்கு கை நிறைய சக்கறம் கிடைக்கும்... அத வச்சி போணு வாங்குதுவா... நல்ல துணி மணியா எடுக்குதுவா... சந்தோசமா வாழுதுவா...' அவன் சொல்லிக் கொண்டே போக அவனைப் பார்த்துக் காறித்துப்பினாள் ரமணி.

'இப்படி நீ பிழைத்துப் போறதுக்கு செத்துப்போல பட்டிப்பயலே... சீவிதம் போணுல இல்ல... சீவிதம் ஆடம்பரத்துல இல்ல... சீவிதம் ஆக கூடி அன்புலக் கெடக்குண்ணு அறிய வேண்டிய வயசுப் பெண்களுட்ட ஆடம்பரத்தக் காட்டி வழி மாற வச்சிட்டு எனட்ட தத்துவம் பேசுதியா... ஒனக்க வீட்டுல உள்ள பெட்டச்சியள இப்படி விட்டுட்டு அதுல வாற பணத்துல தின்ன இருப்பியா நீ? அதுபோல தான் இதுவும்...' ரமணியின் சத்தம் ஏறிக்கொண்டே போக அவள் அவளை முறைத்துக்கொண்டு அவளிடம் சென்றான்.

'அதிகமா தொண்டையை முழக்காத. லைசென்சு இல்லாம விபச்சாரம் செய்யுற ஒன்னை போலீசுக்கு இப்ப அடையாளம் காட்டிக் கொடுத்தா கூட கொண்டுப் போய் அடச்சிப் போடுவுனம். செயிலுக்குள்ள நீ ஆகம்ப ஒனக்க மகா வீட்டுல தனியா ஆகுவா... பிறகு அவளை நிரந்தரமா இந்தத் தொழிலுக்கு நான் விற்றா நீ என்ன

செய்வ?' அவன் கேட்க சர்வமும் ஆடிப்போனாள் ரமணி. அவள் கால் பாதங்கள் தரையில் பற்றிக்கொள்ள முடியாமல் நடுங்கிப்போக அவனைப் பார்த்தாள். கண்கள் சிவந்தேறி அதிலிருந்து கண்ணீர் பெருக அவனைப் பார்த்தாள். 'இன்னும் எனக்க மகா குட்டி மணியிட்ட உள்ள பார்வை ஒனக்கு போகவே இல்லியா?' என்பது போல் நின்றவளை அவன் மீண்டும் அதட்டினான்.

'எனட்ட ஒனக்க மிடுக்க காட்டாத. நீ எப்பிடி ஒனக்க... எல்லா..மே எப்பிடிண்ணு எனக்குத் தெரியும்.'அவன் அப்படிக் கூற கூசிப்போய் தலையை கவிழ்த்தாள்.

இவன் சாதாரணமானவன் இல்லை. ரமணியின் ஊர் அருகே உள்ளவன். தொடக்க காலங்களில் பல தடவைகள் இவளிடம் அவன் வந்ததுண்டு. அதனால்தான் உன் எல்லாமும் தெரியும் என்ற இரட்டை அர்த்தத்தில் பேசினான். பலரிடம் இவளை அனுப்பியும் வைத்திருக் கிறான். பிறகு அது குறைந்துப் போகவும் இவனுக்கும், அவளுக்கும் உள்ள தொடர்பு அறுந்துப் போவதற்கும் இவன் குட்டிமணியிடம் காட்டிய குரூரமே காரணம். குட்டிமணி ஒன்பது வயதுச் சிறுமியாக இருந்தபோது அவளை இவன் வன்புணர்வு செய்ததை கண்ணால் கண்ட பின்பு இவன் மீது இவளுக்கு சொல்ல முடியாத அருவெருப்பும் கோபமும் மனதில் பெருமிக்கிடக்க... இப்போது மகளை விபச்சாரத்திற்கு விற்றுவிடுவேன் என்று கூறுவதால் அச்சத்தில் உறைந்துப்போய் அவனைப் பார்த்தாள்.

'மனசுக்குள்ள கனன்றுக் கெடக்குற தீயை ஊதிவிட்டு பெருசாக்க ஆசைப்படாத. ஒனக்க குட்டிமணி வேணுமுண்ணா எனக்க விசயத்துல தலையிடாம ஒதுங்கிப் போ... இல்லண்ணா அவளப்பத்தி ஒரு திட்டம் வச்சிருக்கேன். அதை நிறைவேத்தியிருவேன்...' அவன் கூறிக்கொண்டுப் போக அவள் உயிர் நடுங்கியது. எவரோ வந்து நடுங்கும் ஈரக்குலை பிய்யாத்தி கத்திக்கொண்டு நருநருண்ணு அறுப்பதுபோல் வலித்துத் துடிக்க அதிலிருந்து சொட்டுச் சொட்டாக ரத்தம் வழிந்ததுபோல் இருக்க... வேதனையில் கண்களை மூடினாள்.

'பாவிப் பயஅவன் மனசுல எனக்க மகளைக்கொண்டு விற்கிறதுக் குள்ள குறி வச்சிருக்கியான். அவன் குறி வச்சா வச்சதுதானே... நான் எனக்க மகளைக் காப்பாத்தியாகணுமே... எனக்க குட்டிமணியை காப்பாத்தியாகணும். எந்தத் தப்பும் செய்யாத எனக்க மொவா என் வயித்துல வந்து பிறந்த காரணத்துனால அவளும் என்னைப்போல இந்த ஒலகத்துல பாவியாகப் பார்க்கப்படுறா... பாவியாக ஒதுக்கப்படுறா... அது எப்பிடி அவளை ஒதுக்காம இருப்பாங்கா? அது எப்படி அவளை ஏற்றுக்கொள்வாங்க? எனக்க பதினைந்து

வயசுல அறியா பருவத்துக் காதலுல கல்யாணம் ஆகாம பெத்தவா இல்லியா எனக்க மொவா. அவா அப்பனை எனக்குத் தெரியும். தங்கப்பனுக்க இளைய மகன் ராயன்தான் எனக்க மொவுளுக்க அப்பன். ஆனா அவனும் அதை ஏத்துக்கல... இந்த ஒலகமும் அதை ஏத்துக்கல... அதுனால எனக்க மொவா அப்பன் பேரு தெரியாத காட்டுக்குட்டியாகிப் போனா... இருபது வயசு ஆனப் பிறகும் அவா அப்பனுக்க முகம் தெரியாம எனக்க மொவா வாழுறா... எனக்கு வயித்துல பிள்ளைய தந்துட்டு என்னை தெரியாதுண்ணு ஏமாத்தின வனை அவனுக்க சொந்த பந்தமெல்லாம் சேர்ந்து தலைமறைவாக்கி வாழ வச்சிருக்காங்கா...

என்னையும் எனக்க மொவளையும் பாவியாக்கி வச்சிருக்காங்க... நானும் எனக்க மொவளும் சீவிதம் தேடி ஓடியிட்டே இருக்கோம். எப்ப தான் நாங்க நிக்கப்போறோமோ... எனக்க மொவுளுக்கு ஒரு அப்பனைக் கொடுக்க நான் பின்னும் பலரை வச்சுக்கிட்டேன். அவனுகளும் என்னை விட்டு ஓடுனாங்கா... ஒருத்தன் வந்து ரெண்டு பேருவந்து அதிலே பலரும் வந்து நான் வேசையானேன்... சீவித பிழைப்புக்கு வேண்டி எனக்க சதையை கொடுக்குற நிலைக்குத் தள்ளப்பட்டேன். எப்ப ஒரு பின்புலம் இல்லாத பெட்டச்சியிக்க குத்தம் இந்த ஒலகம் அறியுதோ அப்பவே அவா பகிரங்கமா குற்றவாளியாக்கப்படுவா... சாகுறதுவரைக்கும் விரட்டப்படுவா... எனக்க குட்டிமணியை இந்த முத்து எங்கயோகொண்டு விற்று விடுறதுக்குள்ள திட்டம் வச்சிருக்கியான். எனக்க ஒடம்புல உயிர் இருக்குறவரைக்கும் அப்படி ஒரு நிலமைக்கு எனக்க மொவள நான் விட மாட்டேன்... விடவே மாட்டேன்...' தீவிரமாக நினைத்தவளின் நெஞ்சிடிப்பு கூடிக்கொண்டேபோக அங்கிருந்து விறு விறுவென நடந்தாள். அவள் நடக்கும்போது ஓய்வக இருக்கையில் தெரிந்த வளைப் பார்த்து கண்களை உயர்த்தினாள்.

5

ஓய்வக இருக்கையில் இவளைப்போல் தொழில் செய்பவள் அமர்ந்திருந்தாள். அவள் இருந்த விதத்தைப் பார்த்த ரமணிக்கு மனதோரம் சிரிப்பு வந்தது. எவன் என்னைப் பார்த்தால் என்ன? எவனுக்கு நான் பதில் சொல்ல வேண்டும்? யாருடைய சட்டங்களும் எனக்கில்லை... எனக்கான ஒழுக்கம் என்னையன்றி எவனுக்கும் அறிய வேண்டிய அவசியம் இல்லை என்பதுபோல் தெனாவெட்டாக அவள் அமர்ந்திருந்தாள்.

அவள் வாயில் கறுக்க சிவக்க வெற்றிலைக்கிடக்க அதை மென்று மென்று சிவத்த சாறை அவ்வப்போது துப்பிக்கொண்டிருந்தாள். ஒற்றைக் காலைத் தூக்கி மற்றொரு காலின் மேல் போட்டுக்கொண்டு காலை ஆட்டிக்கொண்டிருந்தாள். கறுப்பு வண்ணத்தில் கட்டியிருந்த நூல் சேலையின் அடியில் சற்றும் பொருத்தமில்லாத வெள்ளை பாவாடை தெரிந்தது... அவள் தலையில் சொருகிவைத்திருந்த கனகாம்பரம் பூ காற்றில் இங்கும் அங்கும் ஆடியது... அவள் மாரப்பு சேலை கண்டமட்டுக்கு இறங்கிக் கிடந்தது... அதில் அவள் வலது மார்பின் சதை வெளியில் தெரிந்தது... அவள் கண்ணில் வரைந்திருந்த மை வியர்வையில் கலைந்து கன்னம்வரை பரந்து தெரிந்தது... கண்ணை இங்கும் அங்குமாக கறக்கிக்கொண்டிருந்த அவள் ரமணியைப் போன்று தொழில் புரிபவள் என்பது ரமணிக்குத் தெரிய அவளை இன்னும் ஏற இறங்கப் பார்த்தாள்... அவள் பாட்டுக்கு எதோ சொல்வதும் சிரிப்பதுமாக இருக்க அவளருகே நெருங்கிச் சென்றாள் ரமணி. ஓய்வக இருப்பிடத்தின் அருகே நின்ற தூணில் சாய்ந்து நின்றுகொண்டு அவளைப் பார்த்த ரமணியின் பார்வையில் வலி தெரிந்தது.

'நீ அப்படி என்னதான் பேசுவ? இந்த ஒலகத்துல எனக்கும் ஒனக்கும் எவ்வளவோ விசயங்கள் சொல்ல உண்டு இல்லியா? நமக்க கதையை யாருட்ட போய் சொல்ல ஒக்கும்? சமூகத்துல உள்ள எத்தனை பெரியவங்க நம்மளுட்ட வந்து பட்டாப்பகலுல பேசுவாங்கா... நமக்கொண்ணும் எந்த அரசியல்வாதியும் இல்லை... எந்த மத ஆசாமிகளும் இல்லை... எந்த சபையும் இல்லை. இந்த ஒலகத்துல அதிக புண்ணியம் பசிக்கிறவனுக்கு பசியாத்துறதுதானே... அப்படியிண்ணா நீயும், நானும் அதைத்தானே செய்துட்டுருக்கோம். எவ்வளவுதான் இந்த ஒலகம் உரக்க ஒழுக்கம் போதிச்சாலும் ஒழுக்கத்துக்க ஓட்டை பொத்துப்போய்த்தான் கெடக்கு. வெளியில பெரிய நல்லவனா நாலு பேருக்கு நல்ல வார்த்தைகள் சொல்லுறவன் கூட தேகப் பசி வரம்ப நம்மளுட்ட பட்டிப்போல இருட்டு வாக்குல வந்து விழுறானே, பலருக்க அந்தஸ்த்து நம்மளுட்ட பத்திரமா இருக்குல்லியா? ஒலக வெளிச்ச மேடையில வெள்ளையும், சொள்ளையுமா திரியிற பலருக்க கழுதை நம்மகிட்ட பச்சையா கிடக்கே, நீயும் நானும் இங்க இல்லாமப் போயிருந்த பல காம பேயிகளுக்க சதையை இந்தச் சின்ன பிள்ளையா பாக்க வேண்டியிருக்கும்... இன்னும் பலாத்காரம் அதிகமாகியிருக்கும். ஊரு ஒலகத்துக்கு நீயும் நானும் மோசக்காரிதான். ஆனா சர்வேசுரனுக்க கிட்ட நீயும் நானும் அவனுக்க காதலிப்போல இருக்கியோமுண்டி... பசிச்சவனுக்கு உணவு கொடுக்க அவன் ஒன்னையும், என்னையும் அனுப்பி வச்சிருக்காண்டியே. ஆனா அது எதையும் புரியாம இந்த ஒலகம் நம்மள கல்லெறியுது இல்லியா? இருட்டுல மட்டும் தேடி வந்து பகல்ல பழிக்குது இல்லியா...' ரமணியின் உள் மனம் அவளோடு பேசிக்கொண்டிருக்க அதில் வெற்றிலைத் தின்றுகொண்டிருந்தவள் வாயைப் பிளந்து கா... ஆண்ணு கொட்டாவி விட அதே புன்முறுவலுடன் ரமணி அவளைப் பார்த்தாள்.

'அப்ப ஒனக்கும் வயிற்றுப்பசி இருக்கு இல்லியா? எவ்வளவுதான் தெனாவெட்டு காட்டியிட்டு இருந்தாலும் ஒனக்கும் பசி இருக்கு. அதான் என்னைப்போல கொட்டாவி விடிய...' வெற்றிலைத்தின்றுக் கொண்டிருந்தவள் அதிலிருந்து எழும்பினாள். ரமணி சுவர் சாய்ந்து நின்று அவளையே கவனித்துக்கொண்டிருந்தாள். அவள் வெற்றிலையை வாயிலிருந்து தூண்ணு துப்பித்தள்ளிவிட்டு அதிலிருந்த குழாயில் சென்று குனிந்தாள். முதல் திருகி வந்த வெள்ளத்தை உள்ளங்கையில் பிடித்து வாய் கொப்பளித்து விட்டாள். மீண்டும் குழாயில் குனிந்து அதன் ஓரத்தில் வாய் வைத்து வெள்ளத்தை உறிந்தாள்... உறிந்துகொண்டே இருந்தாள். அவள் வேகமாக

வெள்ளத்தை உள்ளிழுக்க அவள் தொண்டை வழி இறங்கிய வெள்ளம் வயிற்றுக்குள் எக்கி எக்கி போனதைப் பார்த்துத் துடித்தாள் ரமணி.

'அய்யோ இவளுக்கும் எனக்கும் என்ன ஒரு வாழ்க்கைப் பசி. உள்ள பணக்காரன்... ஒலகப் பணக்காரன் வாழிய நாட்டுல என்னைப்போல சதை விக்குற பலரும் அண்ணத்த ஆகாரத்துக்கே அல்லல் படுறது யாருக்குத் தெரியும்? மாப்பிளைப் பிடிக்கிறா, பணம் சம்பாதிக்கிறாண்ணு பலரும் செல்லுனம். வெறிப்பிடிச்ச ஒருத்தனுக்கு என்னைப்போல உள்ளவா தன்னைக் கொடுக்க அவா தேகம் எவ்வளவு ஊக்கம் பெற்றிருக்கணம். அதுக்கு அவா எவ்வளவோ நல்ல சாப்பாடுகள் தின்னணம். வெறும் வெள்ளம் குடிச்சிட்டுக் கெடக்கிய எங்க தேகமெல்லாம் ஒடஞ்ச ஓட்டாஞ்சுள்ளி போலதான். இதுல வந்து சாடுற எவனும் பரந்த மனசுக்காரனா இருக்கமாட்டான். இது போலீசுக்குப் பயந்து... ஒளிச்சி ஒளிச்சி நடக்கியது. அவனவன் பசி தீந்து போம்ப அம்பதோ நூறோ எறிஞ்சாத்தான் உண்டு.' ரமணி நினைக்க வெற்றிலைத் தின்னியவள் குழாய் வெள்ளத்தில் முகத்தையும் கழுவிவிட்டு நிமிர்ந்தாள். ரமணி அவளைப் பார்த்துக் கொண்டு தூணோரம் அமைந்திருந்த இருக்கையில் அமர்ந்தாள்.

வெற்றிலை தின்னியவள் அருகே ஒருவன் வந்து சுழல அவளுக்கு ஒருவன் கிடைத்து விட்டான் என ரமணிக்குப் புரிந்தது. நானும் நின்றிருந்தால் அவன் ஒருவேளை என்னிடம் வந்திருப்பான். என சிந்தித்தாள். வெற்றிலை தின்னியவள் அவனிடம் எதோ தர்க்கம் நடத்துவதை கவனித்த ரமணி இதற்கும் தனக்குள் புளித்த சிரியை உதிர்த்துக்கொண்டாள்.

'முன்ன பின்ன தெரியாதவனிடம் அப்படி என்ன தர்க்கம்? வேறொண்ணுமில்லை... சக்கறம் கேட்டுத்தான். காரியம் நடக்குறதுக்கு முன்ன பேசுறது ஒண்ணு... காரியம் முடிஞ்சி கொடுக்கிறது இன்னொண்ணு... அம்பதுண்ணு சொல்றவன் இருபது கொடுப்பான். இல்லையிண்ணு சொல்லுவான். போணு இருந்தா ஈசி பண்ணுறேண்ணு செல்லுவான். ஒரு நேரத்த சாப்பாடு வேண்டிக் கொடுப்பான். லைசென்ஸ் இல்லாத விபச்சாரத்துல இதெல்லாம் நடக்குது...' அவள் சிந்தித்துக்கொண்டிருக்கவே வெற்றிலைத் தின்னியவள் அவனுடன் சென்றுகொண்டிருந்தாள். வெறும் காசுக்காக கொஞ்சம்கூட காதல் இல்லாத ஆணின் சதையை பொய்யாக முத்தம் செய்து, பொய்யாகக் கட்டி அணைத்து, பொய்யாகச் சிணுங்கி, வராத உணர்வை வந்ததுபோல் காட்டி எவனோ ஒருவன் கொடுக்கும் காசுக்காக ஆடும் தேவிடியா ஆட்டத்தின் கொடுமையை நினைத்து

கண்களை இறுக்கமாக மூடினாள் ரமணி. மூடிய கண்களை தன்னெதிரே கேட்ட அரவத்தால் திறந்தாள். அங்கே பல்லை இளித்துக்கொண்டு நின்றான் ஒருவன்... அவன் இளித்த பற்களில்கூட காமத்தின் ஒழுகல் தெரிய அவனை சலனமின்றி பார்த்தாள் ரமணி.

சிவந்த பற்களும், ஒட்டிய கன்னங்களும், அதில் ஒன்றிரண்டாக தெரிந்த முடிகளும்... அவனது காம கண்களும் அய்யோ என்ற அலறலை உள் மனதில் கொடுத்த போதும் அதை எதையும் வெளிக்காட்டாமல் அவன் முன் கைகளை நீட்டினாள்.

‘சோலி முடியட்டு. அதுக்கப் பிறகு தாறேன்...’

‘எவ்வளவு வச்சிருக்க?’

‘அம்பது...’

‘த்தூ என்னைக்கொண்டு களியாது...’

‘வேலையில்லை...’

‘வேலையில்லண்ணு ஒனக்கதுக்கு தெரியேலியா?’

‘கோ... தேச்சியப்படாத... நூறிருக்கு...’

‘இரு வாறேன்...’ அவனிடம் சொல்லிவிட்டு அதில் பரந்த தட்டில் பூக்களை வைத்திருக்கும் பூ வியாபாரியிடம் சென்றாள்.

‘பத்து ருவாயிக்கி முல்லப்பூ தா...’ பூக்கடைக்காரன் அவளை ஏற இறங்க பார்த்தான்.

‘பூ என்ன விலை விக்குதுண்ணு தெரியுமா ஒனக்கு? முளம் அம்பது ருவா. பத்து ருவாயிக்கி எல்லாம் பூ இல்ல... போவியா அப்பறம்...’

‘இவன் ஒருத்தன். நான் அலங்கரிச்சி ஆட்டக்கா பூ கேக்கியேன் வந்து நிக்கிய பரதேசியிக்க நாத்தம் தூர நின்னாலே பொறுக்க ஒக்கேல... இந்த பூவாவது தலையை சொருவி வச்சா கண்ட அவனுக்க நாத்தத்துக்கு ஒதவும. உள்ளத தா... எனட்ட வேற சக்கறம் இல்ல...’ பூக்காரனிடம் நெருங்கி நின்று பூ கேட்டவளை அவன் முறைத்தான்.

‘தள்ளி நில்லு நீ. இப்படி ஒட்டியிட்டு வந்து நிக்கிய? நாலு பேரு பாத்தா என்னை இல்லியா தப்பா செல்லுவுனம். எனக்கு வீட்டுல பொண்டாட்டியும் பிள்ளையும உண்டு. இதுல எவனும் பாத்து போட்டோ எதாவது எடுத்து பேப்பறுல போட்டா என் மானம் என்னத்துக்கு ஆகும். இன்னா ஒனக்கு நீ கேட்டதுபோல பத்து ருவாயிக்கி பூ தாறேன். முதல்ல இடத்தை காலி பண்ணியிரும்மா...’ பூக்காரன் தன்னை பரிசுத்தக்காரனாக காப்பாற்றிக்கொள்ள துடித்துக்

கொண்டு அவளிடம் பத்து ரூபாயிக்கு பூ வெட்டிக் கொடுத்தான். அவள் தன் கையில் வைத்திருந்த இருபது ரூபாய் நோட்டை அவனிடம் நீட்டி மீதியைப் பெற்றுக்கொள்ளும்போது அவனைத் தீர்க்கமாப் பார்த்தாள்.

'இருட்டுக்க மறைவுல ஒனக்க கிட்ட வந்திருந்தா என்னை இதுபோல விரட்டுவியா நீ? மறைவுக்கு மட்டும் என்னைப்போல உள்ளவளை தேடுற ஒனக்கப் பெண்டாட்டி வரக்கு முன்ன நீ எனட்ட வந்தது ஓர்ம இருக்கல...' வலியையும், அவமானத்தையும் உதட்டிடையில் அமுக்கிக்கொண்டு கேட்டவளின் கண்களின் வீரியம் கண்டு பூக்கடைக்காரன் ஆடிப் போனான்.

'ஒனக்கெல்லாம் பெட்டச்சியிக்க சதையிக்க நாத்தம் கேட்டாலே மத்தது வந்துரம். ஆனா பெட்டச்சிக்கு அப்படி வராதுல பட்டி பயலே, ஒன்னப்போல பெண்ணுங்கள நினச்சப்பாது. எனக்க மனசுக்க உணர்வுக்க கூட பேசாத எந்த ஆணாலும் எனக்க பெண்மையை அசைச்ச ஒக்காது. இது இப்ப சும்மா பெழைப்புக்கான ஆட்டம். இது இப்ப எனக்கத் தொழில். ஒனக்க ஒலகம் தந்த கதாப்பாத்தீரம்...' அவள் அழுத்தமாகக் கூறிவிட்டு அவன் கொடுத்த பூவை தலையில் சொருகியபடி மற்றவனைப் பார்க்க அவன் இன்னொருத்தியிடம் ஐம்பது ரூபாவுக்காக பேரம் பேசி முடித்து அவளோடு சென்றுகொண்டிருந்தான்.

ரமணிக்கு அதைப் பார்த்து தனது அன்றைய பிழைப்பு போனது என்ற வலி வந்து தொண்டையில் கனக்க தலையில் வைத்த பூவை உருவி தனது பைக்குள் போட்டாள். இன்னும் எவனாவது வந்தால் உதவும் என்று அதைப் பத்திரப்படுத்திவிட்டு மீண்டும் இருக்கையில் அமர்ந்தாள். தலையைச் சாய்த்துக்கொண்டு தனது வாழ்வின் அவலங் களை நினைத்தாள். இத்தனை தரம் தாழ்ந்து போவதற்கு அவன் தான் காரணம். அறியா வயதில் அவன் கொடுத்த முத்தம், அவனது அரவணைப்பு, அதில் வந்த குழந்தை, அதற்கு ஒரு தந்தை என்ற தேடல் இப்படியொரு அவலத்திற்கு அவளைத் தள்ளியது.

தனது கையிலிருந்த பையை மீண்டும் எடுத்தாள். பூ வாங்கியதால் பத்து ரூபாய் பாழாகிப் போனது போன்ற தவிப்பு மனதில் இருந்தது. இனி பத்து ரூபாயும் ஒரு நான்கு ரூபாயும் உண்டு. அவள் இருப்பிடத்திற்கு அதிலிருந்து இருபத்திமூன்று கிலோமீட்டர் போக வேண்டும். பேருந்து செலவிற்கு பதினைந்து ரூபாய் வேண்டும். இருப்பதோ பதிநான்கு ரூபாய். பையில் இன்னும் எதவாது ஒரு ரூபாய் கிடைக்காதா என ஆவலோடு பையைப் போட்டுப் புரட்டும்போது அவள் பூ வாங்கிப் போக உள்ள பத்து ரூபாயும்

காணவில்லை. மனம் ஓ வென பாதளம் வரை பாய்ந்தது. 'எனக்கு அந்த பைய்சா வேணுமே... அப்பதான் வீடு போக முடியும். இண்ணு எவனும் வரக்குள்ள கூறில்ல... எனக்க குட்டிமணி தனியா இருப்பா... எனக்கு வீட்டுக்குப் போணுமே.' அங்கலாய்ப்பாய் பையைத் துழாவியவள் கண்ணில் பூக்காரனின் பூந்தட்டுக்கடியில் அந்தப் பத்து ரூபாய் தெரிய ஆர்வமாக அதை நோக்கி எழுந்தாள். அவள் எழும்பி அவ்விடம் போவதற்குள் அதில் வந்த மனநிலை சரியில்லாத ஒரு முதியவர் அந்த ரூபாயை எடுத்துக் கொண்டார். 'அது எனக்க பைய்சா எனக்கு அது வேணும்...' இவள் கேட்டதைக் கண்டு அந்த மனிதர் சிரித்துக்கொண்டே அந்த ரூபாயுடன் ஓடினார். இவளும் அவர் பின்னே ஓடினாள்... பூக்காரன் இதைப்பார்த்து வேண்டுமென்றே சத்தம் போட்டுச் சிரித்தான். பேருந்து நிலையத்தின் வெளிவாசல்வரை ஓடிய அந்த மனிநிலை சரியில்லாதவர் தன் அருகே கிடந்த சிறுகற்களையும், பிளாசுட்டிக் குப்பிகளையும் பொறுக்கி அவள் மேல் எறியத் துவங்க ரமணி அச்சத்துடன் அவரைப் பார்த்து நின்றாள். எதோ கோபம் வந்ததுபோல் அந்த பத்து ரூபாய் தாளை அவர் வாய்க்குள் தள்ளி கோபமாக சவைத்துத் துப்ப உயிரற்ற அந்தப் பணம் அவள் உயிர்வரை வலிக்கச் செய்ய அவர் வாயிலிருந்து துண்டு துண்டாக வெளிவரும் ரூபாய் தாளை கண்ணீருடன் பார்த்து நின்றாள்.

நேரம் இருட்டிக்கொண்டு வர பேருந்து நிலையத்தில் தனது பத்து ரூபாய் இழந்த வலியோடு எப்படி வீட்டிற்குப் போக என்று நின்றவளை கலைத்துக்கொண்டு தெரிந்தாள் வெற்றிலைக்காரி. அவள் முகத்திலும் கண்ணீரும் வேதனையும் தெரிய அவளருகே சென்றாள். 'நூறு ருவா தல்லாமுண்ணு கூட்டியிட்டுப் போனவன் ஆக நாப்பது ருவா இட்டுருக்கியான். அவன் விளங்குவானா?' அவள் வார்த்தையைக் கேட்டு திக்கென்று நிமிர்ந்தாள் ரமணி.

6

ரமணி அவளை இயலாமையுடன் பார்த்தாள். அவள் கூறியதன் அர்த்தம் அவளுக்குப் புரிந்தது. இப்படிக் குறைந்த பணம் கொடுத்து தனது உடலையும் பலர் வேதனையாக்கி விட்டுருக்கும் வலி அவளுக்குப் புரிய அவளின் தோளில் தொட்டாள் ரமணி. இதுவரை ஆங்காங்கே சந்தித்துள்ளார்களே தவிர பேசியதில்லை. எனினும் எதோ ஒரு சொந்தம் இருவருக்கும் இருப்பதுபோல் இருக்க, ரமணி அவளைத் தொட்டாள். அதற்குக் காத்திருந்ததுபோல் வெற்றிலைத் தின்பவள் அவள் தோளில் சாய்ந்தாள்.

'இங்க பாருட்டியக்கா எனக்க சதையை அவன் என்ன செய்துருக்கி யாண்ணு...' அவள் இறக்கிக் காட்டிய செம்பறைத் தாண்டி தெரிந்த மார்பகத்தில் அவனின் அழுத்தமான பற்களின் பதிவு தெரிய ரமணி இயலாமையில் கண்கள் மூடினாள்.

'தேகத்தைக் கோயிலென்றும்... அதற்குள் இருப்பது ஈசனென்றும் சொல்லுகிறார்கள். தேகமும், ஈசனும் சேர்ந்த புண்ணியம் இந்த ஒலகத்துல எத்தனை பேருக்கு? வாழ்க்கையில வறுமையும், பட்டுனியும் வந்து இறுக்கிப் பிடிச்சிட்டு வாழ்வா... சாவண்ணு உள்ள மூச்சி முட்டு வரம்ப புண்ணியமாவது, கிண்ணியமாவது. அதையெல்லாம் தூக்கி எறிஞ்சிட்டு, ஒடம்ப வித்து வாழ வேண்டிய கட்டாயமும் வந்துவிடுகிறது. எங்களைப்போல உள்ளவங்களுக்க சதையெல்லாம் நாள்தோறும் பிய்ந்து கிழிந்து தொங்கும்போது எந்த மதத்துல உள்ள சாமி கழுதையா தொங்குறானோ யாருக்கண்டா? மனுசன்தான் கடவுளுண்ணா மனுசனுக்க கழுதை கடவுளுக்கும் கழுத தானே...' ரமணி நினைத்துக்கொண்டே அவளைப் பார்த்தாள்.

'நீ எதுக்கும்மா இந்த தொழிலுல வந்து சாடுன?'

'எல்லாம் காலம் செய்த கொடுமை. எனக்க மாப்பிளையும் நானும் காதலிச்சி கல்யாணம் பண்ணுனவங்க. வீட்டை எதிர்த்து பண்ணிக்கிட்டோம். அதிலிருந்து எங்க ரெண்டு பேருக்க குடும்பமும் எங்களை அப்படியே வெறுத்துட்டு. அவருக்கு கொத்தவேலைதான். அப்படி வேலை செய்யுறப்ப சாரத்துலண்டு விழுந்து குறுக்கு ஒடிந்து போச்சி. அவருக்க தலையிலேயும் அடிபட்டு உணர்வெல்லாம் மக்கிப் போச்சி. இப்ப அவருக்கு எதாவது மனசுல ஆனாலும் பேசக்கூட முடியாம படுக்கையாகிட்டாரு. அவருக்கு வேலை நடத்துன கண்டுறாக்கு ஒரு ஆறேழு மாசம்வரைக்கும் வீட்டு செலவுக்கு பைய்சா தந்தான். நானும் அதை கருசனையிண்ணு கைநீட்டி வேண்டுனேன். போகப் போக அந்த கருசனைக்குள்ள எனட்ட இருந்த காமத்தை அறிஞ்சேன். எனக்கு ஒரு மொவன் உண்டு... அவனப் பாக்கணம்... அவருக்கு மருந்து செலவுக்குப் பாக்கணம். வேற வழித் தெரியேல... மாட்டியிட்டேன். நாள் போக அவன் எனட்ட வாறதை அவனுக்க கூட்டுக்காரங்களுட்ட சொல்ல அதுல ஒண்ணு வந்து ரெண்டு வந்து பலரு வந்து அய்யய்யோ எனக்க சீவிதம் வ..ழி... தப்..பி போச்சுட்டி..க்கா... ஆ...' பெரும் குரலாக ஒப்பாரு வைக்கத்துவங்கினாள் அவள்.

அவளை ஆதரவாக தடவிக்கொடுத்தாள் ரமணி.

'ஓட முடியல... சினேகிச்சி கெட்டுன மாப்பிளை படுத்த படுக்கையாக் கெடக்குறத பாக்க ஒக்கேல. அவருக்க கண்ணு காண மாப்பிளைப் பிடிச்சப் போறதை பாத்துட்டே கிடக்கிய அவரையும் கொன்னுட்டு நானும் செத்துப் போக்கு தோணுது. ஆனா எனக்கு ஒண்ணர வயசுல ஒரு மொவன் இருக்கியான். அதான் பிடிச்சி பிடிச்சி நிக்கியேன்.' அவள் விங்கிக்கொண்டே கூறினாள். எதோ நினைத்ததுபோல் சடாரென எழுந்தவள் தன் சேலை முந்தானையில் அவன் கொடுத்த நான்கு பத்து ரூபாய் நோட்டுகளை முடிந்து வைத்துக்கொண்டு ஒழுகி வந்த மூக்குச்சளியை உறிந்து பிடித்து தூரமாக எறிந்து சுவரில் அதன் எச்சிலை துடைத்துவிட்டு விறுவிறுவென நடந்தாள். ரமணி அவள் போகும் பாதையின் பின்னே சென்றாள்.

வெற்றிலைத் தின்பவள் பேருந்து நிலையத்தின் வெளியே நடந்து பக்கவாட்டில் தெரிந்த முடுக்கு வழியில் நடந்தாள். ஆர்ப்பாட்ட மில்லாமல் தெரு விளக்குகள் எரிந்துகொண்டிருந்தன... அதில் சில வெட்டி வெட்டி எரிய, சில விளக்குகள் எரியவே இல்லை... அந்த முடுக்கு வழியில் அய்ந்தாறு வீடுகள் வறுமையை சுமந்து நின்றன.

அதில் ஒரு வீட்டுக்கும் சரியான மேற்கூரையில்லை... கதவில்லை... மறைவில்லை... ஆடம்பரமில்லை... அருகே ஓடும் சாக்கடையின் மணத்தோடு வாழ்வை நகர்த்திக்கொண்டிருப்பவர்கள். மேற்கூரைக்கு ஏதோ சினிமா விளம்பர பேப்பறுகளை கிழித்து துணிகளை விரித்துப் பரத்தியிருந்தார்கள். ரேசன் சேலைகளையும், சாக்குகளையும் கதவில் தொங்கப் போட்டிருந்தார்கள்... வெற்றிலைத் தின்பவள் அவள் வீட்டுவாசலில் போய்ச் சேர்ந்ததும் அவளது ஒன்றரை வயது மகன் அழும் சத்தம் கேட்க வீட்டிற்குள் ஓடினாள்... அழுக்குத் தரையில் கிடந்து அழுத மகனை அள்ளி அணைத்து முத்தமழை பொழிந்தாள்.

'எனக்க செல்லத்துக்கு பசிக்குதா? எனக்க மொவுனுக்கு நல்லா பவுச்சம். கிரிசா மாமி வரம்ப பாலு வேண்டியிட்டு வருவா... அத வச்சி பிள்ளையிக்கி காபி காச்சித் தல்லாம் இன்னா... அப்பா எனக்க மொவுனுட்ட எதவாது சென்னாரா?' கேட்டவள் வாசலில் நிழலாட திரும்பியபோது அங்கே ரமணி தெரிந்தாள். மற்றவளின் முகம் மலர்ந்தது.

'நீ வந்தியட்டியக்கா வா வீட்டுக்குள்ள...' ரமணியை அழைத்துக் கொண்டே வீட்டின் குலுங்கிய சுவரில் இருந்த பொத்தானை அமுக்கினாள்... கொஞ்சம்போல் வெட்டம் பரப்பிக்கொண்டு எரிந்த விளக்கின் வெளிச்சம் வீட்டிற்குள் மஞ்சள் ஒளியைப் பரப்பியது. அந்த வெட்டத்தில் அவளின் கணவன் படுத்துக்கிடப்பது தெரிய ரமணியின் மனம் கனத்தது. வீடு முழுவதும் வறுமையின் மணம் வளமாகத் தெரிந்தது... கூடிக் கிடந்த அழுக்குத் துணிகளிலிருந்து மூத்திர வாடை வீசியது. கணவன் கழித்த மோளும், அவள் மகன் கழித்த மோளும் என்று நன்றாகவே தெரிந்தது. பாத்திரங்கள் உருண்டுப் புரண்டுக் கிடப்பதில் சமைப்பதற்கு ஒன்றுமில்லை என்ற அறிவிப்பு தெரிந்தது. ரமணி அந்த வீட்டின் நிலையைப் பார்த்துக் கொண்டு சுவர் சாய்ந்தே நின்றாள்.

'ஏம்ப்ட்டியக்கா வந்த நேரமே நிக்கிய... வா இதுல வந்து இரு...' அவள் அழைக்க ரமணிக்கு பொங்கிப் பொங்கி வருத்தம் வந்தது. வாழ்வில் இவ்வளவு வலிகளை வைத்துக்கொண்டு வாழ்க்கைப் பிழைப்புக்காக தெருவோரம் தனது சதையை விற்கும் ஒவ்வொரு பெண்ணின் பின்னாலும் எவரோ வாழ்ந்துகொண்டிருப்பார்கள். அதில் அவள் கணவன்கூட இருக்கலாம் என்பதை உணர உணர உலர்ந்துப் போனாள் ரமணி.

'இதுல இருட்டியக்கா...' அவள் எடுத்துப்போட்ட கிழிந்த கோரம் பாயிலும் வறுமைத் தெரிய மனம் கசிய அந்த பாயில் இருந்தாள் ரமணி.

மற்றவள் தன் மகனை இடுப்பில் வைத்துக்கொண்டு கணவனிடம் சென்றாள். குழந்தையோ தன்னை தவிக்கவிட்ட வேதனையின் வருத்தம் தீர்ப்பதுபோல் அவள் முகத்தில் அடித்து அடித்து பாலுக்கு சிணுங்கியது. கணவனின் அருகில் சென்றவள் அவனைச்சுற்றி மொய்க்கும் ஈக்களையும், கொசுக்களையும் துரத்திவிட்டு அவனருகில் சென்றாள். அவன் படுத்திருந்த பாயினடியில் கடி எறும்புகள் ஓடுவதைக் கண்டு அவள் கண்கள் விரிந்தன.

'அய்யோ எனக்க செல்லத்தை உயிரோடப் போட்டு கடுச்சிதியளே... இஞ்சப் பாருட்டியக்கா... அவரப் போட்டு எறும்பு கடிச்சும் அதைக்கூட தட்டி தள்ள ஒக்காம கெடக்கியது. ஒரு காலத்துல தினம் ரெண்டு தடவை குளுச்சி நனச்சி பவுடரும் போட்டு மினு மினுண்ணு இருந்தவரு இப்ப ஆகியிக்கிற கோலத்தைப் பாத்தியா...' அவள் பரானத்துடன் கூறிக்கொண்டே அவன் பாயைச் சுற்றிக்கிடந்த எறும்புகளை தொறப்பாக்கொண்டு தூற்று அப்புறப்படுத்தினாள். அவனைச்சுற்றி மணக்கும் பவுடரைத் தட்டிவிட்டு அவன் நெற்றியில் முத்தம் வைத்தாள்... அந்த முத்தம் அவன்மீது அவள் வைத்திருக்கும் காதலின் ஆழத்தைக் கூறுவதை உணர்ந்த ரமணியின் கண்களும் பனிக்க தன் சேலை முந்தானையால் கண்களைத் துடைத்தாள்.

'நீ இதுல இல்லாத நேரம் குழந்தையை யாருமே பாக்க இல்லியா?' ரமணி கேட்டாள்.

'இதுல கிரிசாண்ணு ஒரு அக்கா உண்டு. இது அவா வாழ்ந்த இடம்... எனக்க வீடு மேக்கதான். அதுலண்டு தப்பி இதுல வந்த நேரம் அவா தான் அடைக்கலம் கொடுத்தா... அவளும் ஒரு காலம் நம்மளைப் போல வாழ்ந்தவா இப்ப அவளுக்கு தீராத சோக்கேடு வந்துட்டு. கண்டவன் கூடயெல்லாம் போம்ப தேகம் குலையாதா? அவளும் குலைந்துப் போனா... இப்ப இதுல கெடக்கியா... எனக்கு யாரும் வந்தா கூட்டித் தருவா...' அவள் கூறுவதைக் கேட்டுக்கொண்டு கிடந்த கணவனின் கண்ணில் கண்ணீர் சுரந்து வழிந்தது..அவளின் குழந்தையோ அழத் துவங்கியது. பசியுற்ற அதன் வயிறு எக்கி எக்கிப் போக தன் மகனை ரமணியிடம் கொடுத்தாள்.

'இவனப்பிடியிட்டியக்கா... தேயில வெள்ளம் காச்சிட்டு வாறேன்...'

அழும் குழந்தையை ரமணியிடம் அவள் கொடுக்க குழந்தையோ ரமணியிடம் ஒட்டாமல் வீறுகொண்டு அழுதது... அழுகின்ற குழந்தையை வேதனையுடன் பார்த்தாள் ரமணி. 'நீ எண்ணும் குழந்தையாகவே இருந்துட்டா ஒனக்கு எவ்வளவு சந்தோசம் கிட்டும். கொம்ம மாப்பிளைப்பிடிச்சி ஒன்னை வளத்தா இந்த ஒலகம் ஒன்ன

ஒதுக்குமே, பரியெடத் தருமே மோனே... அதெல்லாம் அறியாத குழந்தையாட்டே நீ இருந்துருதியா' குழந்தையைப் பார்த்து ரமணி நினைத்துக்கொண்டு நிற்க, அவள்மீது ஒட்டிக்கொள்ளாத குழந்தையை நோக்கி வந்தாள் அதன் தாய்.

'வீட்டுல சீனியும் இல்ல, தேயிலையும் இல்ல. கிரிசா வந்தாண்ணா வேண்டச் செல்லுலாம்...' சொல்லிக்கொண்டே தன் மகனை ரமணியிடமிருந்து வாங்கியவள் அவனை அமத்தி தோளில் போட்டாள். குழந்தை பசியின் கொடுமையால் சத்தம் எழுப்பி அழுகையைத் தொடர... தன் மகனை தோளில் போட்டுக்கொண்டு தண்ணீர் குடத்தின் அருகே சென்றாள். அதில் குறை குடமாக இருந்த மஞ்சள் குடத்திலிருந்து வெள்ளத்தை சப்பிக்கிடந்த ஒரு சில்வர் பாத்திரத்தில் சரித்தாள். தனது சேலை முந்தானையை அந்த வெள்ளத்தில் முக்கி அதை தன் மகனின் வாயில் ஒப்பிக் கொடுக்க பசி மிகுந்த குழந்தை அவள் முந்தானையோரம் அழுகையும், கண்ணீருமாக இருந்த தாயின் வலிகளையும் சேர்த்து ஆர்வமாக வாயில் வாங்கி சப் சப்பென்று அந்த வெள்ளத்தை வாங்கிய காட்சியை பார்க்க இயலாதவளாய் கண்களை மூடினாள் ரமணி. முதலில் ஆவேசமாக வெள்ளத்தை வாங்கிய குழந்தை நிராசையில் அதன் பின் அந்த வெள்ளத்தை துப்பி தள்ளியது... ரமணி அவளிடம் விரைந்தாள். மனம் கலங்கிப் போனவள் அவளை சடாரென கட்டி அணைத்தாள்... தன் வலிகளோடு ஒருத்தி கட்டி அணைக்கிறாளே என்ற ஈரத்தில் அவளும் கசிந்தாள்.

'ஒனக்..க பேரு என்னா?' ரமணி முதன் முதலில் அவள் பெயர் கேட்டாள்.

'எனக்க பேரு மகாராணி... எனக்க அப்பா ஆசையா வச்ச பேரிது...' பெயரில் மட்டும் மகாராணியாக இருப்பவள் நிச வாழ்வில் படும் வலிகளை வாரிச்சேர்க்க வழியற்று இரு பெண்களும் அழும் அழுகையைப் பார்க்காமல் இந்த உலகம் ஊனமாகவே இருந்தது. வாழ்க்கைப் போராட்டங்களின் ரணத்தால் முட்டிக்கொண்ட இரு பெண்களின் உணர்வுகளும் கண்ணீராக வழிந்துகொண்டிருந்த அந்த நேரத்தில் அவள் கணவன் வாந்திபண்ணும் சத்தம் கேட்க அவனிடம் ஓடினாள். வெறும் வெள்ளமும், சளியுமாக அவன் வெளித்தள்ளிய கக்கலை உள்ளங்கையில் வாங்கி வெளியே விட்டுவிட்டு அவனைத் துடைத்து மீண்டுமாக முத்தம் செய்தாள். அப்போது அங்கே வந்தாள் கிரிசா என்பவள். அவள் வந்த வேகத்தில் அப்படியே நின்றாள். ரமணி யார் என்பதுபோல் பார்த்தாள். ஒரு வேளை போலீசு ஏதாவது மாற்று உடையில் வந்துவிட்டதோ என நின்றாள். அவள் நிற்பை புரிந்த மகாராணி.

'பேடிச்சாம வா... இது எனக்கு ஒரு அக்கா. பேரு ரமணி...' மகாராணி அப்படிக் கூறியதும் சிரித்துக்கொண்டே கிரிசா வந்தாள்.

'நானும் போலீசு மாத்து உடையில நிக்குதோண்ணு நினச்சேன். குட்டே மகாராணி ஒருத்தன் வந்துருக்கியான்... உள்ள வரச் செல்லட்டா...'

'வேண்டாம் கிரிசாளே... என்னைக்கொண்டு களியேல. அம்பதோ நூறோ எறிஞ்சிட்டு போறவனை வச்சி எனக்கு ஒக்கேல...'

'இல்லட்டி கேட்டுத்தான் கூட்டியிட்டு வந்தேன். இங்கேரு கையில அய்நூறு ருவா வேண்டியிட்டேன்.'அவள் விரித்துக் காட்டிய அந்த மஞ்சள் நோட்டை ஆர்வமுடன் பார்த்தாள். மகனுக்கு பால், சர்க்கரை, கணவனுக்கு மருந்து, ஒரு நேரமாவது கிடைக்கும் உணவு.

'போ பொய் வரச்செல்லு...' அவள் தன் மகனை கிரிசாவிடம் கொடுத்துவிட்டு முண்டு வைத்து மறைத்திருந்த மறைவில் சென்றாள். அவள் போவதை அவள் கணவன் பார்த்துக்கொண்டே படுத்துக் கிடந்தான். கிரிசாவின் கையில் போன குழந்தை ஏமாற்றமாக அழ அதன் தோளைத்தட்டிக் கொடுத்து விட்டு ரமணி வெளியேறினாள்... அவள் மனதின் கனத்தைத் தாங்க இயலாமல் நடந்தாள். அவள் வெளியே இறங்கி நடக்கும் அந்தக் கணத்தில் அவளை உரசியதுபோல் சென்றது காவல்வாகனம். திக்கென்றிருக்க அருகே தெரிந்த ஒரு வீட்டின் சுவரருகே மறைந்தாள்... காவல் வாகனம் நேராக மகாராணியின் வீட்டின் முன் போய் நிற்க இடிவிழுந்ததுபோல் நின்றாள் ரமணி. மகாராணியின் வீட்டிற்குள் நுழைந்த இரண்டு பெண் காவலர்கள் உள்ளிருந்து மகாராணியை அலங்கோலமாக இழுத்துக்கொண்டு வர... அவள் பின்னால் அழும் குழந்தையை தோளில் போட்டபடியே கிரிசா 'சாறே... சாறே' என்று அழைத்துக்கொண்டு ஓடினாள். ரமணி தனது தலையை சுவற்றில் மோதிக்கொண்டே தனியே அழுதாள்.

7

பேருந்து நிலையத்தில் மார்த்தாண்டம் எல்.எஸ்.எஸ் பேருந்து நிற்குமிடத்தில் நின்றாள் ரமணி. மனதில் மகாராணி வந்து நின்று மறிந்தாள். அவள் கண்ணின் தவிப்பும், கணவனின் பரிதவிப்பும், குழந்தையின் ஏக்கமும் அவளை வாரிச்சுருட்டி திக்குமுக்காட வைத்துக்கொண்டிருந்தது. கையில் வேறு பிரயாணச்செலவுக்குள்ள காசில்லை... எப்படி வீட்டுக்குப் போவது என்ற கலக்கம். இரவு முழுவதும் பேருந்து நிலையத்தில் தங்கிவிடலாமா என்ற சிந்தனையும் வந்தது... இரவு போலீசு வந்து பிடித்தால் என்ன செய்ய?

பலவித குழப்பங்களுடன் நின்றவளின் பார்வையில் ஒளிபோல் தெரிந்தான் ஓய்வகத்தில் இருந்த பிச்சைக்காரன். அவன் விரித்துப் போட்டிருந்த அழுக்குத்துணியில் சில்லறைக் காசுகள் மினுமினுவென மின்ன இவள் கண்கள் அந்த காசுகளை ஏக்கமாகப் பார்த்தன.

'அதுல பதினைந்து ருவா உண்டென்றால் எனக்குப் போதும். அதிலிருந்து பதினைந்து ரூபாயை எடுத்துவிட்டு ஓடி விட்டால் என்ன?' மனம் குரங்கைப்போல் மறிய... அந்தக் காசுகளைப் பார்த்து நின்றவளை அதிலிருந்த பிச்சைக்காரன் வாயில் வெள்ளம் வழிய பார்த்தான் அவன் கண்கள் தன் மேல் ஊடுருவுவதை உணர்ந்த ரமணி கூசிப்போனாள்.

'இந்தப் பார்வை பாக்கியான். அவனுக்க பார்வையிலகூட எனக்க சதை தின்னுற கெதிப்பு தெரிந்தே... இருக்குமோ அப்படி ஒரு எண்ணம் இவனுக்கும் இருக்குமோ... ஏன் இருக்காது? அழுக்குப்

பிடிச்சவனா இருந்தாலும் அவனுக்கு இருப்பதும் சதைதானே? அதில் மோகமும், காமமும் இல்லாமல் இருக்குமா? உயிரும் சதையும் கொண்ட அத்தனைக்கும் காமம் பொதுதானே...' அவனை பார்த்தாள். அவனின் உடம்பு முழுவதும் கட்டிக்கறுப்பாக அழுக்கு தடித்து தெரிந்தது. கழுத்தின் கீழ்வரை நெருக்கமில்லாத தலைமுடி ஆடிக்கொண்டு கிடந்தது... அவன் மூக்கு பாலம்போல் எழும்பி நின்றது.

அவனை அவள் பார்க்க அவன் சடக்கென தன் காலை உயர்த்தி கண் அடித்தான்... முகம் முழுவதும் ஒருவிதக் கெஞ்சலுடன் அவளைப் பார்த்தான். அவளோ பீதிகொண்டு நின்றாள்... அவனோ தனது விரிப்புத் துணியிலிருந்து நூறு ரூபாய் தாளை எடுத்து அவளிடம் நீட்டினான்... அவள் அசைவற்று இன்னும் அவனைப் பார்த்துக் கொண்டு நின்றாள். அவனோ இன்னும் தரலாம் என்பதுபோல் தனது விரிப்புத்துணியின் அடியிலிருந்து உருவினான் ஐந்நூறு ரூபாய் நோட்டை... அக்கம் பக்கம் பார்த்துவிட்டு அவளிடம் அந்த ரூபாய் நோட்டை அவன் நீட்ட ரமணி அந்த மஞ்சள் நோட்டை அதிக ஆர்வமாகப் பார்த்தாள்.

'இந்த மாத ரேசன்... சில நாட்களுக்கான காய்கறி, துணி அலவ சோப்புக்கு என இரண்டு நாள் ஓடுவதற்கு இந்த ரூபாய் தேவை... கண்ணை மூடியிட்டு வாண்ணு விளிக்கட்டா... என்ன பெரிய அழுக்கு, ஒருக்கா குளுச்சா எல்லாம் போவும்.' நினைத்துக்கொண்டு அவனுக்கு சம்மத சாடைக் காட்டிக்கொண்டு பையில் போட்டிருந்த பூவை எடுத்து தலையில் சொருகிக்கொண்டு அவள் நடந்தாள்.

அவனோ தன் முன் விரித்திருந்த அழுக்குத்துணியை அதில் விழுந்த சில்லறைகளோடு தலையாட்டிக்கொண்டே சந்தோசத்தில் சுருட்டி எடுத்துவிட்டு அவள் பின்னே நடந்தான்.

ஆள் அரவமற்ற சாக்கடையினருகே, அழுக்குகள் கொண்டு கொட்டும் குவியலுக்கிடையில, அடர்ந்த புல் படப்புகளுக்கிடையில் நின்றாள் ரமணி. அவ்விடத்தில் தேங்கிய அழுக்கு வெள்ளத்தில் பன்றிகள் கிடந்து உருண்டு அழுக்கு நாற்றத்தைக் கிளறிக்கொடுத்துக்கொண்டிருந்த போதும் அந்த நாற்றம் அவளைத் தொடவில்லை என்பதுபோல் மூக்கைப் பொத்தாமல் நின்றாள் ரமணி. பலரின் மனச்சாக்கடையைப் பார்த்தவளுக்கு இது பெரிய நாற்றம்போல் தோன்றவில்லை என்பதுபோல் நின்றாள். போருக்கு நிற்பதுபோல் நின்றாள். கசப்பான வெள்ளத்தை கலக்கிக் குடிக்க வேண்டும் என்ற சூழலில் நின்றாள். நெருங்கி வரப்போகும் அவன் மிகத்துன்பம் என்பது தெரிந்தும் மனதை வைரம்போல் ஆக்கிக்கொண்டு நின்றாள்.

சிரித்துச் சிரித்து வந்துகொண்டிருந்த தர்மகாரனின் முகத்தைப் பார்க்க சகிக்கவில்லை. அத்தனைக்கு அவனிடம் அழுக்கு இருந்தது. சிரித்து வந்த அவன் பற்களில் ஒட்டியிருந்த அழுக்கின் வாடை தூரமாக வரும்போதே ஓங்காளத்தைக் கொடுத்தது. அவன் முகத்து முடியில்கூட அழுக்கு ஆடியது. காமம் தலைக்கேறி கண்கள் சிவக்க நின்றவனைப் பார்த்து குலுங்கினாள் ரமணி. எப்படி தான் தான்னை போர்க்கோழி போல நிறுத்தியும் அவன் அருகில் வரவே அவள் தளர்ந்துப் போனாள்... அவன் கையில் இருந்த மஞ்சள் ரூபாய் நோட்டு அவளுக்கு தன்னம்பிக்கையைக் கொடுக்க அந்த ரூபாயை படக்கென அவனிடமிருந்து வாங்கிப் பறித்தாள் ரமணி.

அவனோ நெளிந்து நெளிந்து அவளருகில் சென்றான். உனக்கும் பசி இருந்திருக்கிறதே என அவனை விழி விரித்துப் பார்த்தாள்.

'ஆமா ஒனக்கு தேகப்பசி. எனக்கு வாழ்க்கைப்பசி. எதோ ஒரு பசிதானே மனுசசென்மத்தை இழுத்துட்டுப் போகுது. காமம் மனுசனுக்கு முக்கியத் தேவையிண்ணு ஆனப்பிறகு அதை பின்ன ஏன் பாவமாக்கியிட்டுனம்? அலந்து அலந்து வாற இல்லா அதை வெளிச்சமாக்கு... எனக்கும் தேவையிண்ணு வெட்டத்துல வா. நான் பரிசுத்தமுண்ணு எதுக்கு ஆளாளுக்கு ஒரு நடிப்பு? இன்னா தர்மக்காரனுக்கும் அது தேவைப்படுது இல்லியா?' அவள் அப்படி நினைக்கவே அவன் அவளருகே சென்று கட்டியணைத்தான். சாக்கடையைவிட நாறிப்போனவனின் நாற்றம் சட்டென அவள் உயிருக்குள் போக கொண்டையில் சொருகிய முல்லைப்பூவை உருவி மூக்கில் சொருகினாள். அதையும் தாண்டி அவனது நாற்றம் அவளை கலங்கடித்துக்கொண்டே இருந்தது... 'பாவி பய குளுச்சி நனச்சி எத்தனை வருசமாச்சோ...' உள் உயிர்வரை அலற அருவெருப்பாக தன்னோடு ஒட்டியவனை போ அங்கே என தள்ளிவிடவும் முடியாமல் அவள் கசிந்துகொண்டாள். அன்பும் உரிமையும் உள்ள ஆணிடம் அனுமதி கேட்கலாம்... மறுக்கலாம்... ஆனால் வேலையாள்போல் நிற்கும் விபச்சாரிக்கு மறுப்புக்கு ஏது உரிமை? அவன் கொடுத்த காசிற்கான வேலையல்லவா இது. அதில் அழகானவனா? பைத்தியமா? பிச்சைக்காரனா என எதுவும் பார்க்க முடியாது. இங்கு மனம் பேசுவதற்கான உரிமையில்லை.

கண்களை மூடினாள். அதிலிருந்து வழிந்த கண்ணீர் அவனின் அழுக்கு உடலில் சென்றிறங்கியது. அவனது மோக முகத்தின் வேகத்தைப் பார்க்கும்போது கலங்கிச் சிதறினாள். அவனது வாய் வெள்ளம் ஒழுகி தனது முகத்தில் பாயும்போது அலறினாள். அவனது வேர்வை வழிந்து வாயுக்குள் இறங்கும்போது கதறினாள். அப்போது அவள்

மனதிலிருந்து ஒழுகிய ரத்த துளிகளை அறியாத உலகத்தை நினைத்து சிதறிப்போனவள் பிச்சைக்காரனுக்கு தன்னை பிச்சையாக்கிக் கொண்டிருந்தாள்.

நேரம் அதிகமாக இருட்டிப்போக மார்த்தாண்டம் பேருந்தில் சன்னலோர இருக்கையில் அமர்ந்திருந்தாள் ரமணி. துப்பித் துப்பி அவள் வாய் வெள்ளம் வறண்டு போயிருந்தது... பிச்சைக்காரனின் முடைநாற்றம் அவளைவிட்டு அகலவே இல்லை. வாந்தி வர தலைக்கனத்துப் போனவள் சன்னல் வழியாக துப்ப அவள் துப்பலின் சாரல் பின்னிருக்கையில் இருந்தவளின் முகத்தில் தெறிக்க அவள் முகம் சுழித்து திட்டினாள்.

'யம்மா ஒனக்கு துப்பணமுண்ணா வெளியில போய் துப்பு. ஒன் பின்னால ஆளு இருக்குறது ஒனக்குத் தெரியுதில்லியா? நீ துப்புறது எனக்க முகத்திலோட்டு இல்லா வந்து தெறிக்குது...' முகத்தைக் கடுப்பாக்கிக் கூறியவளை பாவம்போல் பார்த்தாள் ரமணி.

'நான் தின்னுற பிணத்துக்க நாத்தம் ஒனக்கெங்கத் தெரியும்.' நினைத்துக் கொண்டே இருக்கையில் சாய்ந்தவளின் காலுக்கடியில் மிதிப்பட்ட நாளிதழை எடுத்து தன் உதட்டில் ஒட்டிய துப்பலைத் துடைத்தாள். அந்த நாளிதழில் வெளிவந்த செய்தியை உற்றுப் பார்த்தாள்... 'பிறந்த குழந்தை ஒன்றை பையில் அடைத்து அதன் தொப்புள் கொடி கூட அறுக்காமல் எதோ வீட்டு வாசலில் தொங்க இட்டுருந்ததாக கண்ட செய்தியால் அவள் மனம் மேலும் துவண்டது...'

'எவனோ ஏமாத்திப் பெறந்த கள்ளப்பிள்ள... எனக்க மொவளப் போல அதுவும் காட்டுக்குட்டி. அதுக்குண்ணு ஒரு அப்பனக் கொடுக்க வக்கத்த எவளோ ஒருத்தி இந்த ஒலகத்தக் கண்டு தனக்க பிள்ளையை தூரமா எறிந்துட்டு மறைந்து போனா... அவா மாட்டுனா அவா சாகுற வரைக்கும் என்னைப்போல விரட்டப்படுவாண்ணு குழந்தையை எறிஞ்சிட்டா... அவளை இந்த நிலைக்கு ஆளாக்குன அவன் எங்கே? அவன் எனக்க மொவுளுக்க அப்பனைப்போல ஒளிச்சிப் போயிருப்பான். இப்பவும் இந்த நிமுசமும் இந்த ஒலகத்தைக்கண்டு பயந்து தனக்கான வாழ்க்கை வஞ்சிக்கப்படு மென்று பயந்தும் எத்தனையோ பெண்கள் காட்டுக்குட்டிகளை கலைத்து ரத்தமாக பூமிக்குள் ஊற்றிவிடுகிறார்கள்...' சிலிர்த்துக் கொண்டு நிமிர்ந்தாள் ரமணி.

நானும் எனக்க மகா உருவாகி வந்த நேரம் யாருக்கும் தெரியாம அளிச்சிக் கலச்சி ரத்தமா விட்டுருந்தா எனக்க மானமும் காப்பாத்தப் பட்டுருக்கும். ஆறு மாசம் வரைக்கும் எனக்க வயித்துல வந்தது

குழந்தையா வயிறு வீக்கமாண்ணு தெரியாத நான் அப்ப என்ன தான் செய்திருக்க முடியும்?' நிராசையுடன் பெருமூச்சுவிட்டவள் மீண்டும் இருக்கையில் சாய்ந்தாள். பேருந்து புறப்பட்டுப் போகத் துவங்க தலைகனத்துப் போன ரமணி வாந்திப்பண்ண துவங்கினாள். அவள் தலையை வெளியே விட்டு எக்கி எக்கி கக்க வயிற்றில் ஆகாரம் இல்லாமல் போக வெறும் காற்றும்... வெள்ளமும் மட்டும் நூலாக வாயிலிருந்து வர அவள் குடல் மறிந்து கலங்கிக் கசங்கிப் பினைந்தது... தலைதொங்க வாந்தி பண்ணியவளை திட்டிவிட்டு பின்னிருக்கையில் இருந்தவள் எழுந்து வேறு இருக்கைக்கு சென்றாள்.

பேருந்து எகதேசம் சுங்கான்கடையருகே வர பேருந்தில் பிரயாணத் துண்டு கொடுக்கிறவர் வந்தார்.

'டிக்கெட்...' அவரின் சத்தம் கேட்டு கசங்கிக் கிடந்தவள் கண்விழித்து தனது பைக்குள் கைவிட்டு அவன் கொடுத்த ஐந்நூறு ரூபாயை எடுக்க துரிதப்பட்டாள். அவள் பைக்குள் இட்ட அவளது கைவிரல்கள் பையின் வழியே உள்பக்கமாக வெளியே கம்புபோல் தெரிய பொடிப் பொடியாக அதிர்ந்தாள் ரமணி.

'அய்யோ எனக்க பைய்சா எங்க? நாத்தம் பிடிச்ச அவனைக் கெட்டிப்பிடிச்சி அவனுக்க வேர்ப்ப குடிச்சி வேண்டுன எனக்க பைய்சா எங்க? இது அநியாயம் இல்லியோ... எனக்க சஞ்சி பொத்து இல்லியோ கிடந்துருக்கு... அப்படியிண்ணா இது வழியா அந்த பைசா களைந்தோ... அது தொலைந்தோ...' விங்கிப் போய் நடத்துநரைப் பார்த்தாள்.

'என்னம்மா எங்கப் போணும்?'

'பைய்சாயக் கா..ணேல...' திணறிக்கொண்டு கூறியவள் மீண்டும் தன் பையைப் போட்டு பறண்டி பறண்டி உதறினாள்.

'ஒனட்ட தான் கேக்குறேன். எங்கப் போணும்? பைய்சாய எடு?' நடத்துநரின் சத்தம் கூடிப்போக அவள் வெந்ததுபோல் சுற்றும் முற்றும் பார்த்தாள். பேருந்தில் பலரும் அவளை பரிகாசமாகப் பார்த்தனர்.

'சாறே... எனக்க பைய்சா களஞ்சிப் போயிருக்கு...'

'களஞ்சிப் போனா நான் என்ன செய்யக்கு? நானே கணக்குத் தப்பியும்... சில்லறைக் கொடுத்தும் கையிலயிருந்து காசு வச்சி சோலி பாத்துட்டுருக்கேன். பைய்சா இருந்தா எடு... இல்லண்ணா வண்டியிலண்டு இறங்கும்மா...'

அவன் அதட்ட அவள் சுற்றும் முற்றும் பார்த்தாள். எவரேனும் பதினைந்து ரூபாய் கொடுப்பார்களா எனப் பார்த்தாளோ என்னவோ... ஆனால் அவள்மீது எவரும் இரங்கவில்லை.

‘கள்ளி கள்ளம் சொல்லியா சாறே... இவா மத்தக்கேசு. எவனங்கிலும் ஓசுல சக்கறம் கொடுப்பானாண்ணு நடிச்சியா சாறே... இவளை வண்டியிலண்டு எறக்கி விடுங்கா...’

இவள் பின்னிருந்து இறங்கிப் போனவள் கூற அவளைப் பார்த்தாள் ரமணி.

‘என்னுடைய சீவிதம் மொத்தம் நசுற்றப்பட்டு போனப்ப கூட, எனக்க வாழ்க்கை இல்லாமல் முடிந்துப் போறப்ப கூட யார்க்கிட்டேயும் முறையிடாத நான் ஆக பதினைந்து ரூபாயிக்கி கள்ளம் செல்லுவேனா? நான் வேசதான்... ஆனா யார்க்கிட்டேயிருந்தும் ஓசுல பைய்சா வேண்ட மாட்டேன்... ஈடா எனக்க தேகத்தையாவது கொடுக்கிற ரோசக்காரியாக்கும் நான். நாற்றம் பிடித்தவனுக்க வேர்ப்பத் தின்னு வேண்டுன பைய்சா என்னை ஏமாத்தியிட்டு போன வலியால எனக்க மனசு சுருளூறது யாருக்குத் தெரியும்?’அவள் அப்படியே இருக்கையில் இருந்து நெளிய.

‘டிரைவர் வண்டிய நிறுத்துங்க...’ என்று விசில் ஊத வண்டி நின்றது.

‘இறங்கிப் போவியா அப்பறம்...’ நடத்துநர் கத்த அவள் அந்த இரவில் பேருந்திலிருந்து இறக்கி விடப்பட்டாள். அதற்குள் இருந்த பலரும் தலையை நீட்டி அவளைப் பார்த்தார்களே தவிர பதினைந்து ரூபாய் தானம் செய்ய முன் வரவில்லை.

அவளை இறக்கி விட்டுப்போன பேருந்தின் புகை இவளை அப்ப... இவள் மனம் உடைந்து சிதற அந்த சாலையில் நின்று ஒப்பாரு வைத்தாள்... அவள் ஒப்பாருக்கு ஆறுதல்போல் காற்று அவளை அணைத்துக்கொண்டது. அவனின் நாற்றம் இன்னும் அவளை இம்சைப்படுத்த அவள் துப்பிக்கொண்டே நடந்தாள்... இந்த சமூகத்தை நினைத்து துப்பினாளோ... என்னதோ?

8

மாலை வேளை சில்வர் பாத்திரக்கடையில் மாதம் ஆயிரத்தி ஐந்நூறு ரூபாய் சம்பளத்திற்கு நின்றிருந்த குட்டிமணி அந்த கடையில் அடுக்கி வைக்கப்பட்டிருந்த பாத்திரங்களில் தனது முகத்தைப் பார்த்து புன்னகைத்துக்கொண்டாள்.

'காட்டுக்குட்டி தெரியதைப் பாக்கேலியா... இவளை யாருக்குத்தான் பிடிக்கும். அம்மையிக்கிப் பிடிக்கும்... சாவுறது வரைக்கும் பவளத்துக்கு பிடிக்கும், அப்புக்குப் பிடிக்கும்... பின்ன வேற யாருக்குப் பிடிக்கும்? ஓ... அவனுக்கு என்னைப் பிடிக்குமா? அதான் அந்த பாலுராசிக்குப் பிடிக்குமா? இந்த இடத்துல எல்லாரும் என்னை காட்டுக்குட்டியிண்ணு விளிக்கும்போது அவன் மட்டும் குட்டிமணியிண்ணு விளிப்பான். என்னைக் காணும் போதெல்லாம் சிரிப்பான். அவனுக்கு என்னைப் பிடித்துப்போய் இந்த ஊரில் பலரின் முன் நின்றுகொண்டு குட்டிமணியை எனக்குப் பிடிக்கும். நான் இவளைக் கல்யாணம் பண்ணப்போறேண்ணு சென்னா எப்படி இருக்கும்? எல்லா ஆட்களும் கதிகலங்கிப் போயிரமாட்டுனம். அவனுக்க அம்ம அதுக்கப்பிறகு அவா முகத்தை எங்ககொண்டு வைப்பா? அப்படி மட்டும் பாலுராசியிக்க வாயிலண்டு ஒரு வார்த்தை வருமா? வந்தா அதுக்கப்பிறகு எனக்க அம்மைய எனக்கு வேசயாப் பாக்காண்டாம் இல்லியா...' நீள மூச்சை இழுத்துவிட்டாள்.

வாழ்க்கையில் பல நேரங்களில் நடக்க இயலாத பலவற்றையும் கனவிலும், நினைவிலும்தான் கொண்டாட வேண்டியிருக்கிறது என்று பெருமூச்சை வெளியிட்டவள் அருகே இருந்த வானொலிப்

பெட்டியை திருக்கினாள். குமரி எஃப்.எம்.மில் விருந்தினர் நேரம் நிகழ்ச்சி அதில் நடைபெற்றுக்கொண்டிருந்தது. அந்த நிகழ்ச்சியை கீழப்பாவூர் சண்முகய்யா வழி நடத்திக்கொண்டிருந்தார். அவரது தேன் போன்ற குரலில் மனம் ஒன்ற நின்றாள் குட்டிமணி. தெளிவான... நேர்த்தியான... அழகான தமிழை சந்தமுடன் வெளிப் படுத்தும் அவரின் தெரியாத முகத்தை மனதுக்குள் தேடிப்பார்த்தாள்.

'இந்த ஆளோட குரல் எவ்வளவோ அழகாயிருக்கு. இவங்க எல்லாம் நிறைய படித்தவங்களா இருப்பாங்க... நானும் படித்திருந்தா இது போல பல இடங்களுல பயன்பட்டு போயிருக்கலாமோ... நான் ஏன் படிக்கல... எனக்கு படிப்பு எதனால வெறும் ஏழாம் கிளாசோட நின்னுப்போச்சி... என்னை பலரும் காட்டுக்குட்டி என்று விளிப்பதனால் தானே..ஆமா. நான் காட்டுக்குட்டி.'

'இந்த குட்டிமணியின் நான்கைந்து வயதுவரை காட்டுக்குட்டி என்று அழைக்கப்பட்டாலும் அதன் அர்த்தம் புரியாம போனதுனால காட்டுக்குட்டியிண்ணு யாரு விளிச்சாலும் ஓ... ண்ணு பதில் கொடுப்பேன். பவளம் அப்பவே விலக்குவா... காட்டுக் குட்டியிண்ணு யாரு விளிச்சாலும் பதில் கொடுக்கக்கூடாதுண்ணு. எனக்கு அப்பிடி என்னதான் அந்த வயசுல தெரியும்... எங்கூட உள்ள பலருக்கும் அவரவர் பெயர் தாண்டியும் ஒரு வட்டப்பெயரான பட்டப்பெயர் உண்டு. சப்ப, சூக்க, பிளாக்கு, குத்தால, கொப்புளன், வச்சூத்தி, சூலி, உறியன், அண்டிக்கண்ணன் அது இதுண்ணு கூட உள்ள ஒவ்வொருவருக்கும் இன்னொரு பெயரு இருக்கியதுபோல நானும் காட்டுக்குட்டியை எனக்கான இன்னொரு பெயராக நினைத்துக் கொண்டேன். ஆனா காலம் எனக்கு அந்தப் பெயருக்கான விளக்கத்தை தந்து... அதை எனக்கு சரியா விளக்குனது லாரன்சு.

●

லாரன்சுண்ணு உள்ள அவன் எனக்க ஒத்தக்கூட்டுக்காரன். எனக்கு புத்தகம் கொண்டுப் போக்கு சஞ்சிகூட இல்லாத அந்தப் பிராயத்துல அவனுக்கு ஒயர்கூடையுண்டு. எனக்க புத்தகங்களையும் அவன் அதில் வைத்துக்கொள்வான். இருவரும் சேர்ந்தே பள்ளிக்கூடம் போவோம். காரைக்காய், பேரக்காய், புளியங்கொட்டை, அயனிக்கொட்டை, பிலாக்கொட்டையிண்ணு பல தினுசுல தின்னுறதுக்குக் கொண்டு வந்து தருவான். நானும் அவனுக்கு புளிச்சிக்காய், நெல்லிக்காய், லவ்லோலிக்கா, சப்போட்டா, விளாத்திக்காண்ணு கொண்டு கொடுப்பேன். எனக்கும் அவனுக்குமுள்ள கூட்டு அவனது சித்திக்காரிக்குப் பிடிக்கேல. அவா அந்தப் பள்ளியில கணக்குப் பாடம் எடுத்துட்டு இருந்தா. எனக்க கூட சேர்ந்துவந்த அவனை அவா

எனக்க கண்ணுகாண பறைந்ததும் இல்லாமல் அவன் வீட்டில் சென்று சொல்லிக் கொடுத்து அடி வாங்கிக் கொடுக்க அதுவரை என்னோடு பேசியவன் அதன் பின் பேசுவதே இல்லை. என்னைக் கண்டால் மறைந்து ஒளிந்து போவான். எனக்கோ அது பயங்கர சங்கடம் கொடுக்க அவனிடம் ஒருநாள் கேட்டே விட்டேன்.

'லாரன்சே நீ ஏம்ப்ல எனட்ட பேசேல... என்னைக் கண்டாலே ஒளிச்சிப் போற... எனக்கு நீ பேசாம போறது பெரிய சங்கடமா இருக்குல...'

'ஒனட்ட பேசுனா எனக்க சித்தி சீச்சறு அடிப்புனம். ஒனட்ட பேசுனா எனக்கு சீத்தப்பேரு கிட்டுமாம். ஏண்ணா நீ காட்டுக்குட்டியாம் இல்லியா? காட்டுக்குட்டியிண்ணா அப்பா யாருண்ணு தெரியாம, கல்யாணம் ஆகாம தப்பா பெறக்குறவளாம். அதுனால ஒனட்ட பேசுனா அது பாவமாம்... அப்படிண்ணு எங்க அம்மா, அப்பா, சித்தி சீச்சறு எல்லாரும் சொல்லியிருக்கு... நீ சீ குட்டி... காட்டுக்குட்டி அதுனால ஒனட்ட பேசமாட்டேன்...'

அது வரைக்கும் காட்டுக்குட்டியிக்கி அர்த்தம் தெரியாத நான் அண்ணு தான் எனக்க அப்பாயை அம்மையிட்டப் போய் கேட்டேன்.

'கொப்பன் பேரு ராயன்... அவன் செத்துப்போயிட்டான் போருமா...' அம்ம சத்தம் போட்டு வெடிச்சிட்டு அழுதுட்டே சொன்னா... அதுக்கப்பிறகு லாரன்சு என்னைக் காணும்போதெல் லாம் மற்றப் பிள்ளைகள் கூப்பிடுவதைவிட அதிகமாக காட்டுக்குட்டியிண்ணு விளிப்பான். எனக்கு அது நல்ல தேச்சியமும் வருத்தமும் தந்துட்டே இருந்து... ஒரு நாளு உச்சையிக்கி சத்துணவு சோறு வேண்டி தின்னுட்டு கைகழுவ போம்ப அவன் என்னை பைப்பு மூட்டுல வச்சி காட்டுக்குட்டியிண்ணு விளிக்க, கூட நின்ன குட்டியளும், பயலுகளும் சிரிச்சாங்கா... எனக்கு வருத்தமும் வெப்புராளமும் பொங்கியிட்டு வட்டப்பாத்திரத்தைக் கழுவி கழுவி பைப்பு மூட்டுல நின்னவனை வெறிச்சி பாத்துட்டே கிட்டப் போனேன்... அவன் பாக்காத அந்த நேரத்துல அவன் குறுக்குல ஒத்த தல்லு தல்லியிட்டேன்... எனக்கு அவ்வளவுக்கு அந்தப் பயலுட்ட பாசம் உண்டு... அதே பாசத்தைப் புரியாம என்னை கைவிட்டுப் போய் காட்டுக்குட்டியிண்ணு விளிச்சியானேண்ணு உள்ள வேதனையில தான் தல்லுனேன்... பய அய்யோண்ணு விளிச்சிட்டு அவனுக்க சித்தியாருட்ட ஓடினான்... கூட உள்ள பிள்ளையா எல்லாம் என்னைப் பத்தி அதிகமா கோளும், குண்டணியும் சொல்லிக் கொடுக்க அய்யோ அந்த வாத்திச்சி என்னை அண்ணு கேட்ட வேளங்கள் எப்படி எனக்கு மறக்க ஒக்கும்?

‘குட்டே ஒனக்கு எவ்வளவுக்கு இருந்தா பயலப் பிடிச்சி அடிச்சிருப்ப? நீ ஒரு பெட்டக்குட்டியிண்ணு தெரியுமாட்டி? கொம்ம எதோ பத்தினிப் போல நினச்சி பயலப்பிடிச்சி அடிச்சிருக்கிய? போய் கொம்மையிட்டக் கேளூ என்னை எப்படி பெத்தேண்ணு போய் கேட்டுட்டு வா... மாப்பிளையிண்ணு இல்லாம, கல்யாணம் ஆவாம காமம் முத்தி ஒனக்க கொம்ம ஒன்னப்பெத்தா... அப்பிடிப்பட்ட நீ எங்க வீட்டு பயல அடிச்சியா? இண்ணு வா உன்னை அய்ச்சுமுட்ட கூட்டியிட்டு போய் என்னப்பண்ணுறேண்ணு பாரு..கொம்ம எட்டடி பாஞ்சா நீ பதினாறு பாய நிக்கிய இல்லியா?’ மனசத்து கத்துனவா அதுக்கப் பிறகு அய்ச்சம், ஆபிசு முறி அங்க இங்கண்ணு போட்டு அலச்சி, அம்மைய பள்ளிக்குக் கூப்பிட்டு படாத பாடுபடுத்தி, பின்னும் பின்னும் எனக்க பிறப்பை கழுதைப்போல் தொங்க இட அந்த நேரத்துல பள்ளியிலண்டு பரியெடு தாங்க ஒக்காம வெளியில சாடுனவா நான்... அந்தி வாக்குல அந்தப் பள்ளி வராண்டாயுல உள்ள சிவப்பு படியில இறங்க இறங்க அந்தப் பள்ளிவளாகமே எனக்கு ஒரு சுடுகாடா தெரிஞ்சி... ஒரே ஒருக்கா கடைசியா அந்தப்பள்ளியை திரும்பி பாத்தேன்... வாண்ணு கூப்பிட ஒரு நாதியும் இல்லை... அப்படியே வந்து வீட்டுக்கப் பிறம நின்ன கள்ளிச்செடியளுல எனக்க பள்ளி சஞ்சிய எறிஞ்சதோட எனக்கு படிப்பு முடிஞ்சி.

எப்ப ஒரு குழந்தையிக்க பின்புலத்தை, அதன் பெற்றோர்களின் இடறலை ஒரு பள்ளிக்கூடம் பார்க்கிறதோ, அப்போதே அந்த பள்ளிக்கூடத்தின் புனிதம் கெட்டேப்போச்சி. வலுவற்ற மாணவனை வாரிச் சேர்க்க எந்த ஆசிரியர்கள் தவறிப்போகிறார்களோ அவர்களே இந்த உலகின் முதல் குற்றவாளிகள். ஒரு மாணவனின் உளவியலைக் குத்திக் கிளறி அவனது நாளைய வாழ்வுக்கு இருள் கொடுக்க ஒரு பள்ளியறை காரணமாக இருந்தால் அது கல்விக்கூடம் என்பதைவிட மூடர்கூடம் எனலாம். இப்படிப்பட்டவர்களை கல்விச் சோலையி லிருந்து விலக்கி வைக்க வேண்டும். நீ மாடு மேயக்கப் போ... நீ அண்டியாபீசுக்குப் போ என பல மாணவர்களைச் சொல்லி ஒதுக்கிய எத்தனையோ ஆசிரியர்களால் மாணவர்கள் எதிர்காலத்தைத் தொலைத்திருக்கிறார்கள். ஒரு மனிதன் தன் பின்னாளை நினைக்கும் போது இந்த பள்ளியால் நான் கெட்டேன்... இந்த ஆசிரியரால் என் வாழ்வு பாழ்பட்டது என்று சொல்லக்கூடிய சூழல்வந்தால் அதைவிடக் கொடுமை வேறு ஒன்று இருக்க முடியாது. ஏற்றுக் கொள்ளப்படாத இடத்தில் வலுவோடு நிற்க பல மாணவர்களால் முடியாது. அதனாலே பல பிள்ளைகளுக்கு பள்ளிக்கூடம் சிறைக் கூடமாகிப் போகிறது... என்னை மட்டும் அன்று அந்தக் கணக்கு வாத்திச்சி ஏற்றிருந்தால், லாரன்சின் நட்பு கிடைத்திருந்தால்

குட்டிமணியும் படித்திருப்பாளோ... படித்து வேலைக்குச் சென்றிருப் பாளோ... போயிருப்பாள். அவளுக்கு வாத்திச்சியாக வேண்டும் என்ற ஆசைதானே உண்டு. அந்த ஆசையில் அவள் கள்ளிச் செடிகளுக்கு கூட பாடம் சொல்லிக் கொடுத்தது உண்டே...' தன் கல்வி பறிபோனதை நினைத்து நின்றவளைக் கலைத்தது இருசக்கர வாகனம். நிமிர்ந்தாள். அங்கே பாலுராசி தெரிந்தான்.

அவனைக்கண்டதும் அவள் மன உணர்வுகள் பொங்கியது. பாலுராசி மீது கொள்ளைப்பிரியம் குட்டிமணிக்கு. இவர்கள் வீட்டின் மேல்பகுதியில் இவன் வீடு இருக்கிறது. தாயுக்கு இவனும் ஒரே பிள்ளை. சொந்தமாக தவணை முறையில் வீட்டுக்குரிய சாமான்களை கொடுக்கும் கடை வைத்திருக்கிறான். நல்ல சுறுசுறுப்புடன் உழைக்கக் கூடியவன். இவனது சம்பாத்தியம் குடும்பத்தை வளர்த்திக் கொண்டு வர இப்போது பெரிய வீடு ஒன்று கட்டிக்கொண்டிருக் கிறான். அந்த வீடு கட்டி முடிந்ததும் இவனுக்குத் திருமணம் முடிக்க அவன் அம்மா நீத்தா முனைப்போடு இருக்கிறாள். பாலுராசி குட்டிமணியிடம் பேசுவதோ... பழகுவதோ அவளுக்குப் பிடிக்கவே பிடிக்காது. இதற்காகவே பல தடவைகள் சண்டையும் வந்ததுண்டு.

'குட்டிமணியே...' அவன் அழைத்துக்கொண்டுவந்தான். கையில் இரண்டு பிளாசுட்டிக் நாற்காலிகள் எடுத்து வந்தான்.

'ஒனக்க ஓணர் ரெண்டு செயறு கேட்டாரு போட்டுட்டுப் போறேன்... வாரா வாரம் குறையாம அம்பது ருவா வைத்தாவது கட்டச் சொல்லணம் இன்னா...'

கூறிக்கொண்டே நாற்காலியை கடைக்குள் கொண்டுவந்தான். அவன் கடைக்குள் ஏறியபோது அவனிடம் இருந்து எடுத்த வியர்வையோடு கலந்த மணம் அவளை என்னமோ செய்ய அவள் அவனை மனதார முகர்ந்தாள்.

'ஓணர் சம்பளம் எல்லாம் நல்லா தாறனா? சரியான பிசுக்கனாக்கும் அவன்...' பாலுராசி சிரித்துக்கொண்டே கேட்க அவள் மனதில் கடையின் முதலாளியின் முகம் பேய்போல் வந்து நின்றது.

'எனக்க கடையில ஒன்னைக் கொண்டு விடுறதுக்கு நல்ல ஆசைதான் குட்டிமணி. ஆனா எனக்க அம்மாக்காரி அறிந்தா கடையில வந்து ஒனட்ட சண்டைப்போட்டு பரியெடுத்துருவா... அதான் இப்ப எனக்க மாமனுக்க பெண்ணு கீதாளை கொண்டு விட்டுருக்கேன்...' அவன் கூற அவனை பாசமுடன் பார்த்தாள் குட்டிமணி.

'எல்லாரும் ஒன்னை பறையட்டும் பிள்ளா... ஒனக்கும் ஒரு நல்ல காலம் வராமலா போகும். அப்ப ஒன்னைச் சிரிச்சவங்கா எல்லாரும்

குசும்பு படுற அளவுக்கு நீ நல்ல நிலைமையில வந்துருவ... நீ அப்படி வரம்ப எனக்க கடையில வந்து கட்டிலு, மெத்தை, தொட்டிலு அது இதுண்ணு எல்லாமும் வாங்க வரணம் இன்னா...' அவன் கூறிக் கொண்டே சிரிக்க அந்த சிரிப்பில் அவளும் கலந்துகொண்டதுபோல் பொய்யாகச் சிரித்தாள். அந்தக் கடையில் என்னோடு நீயும் உரிமைக் காரியாக நிற்க வேண்டும் என்று சொல்லவில்லையே என்ற வேதனையில் சிரித்தவளின் வலியை அவன் கண்டுகொள்ளவே இல்லை.

'சரி நான் போட்டா... சாய எதவாது குடிச்சியா... இல்லண்ணா வாங்கித் தரட்டா...'

அவன் கேட்க அவள் வேண்டாம் என்று தலையசைத்தாள். அவன் கடையிலிருந்து இறங்கிப்போவதை அங்கு அடுக்கி வைத்த சில்வர் பாத்திரங்களில் தெரிய கண்ணில் முட்டிய நீரை சுண்டுவிரலால் தட்டினாள். சிதறிய கண்ணீர்த்துளிகள் சில்வர் பாத்திரங்களில் சென்று ஒட்டியது.

'அனுதாபம் வேறு... காதல் வேறு. இரங்குவது வேறு... அன்பு வேறு... பாலுராசியிக்க எனட்ட இருக்கியது வெறும் அனுதாபம். வெறும் இரக்கம்... அது எனக்கு ஒதவாதே...' அவள் நினைத்த அந்த தருணத்தில் வெளியே குடு குடுவென மோட்டார் வாகனத்தின் சத்தம் கேட்க பகீரென்று நிமிர்ந்தாள். கடையின் முதலாளி அங்கு வந்தான். அவன் நிறுத்தி வைத்த புல்லட்டின் கண்ணாடியைச் சரித்து அதில் தன் முகத்தைப் பார்த்து சரிந்த தலை முடியைத் திருத்தினான்.

'மொத்தத்தில் மூணு முடி காணும்... அதைப்போட்டு இப்படி தடவுறானே.' தனக்குள் நமுட்டுச்சிரிப்பை உதிர்த்தாலும் அவனைக் கண்டதும் அவளுக்குள் பீதி வரவே செய்தது. அவனது போக்கும், பேச்சும் அவளுக்கு அருவெருப்பையேக் கொடுத்தது. தாய் வழி தவறினால் பிள்ளையும் வழி இடற வைக்க வேண்டுமென்று முனைபவர்களில் இவனும் ஒருவன்.

அவன் கடைக்குள் ஏறியதும் அவன் உடம்பில் வாரி கோரி ஊத்திய வாசனைத்திரவியத்தின் அடர்த்தியான வாசனை பிணத்தின்மேல் ஊற்றும் வாசனைத் திரவியம்போல் இவளுக்கு அருவெருப்பைக் கொடுத்தது.

'என்னா ரேடியாவை சத்தமா வச்சிருக்கிய?' கேட்டுக்கொண்டே வானொலியின் ஒலி அளவைக்குறைத்தான். அப்போது அதில் ஈரமான ரோசாவே என்ற பாட்டு ஒலித்துக்கொண்டிருந்தது. அந்தப் பாட்டு அப்புக்கு பிடித்தமான பாட்டு என்று அவள் நினைத்துக்கொண்டு

நிற்க... அவளை தலைமுதல் பாதம்வரை அவன் பார்த்தான்... திடுக்கிட்டவளாய் அவன் முகத்தை அவள் பார்க்க அவன் கண்ணடித்துச் சிரித்தான்.

'கிழட்டுப்பய... கண்ணா அடிச்சிக்காட்டுற.'

'ஒனட்ட பல தடவை சொன்னப்பிறகும் ஒனக்கு ஏன் புத்தி வரேல. நீ எதோ நல்ல குடும்பத்தல பிறந்து வளந்து ரோசமா வாழியது போல சீனு காட்டிய? ஒனக்க கொம்மையிட்டகூட நான் பல தடவை வந்துருக்கேன். நான் கொடுத்த பணத்துல நீயும் தின்னுருப்ப. எப்படி தான் நீ ஒன்ன ஒழுக்கமா காட்டியிட்டாலும் கொம்மையப் போலத்தான் ஒனக்கும் சீவிதம் அமையும். வருங்காலம் ஒரு பழக்கத்துக்கு இருக்கட்டு எனக்க கூட அனுசருணையா இருண்ணா நீ ஏன் கேக்க மாட்டுற...' அவன் கண்கள் சிவந்தேற அதில் காமம் மிதப்பதை பீதியுடன் பார்த்தாள் அவள்.

'ஒன்னக் காணக்கா நான் வேலைக்கு எடுத்தேன். எனக்கு அனுசரிச்சிப் போகதான் இதுல வேலைக்கி விட்டுருக்கியேன். எனட்ட அனுசரிச்சிப் போனா ஒனக்கு நல்ல பணம் தல்லாம். அத வச்சி ஒனக்கும் நல்லா வாழூலாம்... காலம் வரம்ப நானே என் பணத்துல ஒன்னை நல்ல ஒரு இடத்துல கெட்டிக் கொடுக்கலாம். என்னாண்ணு சொல்லிய நீ?' கேட்டுக்கொண்டே அவள் தோளில் அவன் கைபோட்டான். வாழ்க்கை ஆசையைச் சொல்லி பல பெண்களை வழிமாற்றம் செய்யும் பல ஆண்களின் வரிசையில் அவனும் தெரிய, தன் தோள் மேல் கிடந்த அவன் கைகளைப் பார்த்தாள். காடுப் பிடித்ததுப்போல் கிடந்த கைமுடியில் நரையும் தெரிய அவன் கைகள்வரை காமத்தின் நோய் இருப்பது புரிய அந்தக் கைகள் மதம் பிடித்த யானையின் தும்பிக்கைப்போல் தெரிய கைகளைத் தட்டினாள்.

'நான் சின்னப் பெண்ணு எனக்கு வாழணம்... என் வயசுல ஓமக்கு ஒரு மொவா இருக்கியா... மொவளைப் போல என்னை பாக்கப்பிடாதா?' நாவு தழுக்க சொன்னவளை சீறினான் அவன்.

'எனக்க மொவளை இப்ப ஒனட்ட சொல்ல சொன்னது யாரு? கடிச்சாலும், துப்பினாலும், ஏண்ணு கேக்கக் கூட நாதியத்த நீ, எனட்ட என்னத்தச் செல்லிய?' என்றவன் மூர்க்கமாக அவளைக் கட்டியணைத்த அந்தக் கணத்தில் அவன் கடைக்குள் ஏறினாள் முதலாளியின் மனைவி. மனைவியின் அரவம் கேட்ட அவன் குட்டிமணியை தூரமாகத் தள்ளினான்.

'சீ இது என்ன பெண்ணு. லிற்றிலே இந்தப் பெண்ணு சரியில்ல... வயசு பாரபட்சம்கூட பாக்காம எனட்ட வந்து விழுது. இதை

இப்பவே வேலையிலண்டு விரட்டியிர வேண்டியதுதான்' சாதுர்யமாக சமாளித்து தன்னை காப்பாற்றிக்கொண்ட அவன், மனைவியின் பின்பக்கம் போய் நின்றான். அதிர்ச்சியில் உறைந்த குட்டிமணி அவளை பீதியுடன் பார்த்தாள்.

'நான் இல்... ல அப்பிடி... ஒங்க அவரு தான்...'

'என்னத்தட்டி இல்ல... எனக்க மாப்பிளையிட்ட போனியா நீ...' கேட்டவள் குட்டிமணியின் கன்னத்தில் பளாரென அறைந்தாள். அவள் அடியின் தாக்கத்தில் சுருண்டுப்போய் தரையில் விழுந்தாள் குட்டிமணி.

'அப்பவே பலரும் சொன்னாங்கா... காட்டுக்குட்டியை கடையில வச்சுருக்காதீங்க. தள்ளையிக்க அதே சாக்கடை ரெத்தம்தான் அதுக்கும் ஓடுமுண்ணு. அதைதான் இப்ப நீயும் காட்டியிருக்க... எனக்க மாப்பிளை நல்லவரு ஆனதுனால கொள்ளாம் இல்லண்ணா எங்குடும்பத்தையே நீ தீத்துருப்ப... போட்டி வெளியில இறங்கி...' அவள் மிக ஆக்கிரோசமாக குட்டிமணியிடம் சாடி மோதியவாறே, அவள் தலைமுடியை இழுத்து வெளியேகொண்டு போனாள்... கன்னங்கள் தீ போன்று காந்த... காதுவரைக்கும் அந்த அடியின் வலி தாக்கத்தைக் கொடுக்க... தரையில் இழுப்பட்டபடியே அவனைப் பார்த்தாள். எதுவுமே தெரியாததுபோல் சுவற்றைப் பார்த்துக்கொண்டு நின்ற அவன்மீது கொலை வெறி எழும்ப குட்டிமணி கத்தினாள்.

'யோ கிழட்டுப்பயலே ஒனக்க மனசாட்சியிட்டக் கேளு... யாரு ஒனட்ட வந்தாண்ணு'அவள் கத்தல் கேட்டு கிழவன் தடுமாறினான்.

'என்னட்டி வாய்க்கொழுப்பு காட்டுற...' கேட்ட லிற்றில் குட்டிமணியை இழுத்து கடையின் வெளியே தள்ளினாள். அந்த பிரதான சாலையில் சென்ற வாகனங்களிலிருந்து பலரும் எட்டி எட்டிப் பார்த்தனர். சுற்றியிருந்த கடைகளிலிருந்த ஆட்களும் வெளியே வந்தனர். குட்டிமணிக்கு விங் விங்கென்றிருந்து. நிரூபிக்க இயலாத குற்றம் தன்மேல் சுமத்தப்பட்டுவிட்ட அவமானம், அவளை இம்சைப்படுத்த கடைக்கு வெளியே நின்று அவனை முறைத்தாள். அவள் சிவந்த கண்களில் கண்ணீர் பெருகி மறிந்தது. லிற்றில் தன் காலில் கிடந்த காலணிகளை கழட்டி மீண்டும் அவளை அடிக்கச் சென்றாள். அவ்வளவுக்கு அவளுக்கு ஆத்திரம் பொங்கியது. தன் கணவனை வஞ்சித்து விடுவாளோ என்ற பதைப்பு இருந்தது.

குட்டிமணி அவளைப் பார்த்து புளித்த சிரி சிரித்தாள்..'நல்லா பொத்தி வை ஒனக்க பரிசுத்தக்காரனை... பெண்டாட்டியிட்ட நடிச்சிட்டு நிக்கிய நாதாரி. எதோ உத்தம புத்திரண்ணு நினைக்கிறியா?

இந்த ஒலகத்துல தனக்க கணவனை பாதுகாக்குறதலே பாதி பெட்டசியளுக்க சீவிதமும் முடிந்துப் போகுது. நல்லா அவனைப் பொத்தி வை. இண்ணு நான் இல்லாட்டா நாளை அவன் இன்னொருத்திய தேடுவான். முதல்ல அவனுக்க சாமனத்துக்கு சூடு போடு. பிறகு மத்தவங்களுக்கு தீர்ப்பெழுது...' முனகிக்கொண்டே திரும்பி நடந்தாள்.

'காமம் பிடிச்சிப் பெறந்தது இப்பிடித்தான் இருக்கும். போயிரு இதுலண்டு. இனி ஒன்ன இந்தத் திசைக்கு கண்டுரப்பிடாது...' விற்றில் கைகளை நீட்டி நீட்டித் திட்ட கடைக்குள் முகம் வியர்க்க நின்ற அவனை திரும்பிப் பார்த்தாள் குட்டிமணி.

'த்தூ.' காறி உமிழ்ந்தாள்.

'ஒலகத்துலே எனக்க அம்ம மட்டும்தான் காமம் பிடிச்சி என்னைப் பெத்ததுபோல எல்லாரும் பறையுனம். காமம் வராம பிள்ளை பெத்தவா எவா உண்டு?' மீண்டும் காறித்துப்பிக்கொண்டு நடந்தாள். அவள் அடித்த வலியை விட அவள் கூறிய வார்த்தைகள், சாதுரியமாக அவன் தன்னைக் காப்பாற்றிய விதம், தனக்கு போனமாதமே தர வேண்டிய சம்பளப் பணம் என பலவற்றின் வலிகளோடு நடந்தாள் குட்டிமணி.

ரோட்டோரம் நடந்து புளிச்சான்விளை வளைவுக்குப் பக்கத்தில் வந்த போது அங்கு வரிசையாகத் தெரிந்த ஆலமரங்கள் அவளை வா என அழைப்பதுபோல் இருந்தது. சாய வேண்டும் என்று தவித்த தன் மன உணர்வுகளை இறக்கி வைக்க ஆலமரத்தை நோக்கி நடந்தாள் குட்டிமணி. ஆலமர விழுதுகளை ஓடிச் சென்று பிடித்தாள். அதன் இதமான குளுமையை அடிபட்டு வீங்கிய கன்னத்தில் ஒத்தினாள். பவளத்தோடு சிறுவயதில் மீனும், கிழங்கும் வாங்கும் கல்லுவிளை சந்தைக்குப் போகும்போதும், வரும்போதும் தொட்டு விளையாடிய ஆலம் விழுதுகள் இன்று தொடுவாரற்று அனாதைபோல் தொங்கிக் கிடக்க அவற்றை உள்ளங்கையில் சேர்த்துப் பிடித்து முகத்தில் வைத்தாள். அதுவரை அடக்கி வைத்த அத்தனை வலிகளுக்கும் இதம்போல் அந்த விழுதுகளின் குளுமை அவளைத் தொட்டுக் கொள்ள ஆலமரத்தின் இலைகள் சலசலவென காற்றில் ஆடின.

௯

இருட்டி வருகின்ற பொழுதில் கோயில் வளாகத்தில் வந்தாள் குட்டிமணி. மாலை செபத்திற்காக அங்கு பலரும் தெரிந்தார்கள். அதில் ரோசம்மா கிழவியும் தெரிந்தாள்.

குட்டிமணி திறந்து கிடந்த கோயிலுக்குள் பார்த்து வறண்டுப்போய் தனக்குள் சிரித்தாள். அந்தக் கோயிலுக்குள் கடவுளை மனதாரத் தேடினாள். இதுதான் நான் என சதையுடன் தெரியும் ஒரு கடவுள் மட்டும் அங்கு தென்பட்டிருந்தால் அவள் இந்நேரம் அந்த கோயிலுக் குள் ஓடிச்சென்றிருப்பாள்.

'குட்டிமணியே வா' என அந்த கடவுள் அழைத்திருந்தால் தனது வலிகளுக்கு ஒத்தடம் கொடுக்க ஆதரவாக தன்னை இந்நேரம் அவள் அந்தக் கடவுளின் தோளில் சாய்த்திருப்பாள். எல்லோரும் வெறுக்கும் தன்னை அந்த கடவுளின் மார்பில் சாய்த்துக்கொண்டு ஓவென அழுதிருப்பாள். சற்றுமுன் கன்னத்தில் பட்ட அடியின் வலிகளில் முத்தம் கேட்டு அணைந்திருப்பாள். யாரையும் காணாமல் யாரோடு சென்று என் வலியை இறக்கி வைக்க என்று வேதனையுடன் கோயிலைப் பார்த்தாள்.

'ஒருக்கா ஒனக்க உருவத்தைக் காட்டியிருந்தாகூட இந்த குட்டிமணி ஓடி வந்து சாஞ்சிருவேனே. இந்த ஒலகத்துல எனக்குப் புரியாத பலதுக்கு விளக்கம் கேட்டுருப்பேனே. வலியோன் வளமோடு வாழ என்ன காரணமுண்ணு கேட்டுருப்பேனே. மத ஆசாமிகளுக்க குரூர மனத்தை சொல்லியிருப்பேனே. கண்ணுல காண ஒக்காத ஒனக்கு ஒழுவாத பெரிய வீடு எதுக்குண்ணு கேட்டுருப்பேனே. ஒறங்க

வழியத்த பலப் பல மனுசங்கா தெருவீதியிலக் கெடந்து காறிடிப் பட்டு சாவம்ப உருவமத்த ஒனக்கு எதுக்கு கோடி கோடி ரூபாயில உருவாக்கிய கோயிலுண்ணு இந்தக் காட்டுக்குட்டி கேட்டுருப் பேனே. உடலை மறைக்க நல்ல துணியத்து நடுவீதியில பலகோடி மக்களிருக்க சரீரம் இல்லாத ஒனக்கு மட்டும் என்னத்துக்கு பட்டாடையும், சரிகை ஆடையுமுண்ணு கேட்டுருப்பேனே. வயசு ஆகிப் போகியும் கல்யாணம் நடக்காம, அவசியத்துக்குக்கூட ஒரு கிராம் நகை இல்லாம என்னைப்போல உள்ள ஏழபாளையிங்க வாழூறப்ப ஒனக்கு மட்டும் கிலோ கணக்குல உருப்படி தேவையாண்ணு கேட்டுருப்பேனே. அன்றாடம் பசியோட கோடி கோடியா பாவப்பட்டதுவா ஒறக்கம் இல்லாத வேதனையில வாடம்ப வயிறில்லாத ஒனக்கு மட்டும் பாலும், பழமும் தேவையாண்ணு கேட்டுருப்பேனே.

கடவுளுண்ணா ஏன் வசதியாக்கி காட்டுனம்? காண்ற மனுசன கட்டியெழுப்பாத இந்த மதம் என்னைப்போல உள்ளவங்கள அடிமையா வச்சிருக்கிறதுலதான் சந்தோசப்படுது. மதம் எளிய மனுசனை வளக்கேல, ஆதரிக்கேல... கேள்வி கேக்க விடேல... இதுலேயும் அதிகாரி உண்டு... சட்டம் உண்டு... ஆணவம் உண்டு... வஞ்சகம் உண்டு... பாதிப்பு கொடுக்குறவங்க உண்டு. சுயநலம் உண்டு. புனிதம் என்கிற போர்வையை மதத்துல விரிச்சிருக்கேத் தவிர இதுக்குள்ள ஒண்ணுமில்ல. மதம் பலருக்கு சம்பாரிக்கிற பணித்தளம். இது ஒருவகை வியாபாரமே... இதற்குள் கடவுளை வைத்து எளியோர்களைப் பிசைந்து பலர் பிழைத்துக்கொண்டிருக் கிறார்கள். கடவுளின் பெயரால் மக்கள் ஏமாற்றப்படுகிறார்கள். இயேசுநாதரு மட்டும் இப்ப வந்தா எல்லாத்தையும் சாட்டை யெடுத்து வீசித்தள்ளியிருவாரு. மனிதனை வளக்காம மதம் வளக்கிறவங்களைப் பாத்து காறித்துப்பியிருவாரு. அவரு மனுசன வளத்தவரு இல்லியா. எனக்க சின்னப்பிராயத்துல பவளம் எனக்கு பல கதை சொல்லி தந்திருக்கியா. சாவுக்குப் பிறகுள்ள மோச்சமும் நரகமும் சொல்லி தந்துருக்கியா. இப்ப கிடைக்காமபோனதெல்லாம் சாவுக்குப் பிறகு கிடைக்குமுண்ணு சொல்லி தந்துருக்கியா. நேச்சைப் போட்டு செபம் செய்ய படிச்சித்தந்துருக்கியா. அவாக் கத்துத் தந்ததெல்லாம் நானும் எனக்க சின்ன வயசுல பண்ணியிருக்கியேன். எனக்க அம்ம இதெல்லாம் மாத்தி வாழ்ந்தவா.' கோயிலுக்குள் பார்த்து நின்றவளை மாலைக்காற்று இதமாக அணைக்க ஒருவித குளுமையும் அதில் ஒட்டிக்கொள்ள சுற்றி நின்ற புளியமரங்களைப் பார்த்தாள். அதன் மேல் பட்டக்காற்றில் புளிப்பு ஒட்டிக்கொண்டதோ என அசையும் புளியங்கிளைகளை ஆசையோடு பார்த்தாள்.

வழி தப்பி அழுவதுபோல் குயில் ஒன்றின் சத்தம் கேட்க அவள் கண்களைச் சுழட்டினாள். கோயில் சுவர் அருகே நின்ற ஒற்றைப் பனையிலிருந்து அந்த சத்தம் வர பனைமரத்தை புன்னகைத்துக் கொண்டே பார்த்தாள்... இந்தப் பனைமரம் சுமார் நூறு வருடங் களுக்கு மேல் பாரம்பரியம் கண்டது என்பார்கள். அந்த வளாகம் முழுவதும் ஒரு காலத்தில் பனைமரங்களின் அணிவகுப்பாக இருந்திருக்க இப்போதோ இந்த ஒற்றை பனைமரம் மட்டும், நானும் முறிபடுவேனோ என்ற அச்சத்தில் நூற்றாண்டு தாண்டிய வரலாற்றைச் சுமந்துகொண்டு தனியே நின்றது. அதனருகில் வரும்போதெல்லாம் குட்டிமணிக்கு பவளத்தின் நினைவு வந்து விடும்.

'இந்த மரத்துக்கு நூறு வயசுக்க மேல இருக்கும் மக்கா' பவளத்தின் வார்த்தைகள் நினைவில் வர பனைமரத்தை நோக்கி நடந்தாள். அந்தி இருட்டில் கறுப்பேறி நின்ற பனைமரத்தை ஆசையோடு தொட்டாள். அதில் பவளத்தின் கைரேகைகள் உண்டோ என தேடினாள்.

'எத்தனை எத்தனை மனிதர்களைப் பார்த்த மரமிது... ஏதோ பனைமரம் நிற்கிறது என்பது மட்டும்தான் பலருக்கும் தெரியும். ஆனா இதுக்க மனசுக்குள்ள இருக்குற பலப் பல அனுபவங்கள் யாருக்குத் தெரியும். நான் சின்னப்பிள்ளையா இருக்குறப்ப பவளத்துக்க அணைப்புல வாழுறப்ப ராத்திரிதோறும் வெக்கை நேரத்துல கோயிலு முத்தத்துல தான் ஒறங்க கூட்டியிட்டு வருவா. கோயிலுல அந்திக்குள்ள செபமணி அடிச்சதும் ஒறக்கப்பாய்களைக் கொண்டுவந்து கோயில் முற்றத்துல ஒறக்க இடம் பிடிக்கிறது அழகான காலங்கள். விரித்துப் போட்டுருக்கின்ற மணலுல நாங்க மட்டுமில்ல பலரும் வருவாங்கா. கோயிலு முத்த மண்ணுல பாய்களை விரிச்சி ஒறங்குறது எவ்வளவு சுகமான அனுபவம்.

இந்தக் கோயில் முற்றத்துல அந்தி ஆனா விளையாடுறதுக்கு கூடி வாற பிள்ளைங்காதான் எம்புடு... எம்புடு... 'டப்பி டப்பி கார்றோஸ் கலரிஸ் விளையாடுறது, கண்ணுப்பொத்தி விளையாடுறது, மாசம் காத்து விளையாடுறது, மணலுல உப்பு கூட்டி விளையாடுறது, அச்சி குச்சி, கபடி, ஆடுபுலி, கச்சி களியிண்ணு ஆணும் பெண்ணுமா கெடந்து விளையாடுற இடம் இண்ணு ஆளாத்த அனாதைப் போல இல்லியாக் கெடக்கு. விளையாட்டு முடிஞ்சி வாற வேர்வையை கதை கேட்டு உலர்த்துவோம். கொடி மரத்துக்க படியில கிறுத்தியிண்ணு உள்ள அக்கா, பெலவேந்திரண்ணு உள்ள தாத்தா, பேய் ஆடுற பவுலுண்ணு உள்ளவியா சொல்லி தந்த கதைகளுல உள்ள ஈரம் இப்பவரைக்கும் மனசுக்குள்ளண்டு போகவே இல்ல. மாக்கான் கதை, பாலுக்காரன் கதை, சொக்கன் கதையிண்ணு

எவ்வளவு எவ்வளவு கதைகளை திறந்த வெளியில கூட்டமா என்னைப்போல உள்ள சிறுசுகா ஆர்வமா கேப்போம்... இந்தக் கதை சொல்லிகள் எல்லாம் இப்ப கல்லறைக்குள்ள கெடக்குனம். அதுக்கப்பிறகு வந்தவங்க முதியோர் இல்லத்துலக் கெடக்குனம்... கதை கேட்க வேண்டியதுவா சிறப்பு பாடம் படிச்சிட்டுக் கெடக்குதுவா... பத்து பதினைந்து வருசத்துல எவ்வளவோ மாற்றங்கள் வந்துட்டு...' பெருமூச்சு விட்டப்படியே பனைமரத்தில் சாய்ந்து நின்றவள் கோயில் முற்றத்தைப் பார்த்தாள். அங்கு தெரிந்த கொடிமரத்தைப் பார்த்தாள்... அத்தனையும் கனமேறித் தெரிய... அந்த வளாகத்தின் மௌனத்தில் தனது நினைவுகளை மேலும் விரித்தாள்.

'அந்தி நேரத்தில் புட்டான்களையும், பக்கிகளையும் தேடி வந்த பிள்ளைகள் இன்றில்லை, புட்டான்களும் இல்லை... மண் விரித்து மெத்தைப்போல் கிடந்த கோயில் முற்றத்தில் இப்போது பாறையின் சிறுகற்கள் பரப்பியிட்டுருக்க அதில் நடக்கவே சிரமம் இருக்க விளையாட்டேது... முதியோர்களும், சிறியோர்களும் கூடி கதையும்... கருத்தும்... களிப்புமாக தென்பட்ட இடத்தில் இன்று யாருமே இல்லை... உறங்குவதற்கு இடம் தேடிப் பாய் விரித்து பலப் பல குடும்பங்கள் ஒரு குடும்பம்போல் பரந்து விரிந்து கிடந்த இடங்கள் இன்று ஆட்களைத் தேடி அனாதையாகக் கிடந்தன...' காலம் இழுத்துக்கொண்டுபோன பழைய வாழ்வை நினைத்து நின்றவளின் மனம் கனத்துப் போனது.

'இனி அந்தக் காலங்கா வரவே வராது. விரிஞ்சி வானத்தைப் பாத்துட்டு நான் அனாதையில்லை எனக்குண்ணு ஒரு பெரிய ஒலகம் இருக்குண்ணு நினைச்சி ஆகாயத்தை அப்பனைப்போல் பாத்துட்டுக் கெடந்த அந்தக் காலம் இனி வரவே செய்யாது. நிலாவை மூடுற மேகம் விலகிப்போறதுவரைக்கும் மூச்சடைச்சிட்டுக் கெடந்த அந்த திகில் இனி வராது... அக்கம் பக்கம் நெருக்கமாக் கிடந்த அத்தனை மனுசங்களும் எனக்க சொந்தக்காரங்கண்ணு நினச்சிட்ட அந்த மனசு இனி வரவே வராது. புளியமுத்து... வறுத்த தோட்டுகடலையிண்ணு கொண்டு வாற கதை சொல்லி கிறுத்தி அக்கா இனி கல்லற வழிக்குள்ளண்டு வரவே மாட்டா... அவா தாற கடலையளை தின்னுட்டு பீக்கு விடுற குழந்தைகளை பெலவேந்திரன் கிழவரு பறையம்ப தலையிலோட்டு மூடு துணியள மூடியிட்டு சிரிக்கிற என்னைப்போல உள்ளவங்க இனி இதுல வர மாட்டுனம். அத்த ராத்திரி பேய் ஆடி கணக்குச் சொல்லி கொடி மரத்துல ஏறிச் சாடுற மன அழுத்தக்காரங்களக் கண்டு பேடிச்சாலும் அவங்களை ரெசிச்சிருந்த ராத்திரிகள் இனி வராது.

செத்துப்போனவங்க பேயாக மாறி பிடிக்கிறதா... மந்திரவாதம் ஓதி விட்டு பேயாக ஆடுறதாக அண்ணு நிறைய பேரு கோயிலு முத்தத்துல உண்டு. மண்ணைவாரி எறியிறதும்... கொடிமரத்துல ஏறி சாடுறதும்... தானகடு அறுத்து தெய்வத்தைப் பழிக்கிறதுமா கிடந்த எத்தனையோ பேய் ஆடிகள் உண்டு... பாவம் அவங்க எல்லாம் இப்ப உயிரோட இல்ல. அதுல சிலரு இப்பவரைக்கும் வாய் புலம்பியிட்டு கிடக்குறாங்க... இது பேயும் இல்ல, பூதமும் இல்ல. வாழ்க்கை வலிகளின் அழுத்தங்களும், சீவித நிராசைகளின் வெப்புராளங்களும், தோத்துப்போன சங்கடங்களும்கொண்ட மனசுகள் அடக்கி வச்ச வேதனையிக்க வெப்புராளமே பேய்களா கிடந்து ஆடியிருக்கு. நிறைவேறாத வாழ்க்கை இழப்புகளுல நெஞ்சம் பொட்டிப்போன பகிரங்க வலி பேய் ஆட்டமா வெளிவந்துருக்கு. இந்தப் பேய் ஆடிகளைப் பாத்துட்டு வாழ்ந்த அண்ணத்த எந்த ராத்திரியும் குட்டிமணியிக்கி தனிமையின் பேடியைத் தந்தில்லை. எனக்க ஒலகம் பெருசு... எனக்க உறவுகள் நிறையண்ணு தோண வச்ச பெரிய அனுபவத்தைத் தந்த எனக்க கோயில் முற்றம் இப்ப அரவமற்று அனாதைபோலவே கெடக்கு... கோயிலுக்குள்ள இந்த குட்டிமணி இல்லை... ஆனா அதுக்க வெளியில வளந்தேன் நான். வாழ்வை ரெசிச்சேன் நான்... மண்ணுல மகிழ்ந்தேன் நான்... விளையாடி வேர்த்தேன் நான்... அண்ணு சீவித வலி அழுத்தாத பிராயம். நான் காட்டுக்குட்டியிண்ணு தெரியாத பிராயம்... ஏன் நான் பெண்ணுண்ணே தெரியாத பிராயம்... அது எவ்வளவு அழகான பிராயம்... ஆண் பெண் என்ற வேறுபாடற்ற அந்தப் பிராயம் எம்புடு அழகானது...' பனைமரத்தடியில் சாய்ந்து தனது குட்டிக்காலங்களை நினைத்து நின்றவளைக் கலைத்துக்கொண்டு பனைமரத்திலிருந்து பனங்காய் விழ... அதில் இருந்த ஒற்றைக்குயிலும் கலைந்துகொண்டு பறந்தது.

கீழே விழுந்த பனங்காய் தெருவிளக்கு வெளிச்சத்தில் மினுங்கிக் கொண்டு தெரிய அதை நோக்கி நடந்தாள் குட்டிமணி. பனங்காயின் மேல் அவள் கண்கள் குறுநகையுடன் போக அதை ஆர்வமாக கையில் எடுத்து மணத்தினாள். அதன் மணம் அவள் உயிர் வரை தொட கண்முன் பவளத்தின் கறுத்த முகம் வந்து நின்றது... அவள் இப்படிப்பட்ட பனங்காய்களை கற்றாழைக்குப் போகும்போது, கொண்டுவந்து அடுப்புத்தீயில் போட்டு சுட்டுக் கொடுப்பாள். அடுப்பின் கனன்ற தீயில் வெந்து வரும் பனங்காயிலிருந்து எழும் மணம் எட்டு ஊருக்கு மணக்கும். அந்த மணத்தை முகர்ந்துகொண்டு பவளத்தின் வீட்டு அடுப்படியில் சுற்றிவருவதை நினைத்தாள்.

'வெந்து வாற பனங்காய் ஆறுவதற்குக்கூட பொறுமை இல்லாம அதை தொட்டுத் தொட்டு சூடு தீர்த்து பல்லால் கடுத்த தோலை உரித்து உரித்துத் தள்ளி உள்ளே சூடேறி வெந்து மஞ்சள் வண்ணத்தில் தெரியும் பனங்காயை சூப்பும்போது வரும் கட்டி இனிப்பு எம்புடு ருசியா இருக்கும். பனங்கா தின்னம்ப அந்த இனிப்பு கூட வந்து விழுற ஈச்சியளப் பாக்கணம். பவளம் சொல்லுவா... ஒலகத்துல இல்லாத சத்தெல்லாம் பனங்காயுல இருக்கு. அதுனால கிழமையிக்கி ஒரு பனங்காயங்கிலும் சுட்டு தின்னணம் இன்னா... பனை மரத்துல உள்ள சத்தைப்போல ஒலகத்துல வேற என்ன இருக்க முடியும்? எல்லாரும் பனையளை அழிக்குனம்... பனையில உள்ள ஓலை பாயி, கடவம் பெட்டி, செய்ய ஒதவும்... அதுக்க அக்கானியும், கருப் பட்டியும், வெல்லமும், பயினியும், சுண்ணாம்பும், கள்ளும், பனந்தடியும் அது இதுண்ணு எவ்வளவு மனுச பயன்பாட்டுக்கு உள்ள வகைகள் கிடைக்குது. பனையிலண்டு கிடைக்கிற உணவுல அதிக இரும்புச்சத்து உண்டு மக்கா அதுனால பனை இல்லாத நமக்கு பனங்காயங்கிலும் சுட்டுத் தின்னுலாம்...' சிரித்துக்கொண்டு கூறும் பவளம் கிழவியின் வார்த்தைகள் நினைவில் வர பனைமரத்தைப் பார்த்தாள்.

'முன்பெல்லாம் பனைமரங்கள் நின்ற இடங்களில் இப்போது ரப்பர் மரங்கா வந்துட்டே எனக்க பவளம் பாட்டியே... இதுலோட்டு இப்ப இந்த ஒரே ஒரு பனைமரம்தான் நிக்கி... இதையும் முறிச்சி போடுவுனுமோ...' நினைத்துக்கொண்டே கையில் பனங்காயை வைத்து உருட்டி உருட்டி மணத்திக்கொண்டே அதை தடவிக் கொடுக்க... கோயில் முற்றத்தில் எவரோ நடந்து வருவதற்கான அடையாளமாக அங்கு கொட்டியிருந்த பாறைப்பொடிகளில் சருக்சருக்கென சத்தம் கேட்டது.

பூமியின் வளமையைத் தாங்கிபிடித்துக்கொண்டு மண்ணுக்கும், மனிதருக்கும் வலுசேர்க்கும் விதமாக நின்றிருந்த கரும்பாறையை உடைத்து சிதற வைத்து அதிலிருந்து சல்லிசல்லியாக சிதறப்பட்டு பொடியாக்கப்பட்ட பாறைத் துண்டுகளில் மறைந்துப் போன பாறை யின் ஒப்பாரி கேட்டதுபோல் மனதுக்குள் சருக்சருக்கென கேட்ட சத்தத்தால் நிமிர்ந்தாள் குட்டிமணி. அந்த சத்தம் எழுப்பி நடந்து வந்த அந்த உருவத்தை அதிர்ச்சியுடன் பார்த்தாள். கோயில் வளாகத்தில் நின்ற மின்கம்பத்தில் எரிந்த விளக்கு வெளிச்சத்தில் தெளிவாகத் தெரிந்த அவள் நீத்தா... பாலுராசியின் அம்மா.

நீத்தா இவளைக் கண்டதும் முகம் கறுக்க குட்டிமணியை சீற்றமாகப் பார்த்தாள். அவள் கையில் மெழுகுவர்த்திகளும், ஊதுவத்திகளும் கொண்ட உறை இருந்தது.

குட்டிமணி அவளைப் பார்த்ததும் பனையிடம் இன்னும் இறுக்க மாகச் சாய்ந்தாள். றீத்தா குட்டிமணியை முறைத்துக்கொண்டே அருகே தெரிந்த கல் சிலுவையின் அருகே சென்றாள். அந்த சிலுவையை துடைத்து முத்தம் செய்துகொண்டே குட்டிமணியைப் பார்த்தாள். அவள் முன் பக்க துப்பட்டா காற்றின் அசைவில் விலகி விலகி ஆடியதில் அவள் மார்பக வடிவு தெரிய றீத்தாவுக்கு அடக்க இயலா ஆத்திரம் வந்து முட்டியது. 'எனக்க பய கடையை அடச்சிட்டு இந்த வழியாத்தான் வருவான். அவன் வாற இந்த நேரத்துல இவா இப்பிடி எல்லாத்தையும் காட்டியிட்டு நின்னா பய மயங்கி மாறியிரப்பிடாதே... ஆயிரம் தடவை இவா கூட பேசாதேண்ணு சொன்னாலும் கேக்கிறான் இல்ல. நல்ல பெண்ணும்மா பாவம் பாவமுண்ணு செல்லியிட்டே இருக்கியான். பாவம் பாத்து அவன் பாங்குண்டுல விழுந்துரப்பாதே எனக்க ஆண்டவரே...' என்று பரானப்பட்ட மனதுடன் சிலுவையினருகே மெழுகுவர்த்திகளைக் கொழுத்தியபடியே அவள் மன்றாடத் துவங்கினாள்.

'ஆண்டவரே எனக்க மொவனைக் காப்பாத்தணம். அவனைச்சுத்தி எதோ அசுத்த ஆவியெல்லாம் சுத்துது. அதை நீ தான் விரட்டணம். அடுத்த ஆவணிக்குள்ள அவனுக்கு அம்மையும், அப்பனும் நல்லதா உள்ள ஒரு பெண்ணுக்க கூட கல்யாணம் நடக்கணம். எங்கி ஓனக்கு பாலும் பழமும் தவறாமகொண்டு ஊத்தி தினம் மொழுவுத்திரி கொழுத்துவேன்.' றீத்தாளுக்க சத்தமான மன்றாட்டைக் கேட்டு கண்களை மூடினாள் குட்டிமணி. கண்கள் மூடி நின்றவளின் மனமோ துடித்தது. புளியமரங்களின் கிளைகளைத் தொட்டுத் தொட்டு விளையாடிய காற்று குட்டிமணியின் துப்பாட்டாவை மேலும் மேலும் இழுத்து மறித்து விளையாடுவதை காணச் சகியாத றீத்தா அவளருகே நடந்தாள். பனையில் சாய்ந்து நின்ற குட்டிமணியின் முன் பக்க துப்பாட்டாவை காற்று அசைக்க மார்பின் வடிவம் தெரிவதைப் பார்த்து நடந்த றீத்தா அவளருகே சென்றதும் காறி உமிழ்ந்தாள். அருகே சத்தம் கேட்ட குட்டிமணி கண்களைத் திறக்க, றீத்தா வெகுப் பக்கத்தில் தெரிந்தாள். அவள் கையில் இருந்த பனங்காய் ஆடியது. கீழே விழுந்தது.

'எவனுக்கோ முறையத்துப் பெறந்த காட்டுக்குட்டியான ஓனக்கு சுணையோ, ரோசமோ எதாவது உண்டாட்டி? நடு தெருவுல வந்து நின்னுட்டு இப்படி எல்லாத்தையும் காட்டுதியே... இப்படிக் காட்டி காட்டியே கண்ட பயலுகள பாவத்துல விழ வைக்கிறியே... இப்படியே போனா நீயும் கொம்மையப் போல காட்டுக்குட்டிதான் பெறுவ... சீலையை எடுத்து ஊக்கு வச்சி குத்தியிட்டு சாமனத்தை மறச்சி வையிட்டி...' மின்னலுடன் மழை வெட்டுவதைப்போல்

வெட்டி முழங்கிய றீத்தாளை திகிலாகிப் போனவள் குனிந்து தனது துப்பட்டாவைப் பார்த்தாள். காற்றின் அசைவில் அது சுதந்திரமாக ஆடிக்கொண்டே கிடந்தது. முன் முட்டி நின்றது அவளது மார்பகம்.

'இதைப்போல்தானே எனது பதிநான்கு வயதில் நான் சடங்காகி வெளியே நடமாடிய காலக்கட்டத்தின் புதிதில் கோயில் முற்றத்தில் விளையாடிக்கொண்டிருந்தபோது மரியம்மண்ணு உள்ள கிழவி என்னைப் பறைந்தாள்... என் காதை திருமி 'சாமனம் ஆடுறது தெரியாம கிடந்து துள்ளுற. முன்னயும் பின்னையும் சதை வந்தாச்சியில்லியா? இன்னும் எதுக்கு துள்ளணம்? இன்னும் எதுக்கு ஆடணம்... எல்லாத்தையும் மறச்சிட்டு பெண்ணா லெச்சணமா தலையைக் குனிச்சிட்டு நட'ண்ணு பறைஞ்சிட்டு அம்மையிட்ட கூட்டியிட்டுப் போனா... நான் சதையா? நான் அசையிறது தப்பாண்ணு கலங்கி நின்ன எனட்ட அம்ம அவளுக்க சீலை முந்தியை கீறி தோளுலப் போட்டுட்டு ஒண்ணு சொன்னாளே... ஆமா சொன்னா.

'எனக்க மொவா அசஞ்சா, அவா தேகம் ஆடுனா... அவளுக்க சதை குலுங்கினா இந்த ஒலகம் அவ்வளவும் பாவத்துல விழுந்துப் போயிருமுண்ணு பரிசுத்தக்காரி அறுத்து பறஞ்சிட்டுப் போறா மக்களே. அதுனால நீ ஒன்ன ஆடாம வச்சிக்க... பெண்ணு ஆடாம அசையாம தனக்க சதைய வச்சிட்டாதான் இந்த ஒலகத்துல உள்ள அவ்வளவு பேரும் வருசை வருசையா மோச்சத்துக்குப் போவுனுமாம்' அம்ம கரஞ்சிட்டே அண்ணு சொன்னா... அவா க்ண்ணுல கட்டியா கண்ணீரு பெருகி நின்னு.

என் மார்பை வெறும் சதையாக்கிப் பார்த்து மூடு மூடுண்ணு சொன்ன இந்த உலகத்தால எனக்க மாருச்சதைய வெறுத்து இல்லியே போனேன் நான். என் மனுச மாண்பை வெறும் சதையிண்ணும், மோகமுண்ணும் ஆக்கி விட்ட ஒலகத்தால எனக்க மாருச்சதையை அறுத்தெறிய இல்லியோ தோணிப்போகுது. இது எனக்க ஒலகம்... இதுல வாழக்கூடிய உரிமை எனக்கும் உண்டுண்ணு இயல்பா வாழ வந்த என் மன உணர்வுகளை கொன்னுப்போட்ட வேதனைகளை இப்பவும் மறக்க முடியாம இருக்குற எனட்ட இவளும் சொல்லுறா மூடு மூடுண்ணு.

பெண் உடலைக் குறை கூறுபவர்கள் அவளின் மனதை பார்க்க வில்லையே. ஆறு மாதக் குழந்தையிடம், எழுபது வயதுக் கிழவியிடம் அப்படி என்ன கவர்ச்சி கண்டுவிட்டார்கள்? ஆடை என்ற சர்ச்சையைக் கொழுத்துங்கள். மனம் செம்மையாக்கப்படாதவர் களிடம் குற்றம் இருக்கிறது. அவர்கள் பார்வையைச் சீராக்குங்கள்.

பெண்ணின் சதை பசிப்பொருளில்லை. குட்டிமணிக்கு சத்தம் போட்டு இந்த உலகத்திடம் கதறவேண்டும்போல் தோன்றியது.

‘ஒனக்கும் கொம்மையிக்கும் ரோசம், மானம், சூடு சொரணையிண்ணு எதுவுமே இல்ல. நீயும் கொம்மையும் வாழேலண்ணு யாரு அழுதா. ரெண்டு பேருக்கும் செத்துப் போப்பிடாதா? அப்படி ஒரு நல்ல காரியத்தை ரெண்டு பேரும் செய்தா ஆணுங்கா பாவத்துல விழாம தப்பியிருவாங்க…’ நீத்தா திட்டிக்கொண்டேயிருக்க அவளை எந்த பதிலும் கூறாமல் பார்த்தாள் குட்டிமணி.

‘பெண்ணுக்க சதை வெறும் காமத்துக்குண்ணு ஒனக்கு யாரோ தப்பா சொல்லித் தந்து வளத்து விட்டுருக்கு. ஒனக்க மனசுல அழுக்கிருக்கு… ஒனக்க பார்வையில குத்தமிருக்கு, அத விட்டுட்டு எனட்ட வந்து நின்னு எதுக்கு முழங்குற’ தீர்க்கமாக நீத்தாளைப் பார்த்தாள் குட்டிமணி.

‘என்னத்தட்டி பாக்கிய?’

‘எனட்ட மனசிருக்கு…’

‘கோ பெரிய மனசு. ஒனக்க மனச சாமியார் மடத்து சந்தையில கொண்டு வில்லு. இப்ப ஆயிரம் பயலுவா வந்து அதை வேண்டுவானுவா போறா இல்ல… இவளும் இவளுக்க மனசும்…’ எடுத்தெறிந்து சொல்லிவிட்டு நடந்தவள் மீண்டும் குட்டிமணியிடம் வந்தாள்.

‘எனக்க மொவனுட்ட ஒனக்கு கிளிப்பும், இளிப்பும் கூடியிட்டுப் போவுது. அவனுட்ட எதாவது வச்சிட்டா ஒனக்க பம்பயில தீ வச்சி… ஒனக்க சோலிய முடிச்சிருவேன். அதையும் சொல்லியிட்டேன்.’ தீரக்கமாக கூறியவள் வேகமாக நடந்தாள். குட்டிமணி அவள் வார்த்தையால் கிலுகிலுவென ஆடினாள். வலி வலி என மனம் துடித்தது. கற்சிலுவையினடியில் கொழுத்தி வைத்த மெழுகுவர்த்திரிகள் அந்த இருளுக்கு பொட்டிட்டதுபோல் காற்றில் வளைந்து வளைந்து ஆடியதைப் பார்த்து அதனருகில் நடந்தாள்.

மனுச மனங்களுக்கெல்லாம் தீராத இருளைக் கொடுத்துவிட்டு கடவுளுக்கு ஒளியேற்றும் இவர்களின் மன இருளுக்குள் என்ன ஒளி கொழுத்த முடியும்? மனுசனைக் கொன்னுட்டு, உடன் வாழுறவனுக்க மாண்ப மிதிச்சிட்டு கடவுளுக்கு எப்பிடி வழிபாடு நடத்த முடியும்? இப்படிதான் பலருக்க ஆன்மீகமும் அர்த்தம் இல்லாம அற்றுத்தொங்குது. காணுற மனுசனை உடைச்சிட்டு காணாத ஆண்டவனைப் போட்டுக் கொண்டாடுனம்.’

நினைத்துக்கொண்டே எரியும் தீபத்தின்மேல் தன் உள்ளங்கையை விரித்தாள். அதில் மிதமான வெப்பம் ஏற மனம் வெம்மையுடன் வெதும்பியது. தனது கண்களைத் தாழ்த்தி தனது மார்பகத்தைப் பார்த்தாள். அதைக் கையால் தொட்டாள்.

'எவ்வளவு இயல்பானது எனது மார்பகம்... இது எவ்வளவோ எதார்த்தமானது... இது எனக்கு வேண்டுமென்று நான் எதாவது மளிகைக்கடையில் சென்று பணம் கொடுத்து வாங்கினேனா... இல்லை இது வேண்டுமென்று பிரபஞ்சத்திடம் சண்டையிட்டேனா... இந்த சதையும் உடம்பும் எங்கும் சென்று வாங்காமல், எவரிடமும் கேட்காமல் என் அனுமதியின்றி என் உடம்பில் வந்தது. இதை நான் வளர்க்கவில்லை. இது அதுவாகவே வந்தது. இதை இம்சைப்படுத்தி அடக்கி அமுக்கி வைக்கவேண்டிய பொறுப்பு எனக்கில்லை. இது பாவமாக குற்றமாக எனக்குத் தெரியவில்லை. அப்படி உனக்கு எனக்க மார்பு பாவமாத் தெரியுதுண்ணா நீ பாக்காத, உன் பார்வையைக் கட்டுப்படுத்த மட்டும் உரிமையுள்ள நீ எனட்ட மூடுண்ணு எப்படிச் சொல்லுலாம்? நீ சதையிண்ணு சொன்ன இல்லா, பாவமுண்ணு சொன்ன இல்லா, அதுக்குள்ள ஒரு வலியுள்ள மனசுக் கெடக்கு... போராட்டமுள்ள ஒரு இதயம் கெடக்கு... அதை ஒனக்கு பாக்க முடியேல... எனக்க அனுமதியில்லாத வந்த இந்த சதை மட்டுமில்லை நான்... ஓங்கி தனக்குள் அலறியவள் தன் மார்பகத்தை தனது கையால் அடித்தாள். அவளின் அந்த நேர இந்த வலியை உணர வேண்டுமென்றால் பெண்ணால் மட்டுமே முடியும். பெண் என்றால் ஆணாதிக்கம் கலக்காத பெண்ணால் மட்டுமே முடியும்.

இவள் வார்த்தைகளைக் கேட்டு சுற்றிலும் நின்ற மரங்கள் தன் கிளைகளைப் போட்டு அசைக்க, அவள் கண்கள் விரிந்தன... எவரோ உள் சென்று கிச்சுமுச்சு மூட்டி கிச்சுலு காட்டுவதுபோல் புளியமரக் கிளைகள் மறிந்து மறிந்து ஆடின.

'கோ, இந்த மரத்துக்க கிளையாப் பெறந்துருந்தா கூட காற்றுக்க தொடலுல கட்டுப்பாடு இல்லாம அசைஞ்சிருக்குலாம்... ஆடியிருக்குலாம். கடலுக்க அலையா இருந்திருந்தா கூட துள்ளி மறிஞ்சி கரையோட ஆடியிருக்குலாம். ஒரு பூவா பெறந்துருந்தா கூட காற்றுக்க வருடலுல அசைஞ்சிருக்குலாம். இயற்கையோட மற்ற எல்லா அழகுகளையும், அதுகளுக்க அசைவுகளை அழகு அழகுண்ணு கொண்டாடத் தெரிந்தவர்கள் பெண்ணுக்க அசைவுல மட்டும் பாவம் எழுதி வச்சிருக்கு... அவா அசைவுல மட்டும் காமம் தேடுது... இவள் கண்கள் ஆத்திரமாக அவள் கொழுத்தி வைத்த

விளக்குகளில் போய் நிலைகொண்டது. காற்றின் ஏற்ற இறக்கங் களுக்கு ஏற்ப தன்னை வளைத்து வளைத்து ஆடிய வெளிச்சத்தை கூர்ந்து பார்த்தாள்.

'மனுசன் கொழுத்தி வைக்கிற வெட்டத்துல சந்தோசப்பட ஒரு ஆண்டவன் இருந்தா அவன் எனக்க மனசுக்க வேதனை இருட்டப் பாக்கட்டு. எனக்கு வேதனையிண்ணு உள்ள இருட்டத் தந்துட்டுப் போனவா கொழுத்தி வச்சிருக்கிற வெளிச்சத்துல சந்தோசப்பட எந்த ஆண்டவன் இருட்டுலக் கெடக்கியான்? என்னைப்போல உள்ள நலிவுற்றவர்கள் நித்தம் இருட்டுலக் கெடக்கம்ப அப்படி எந்த ஆண்டவனும் வெட்டத்துல இருக்காண்டாம். அவா கொழுத்துன வெட்டம் எந்த ஆண்டவனுக்கும் வேண்டாம்.' கோபத்தில் அந்த விளக்குகளை ஊதி அணைத்தாள். அதன் ஒளிகள் சூ என அணைய அந்த இடம் முழுவதும் இருட்டாகிப் போனது. அவள் குலுங்கிப் போய் கற்சிலுவையில் சாய்ந்தாள். அவளின் கண்ணீர் சிலுவை வழி வழிய அதில் மோட்டார் வாகனம் வரும் சத்தம் கேட்க அங்கு பாலுராசி அவன் கடையில் வேலை பார்க்கும் அவனது மாமன் மகள் கீதாவுடன் வந்துகொண்டிருந்தான். குட்டிமணி கற்சிலுவையை இன்னும் இறுக்கமாகக் கட்டிக்கொண்டாள்.

10

இருள் பரவிக்கிடந்த தனது வீட்டின் முன் வந்தாள் குட்டிமணி. கல்லறைத் தோட்டத்தின் பின்பக்கத்தில் அப்புவின் வீடும், ரமணியும் வீடும் இருந்தன. இதுவரை இந்த வீடுகளுக்கு மின்சாரம் வரவில்லை. மின்கம்ப தூண் நாட்டுவதற்கு வழிப்பாதைகள் தனியார்கள் கொடுக்காமல் போக இன்று நாளை என்று தள்ளிப்போய்க் கொண்டிருக்கிறது. அப்புவும் இதற்காகப் பல இடங்களில் விண்ணப்பம் கொடுத்திருந்தான். பின் அவனும் சளைத்துப் போனான். வாழ்க்கையின் இருட்டுக்கு முன் அவர்கள் வேறு எந்த இருட்டையும் பெரிதாக எடுத்துக்கொள்ள வில்லை போலும்.

மண்ணெண்ணெய் விளக்கு காட்டும் வெளிச்சத்தில் வாழ்ந்து வருகிறார்கள் இவர்கள். எந்த காற்றிற்கும், மழைக்கும் ஏமாற்றாமல் வெளிச்சம் கொடுக்கும் மண்ணெண்ணெய் விளக்கு என்பது பத்து பதினைந்து ஆண்டுகளுக்கு முன்பு வாழ்வோடு கலந்த ஒன்று. இன்னும் இந்த விளக்கோடு வாழ்பவர்கள் ஏராளம்... ஏராளம்.

மாலை நேரம் வரும்போது விளக்கு கொழுத்துவதும் வீட்டு வேலைகளில் முக்கியமான ஒன்று. மைகுப்பியில், மருந்து குப்பியில் விளக்கு தயாரிப்பார்கள். அதன் மேல் சிம்முணிப் போட்டு சிம்முணி ஓட்டையில் திரி முறுக்கிப் போடுவார்கள். அந்தத் திரியை வீடுகளில் அம்மாக்கள், பாட்டிமார்கள் தயாரிப்பார்கள்... வெண்முண்டை கிழித்து அதை கால் தொடையில் வைத்து உள்ளங்கையால் உருட்டி எடுக்கும்போது முறுகி வரும் திரியை சிம்முணி ஓட்டையின் வழியாக நுழைத்து விளக்கில் போட்டு மண்ணெண்ணெய் ஊற்றி எரியவைப்பார்கள். இதைத் தாண்டி சுவரொட்டி விளக்குகள் என்று

கடைகளிலிருந்து வாங்குவதும் உண்டு. இந்த சுவரொட்டி விளக்குக்கு சுற்றி கண்ணாடி இருக்கும். இதனால் கண்ணாடி விளக்கு என்றும் சொல்வார்கள். இந்த விளக்கு பொதுவாக விடிய விடிய வைத்திருப்பார்கள். இரவு வழிப்போக்கர்களுக்கு இந்த விளக்கு துணையாக இருக்கும். அனைத்து வீட்டுச் சுவர்களிலும், ஓலை, ஓடுகளிலும் இந்த விளக்கின் கரி பதிந்துக்கிடக்கும். மண்ணெண்ணெய் விளக்கு என்ற கலாச்சாரத்தை இன்று காண முடியாவிட்டாலும் இந்த விளக்கோடு மக்களுக்குப் பெரும் தொடர்பு உண்டு.

ஒரு வீட்டில் பத்துப் பதினைந்து பேர் அம்மா அப்பா பிள்ளைகள் என்று வாழ்ந்த போதும் இந்த மண்ணெண்ணெய் விளக்கில் வெளிச்சம் கண்டார்கள். ஓலைப்பெட்டியை, அல்லது பெரிய டப்பாவை கமத்திப்போட்டு அதில் இந்த விளக்கை வைத்துப் படித்தார்கள்... சமைத்தார்கள்... உண்டார்கள். அதில் இருந்த ஒற்றுமையும் மகிழ்வும் காலம் எப்படித்தான் அழித்ததோ தெரிய வில்லை. இந்த விளக்கு வெளிச்சத்தில் படித்த பலரும் பெரிய பெரிய உத்தியோகம் பார்த்தார்கள். பார்க்கிறார்கள்.

தனது வீட்டின் முன் இருள் படர்ந்து தெரிய வீட்டிற்குள் ஏறவும் மனமற்று நின்றாள் குட்டிமணி. எதோ திகில் உறைந்திருப்பதுபோல் தோன்றிய வீட்டில் நுழைய அச்சம் மேலோங்கியது. சுற்றி பார்வையை வீசினாள். கல்லறைத்தோட்டத்தில் வெளிச்சம் தெரிந்தது. அப்பு அங்கு எவரையோ அடக்கம் செய்து முடிக்கிறான் எனப் புரிந்தவள் வீட்டிற்குள் நுழைய முற்பட்டாள். வீட்டில் ரமணியைத் தேடி எவனும் வந்திருந்தால் இவளிடமும் வந்துவிடக் கூடாதே என்ற அச்சத்தில் அவள் தனியாக வீட்டில் நுழையத் தயங்குவதுண்டு.

‘எனக்க அம்ம இனி எப்ப வருவா?’ மனம் ஏங்கியது... எனக்க அம்ம வீடு கூடுண்ணு எப்ப ஆகுவா? எத்தனையோ நாளு இதெல்லாம் விட்டுருடி... நம்மள தெரியாத இடத்துல போய் பிச்சையெடுத்தாவது வாழுலாமுண்ணு செல்லியிருக்கேன்... எனக்கு ஒரு சீவிதம் அமையத்தான் அவா இப்புடி போறாளாம்... என்னை ஒருத்தன் கையிலக் கொடுத்திட்டா அப்புறம் நிப்பாளாம்... அதுவரைக்கும் அவா பணம் சம்பாரிக்கப் போறாளாம்... பெரிய யானை பைய்சா அவளுக்கு இப்ப இதுலக்கிட்டும்... அரி வேண்ட, கறி வேண்டண்ணு உள்ள சீவிதம் உருளக்கே வழியத்துப் போம்ப என்னைக் கெட்டிக்கொடுக்க நல்லா கிட்டும். எனக்க அம்ம ஏமாந்துப் போனா... அவளை இந்த ஆளுவா பயன்படுத்திப் போட்டுனம்... இப்ப அவளால நிக்க முடியாத நிலைக்கி

தள்ளியிட்டுனம்... எனக்க அம்ம பேக்கையும் தூக்கியிட்டுப் போம்ப நான் எத்ர நாளு டாட்டாக் காட்டி விட்டுருக்கேன்... அம்ம வேலைக்கிப் போறாண்ணு எனக்கு செல்லித் தந்ததை நானும் அறியாம வளந்தேன்... வளர வளர இல்லியா அம்மையிக்க வேலை எனக்கு புரிஞ்சி... அவா கொண்டு வாற பண்டங்களுல... அவா கொண்டு வாற சாதனங்களுல இனி ஒரு ஆணுக்க சதையிக்க மொச்சையிருக்குண்ணு வளர வளர இல்லியோ எனக்கு மனசுலாகிப்போச்சி. எனக்க தேகமே அருவெருப்பு பட்டுப்போக எனக்கு அம்மையிக்கும் சண்டை வந்துட்டுண்டு. இந்தக் குட்டிமணிக்க தேகம் வளர பல ஆணுங்களுக்க காமம் ஒதவியிருக்குண்ணு தோணம்ப என்னையும் அவளையும் சாவங்கிலும்கொண்டு போகாதாண்ணு தோணுது.

நினைத்தப்படியே வீட்டின் முன்பக்க திண்ணையில் நின்றபோது அவள் முகத்தோரம் வந்து தொட்டு தொட்டு நின்றது கொன்னை மரத்தின் கிளை. ரமணியின் வீட்டுமுற்றத்தில் தென்பட்ட அடுத்த விளையின் வேலியோரத்தில் வளர்ந்து நின்ற கொன்னை மரம் இவர்களுடன் ஒன்றாகி விட்ட மரம். இந்த கொன்னை மரம், இவர்களுக்கு நெருங்கிய தொடர்பாக மாறிவிட்டது. வீட்டின் முன் பக்கம் வரை கிளைகளை தாழ்த்தி பரப்பி நின்ற கிளையின் இலைகள் இவள் முகத்தோரம் உரச, அந்த இலைகளை உள்ளங்கையில் பற்றினாள் குட்டிமணி. அதன் கசந்த நாற்றம் மூக்கில் நுழைந்தது. இரவுக்காற்றில் மேலும் கீழும் ஆடிய கொன்னை கிளையின் இலைகளைத் தடவிக்கொண்டே வீட்டின் திண்ணையில் ஏறினாள். அப்புவின் வீட்டு முற்றத்தில் கிடந்த அவனது பட்டி லொள் லொள் என்று குரைக்க அச்சம்கொண்டவளாகத் திரும்பினாள்... 'எவனும் வாறானோ...' நெஞ்சில் கைவைத்தப்படித் திரும்பினாள். நாக்கு வறண்டு கண்கள் தள்ள திரும்பிப் பார்த்தவளின் மனதில் தனது வாழ்வின் அவலங்கள் அவிழ்ந்துகொண்டேயிருந்தன.

'எனக்கு வெவரம் தெரிஞ்சதிலிருந்து நானும் ஓடியிட்டு தானே இருக்கேன். அம்மையிட்ட வந்த பலரும் எனட்டயும் வரக்கு தானே நிக்குனம். அப்படி வந்ததுல அந்த முத்துவும் உண்டே. எனக்க வெறும் ஒம்பது வயசுல என்னை அவன் வஞ்சித்துப்போட்டதுக்குப் பெறகு இப்பவரைக்கும் எனக்க மனசுக்குள்ளண்டு அந்த பேடி தீரவே இல்லியே...' மனம் கசந்துப் போனவள்... தனது வீட்டின் கதவை அரவமின்றித் தள்ளினாள். எந்த ஒரு பாதுகாப்பும் இல்லாம செற்றைக்கதவு அரவமின்றி திறக்க வீட்டிற்குள் நுழைந்தாள்.

வீட்டில் நுழைந்ததும் உய் என கொசுக்களின் சத்தம் கேட்டது. இவள் அரவம் கேட்டதும் எல்லா கொசுக்களும் இவளை சூழ்ந்துகொள்ள

கைகள் வைத்து துரத்திக்கொண்டே தனது செற்றைக்கதவை சாத்தினாள்... எவனும் வந்து தட்டினாலே திறக்கும் கதவினால் எந்தப் பாதுகாப்பும் இல்லை என்பதை அறிந்த குட்டிமணி கதவுக்கு அடைப்பாக தண்ணீர் குடத்தை இழுத்து அதன் முன் வைப்பது வழக்கம்.

அடுக்களைக்கு தடவித் தடவி நடந்தாள். துணிக்குவியல்களும்... உருண்ட பாத்திரங்களுமாய்... இருள் சூழ தெரிந்த வீட்டின் சுவர்களுக்குத்தான் தெரியும் இதில் கண்ட நிர்வாணங்களின் கொடூரங்கள் பற்றி... இந்த வீட்டின் சுவர்களுக்குத்தான் தெரியும் துரோகிகளின் கொடூரங்கள் பற்றி... வாழ்வு என்பதைப் பெற்றுக் கொள்ள இரு பெண்கள் அனுபவிக்கும் போராட்டங்கள் பற்றி... அவர்கள் மன உணர்வுகள் பற்றி... கண்ணீர்த் துளிகள் பற்றி இந்த இரவுக்கும்... இவர்கள் வீட்டு சுவர்களுக்குமே தெரியும்... கும்மிருட்டுக்கொண்ட வீட்டிற்குள் எவனும் பதுங்கி இருக்கக் கூடாதே என்ற அச்சத்துடன் ஒவ்வொரு காலாக எடுத்துப்போட்டவள் அடுப்புக் கிடக்கும் இடத்தினருகே சென்றாள்... அடுப்பில் சோற்றுப்பானை சரிந்துக்கிடந்தது. அதில் கைப்போட்டப்போது புளித்த வாசனை தென்பட்டது. சற்று தள்ளினாற்போல் இருந்த மீன்சட்டியின் உலைமூடி பாதி திறந்து கிடக்க அதனடியில் அடுப்புக்குள் படுத்துக்கிடந்த பூனை இவள் அரவம் கேட்டு மியாவ் என வாலை நிமிர்த்திக்கொண்டு எழும்பியது. அதன் திடீர் சத்தம் பகீரென நெஞ்சில் பரவ அச்சத்துடன் 'அம்மோ..ஒ...' என்றாள். அடுப்புக்குள்ளிருந்து எழுந்த பூனையின் உடம்பிலிருந்து அடுப்பு குப்பை பறக்க அதன் துகள் பட்டு அச்சியம் என தும்மினாள் குட்டிமணி. அந்த நேர இருட்டிற்கு அந்த தும்மலும் அச்சமாக இருக்க... விளக்கையும், தீப்பெட்டியையும் துரிதமாகத் தேடினாள். தடவித் தடவி தீப்பெட்டியைக் கையில் எடுத்தவள் அதில் குச்சி கிடக்கிறதா என கிலுக்கிப் பார்த்தாள். எதோ ஒன்றிரண்டு குச்சிகள் கிடப்பதாக மட்டும் சத்தம் வர தீப்பெட்டியைத் திறந்து குச்சி எடுத்து உரசினாள். அந்த நேரம் பார்த்து மீண்டும் தும்மல் வர அந்த அச்சியத்தில் முதல் குச்சியும் அணைந்து போனது. மீண்டும் தீக்குச்சி எடுக்க மீதம் ஒன்றே கிடந்தது. அதுவும் முனை ஒடிந்துபோக குட்டிமணிக்கு இன்னும் பயம் கூடியது.

கை வைத்துத் தடவி விளக்கை எடுத்தவள், கடைசி குச்சியை எடுத்து உரச அது மினுங்கி ஒளிகொடுக்க விளக்கு திரியின் முனையில் தீக்குச்சி ஒளியைக்கொண்டு ஒப்பினாள். எண்ணெய் இல்லாமல் கிடந்த திரி அதிக ஆர்ப்பாட்டமில்லாமல் ஒளியை வாங்கிக்

கொண்டது. கொன்னை மரத்தின் கிளைக்காற்று அந்த மங்குன ஒளியைத் தொட்டு விடுவேன் என்று வர, குட்டிமணி தன் உள்ளங் கைகளைக் கூட்டி அந்த ஒளியைப் பாதுகாத்தாள். அவள் கை அணைப்புக்குள் நின்ற ஒளியும் போய்விடுகிறேன் என்று கூறுவதைப் போல் இருக்க சிம்முணியை மெதுவாகத் தூக்கினாள். விளக்கின் அற்றத்தில் ஒரு துளிகூட எண்ணெய் இல்லை என தெரிய இவள் முகம் வியர்வை கூடியது. திரியில் ஒட்டியிருந்த எண்ணெயும் தீர்ந்துபோக, ப்பூ என பதறலைக் கொடுத்துக்கொண்டு கடைசி துளி ஒளியும் அணைந்துபோக, மீண்டும் அந்த வீடு இருளுக்குள் மூழ்கியது. கையிருந்த விளக்கோடு எண்ணெய் கேனை தேடி எடுத்தபோது அதில் ஒரு துளி எண்ணெய்யும் இல்லாம போக வருத்தம் பொங்க விளக்கையும், எண்ணெய் கேனையும் தூக்கி தூரமா எறிந்தாள். படாருண்ணு சத்தம் எழுப்பியிட்டு விழுந்த விளக்கு சில்லு சில்லா சிதறி உடைந்த சத்தம் கேட்க வருத்தம் முட்ட அந்த இருள் நிறைந்த வீட்டில் சுவர் சாய்ந்தாள். மனதுக்குள் ரமணி கோபமும், வருத்தமுமாக வந்தாள். வீட்டின் வெளியே யாரோ நடப்பது போலவும் சிகரெட் நெடி கேட்பது போலவும் இருக்க தன்னை ஒடுக்கிக்கொண்டு அடுப்பின் பின்னால் இருந்த அரிபானையின் மறைவில்போய் இருந்தாள் குட்டிமணி.

சிகரெட் நெடியில் மனதில் முத்து வந்தான். அவன் அவளை வன்புணர்வு செய்தபோது அவனிடமிருந்து எடுத்த சிகரெட் நெடியின் தாக்கம் அவள் மனதில் இப்போதும் அச்சமாக இருக்க... அவன் வந்து விட்டானோ உயிர் வரைக்கும் பயம் கிடக்க... தலையைக் கவிழ்த்துக் கொண்டு உயிருக்கும் அஞ்சும் கோழிக்குஞ்சுபோல் தாய்க்கோழியின் பாதுகாப்புமுமின்றி பதறினாள் குட்டிமணி. மனதில் அந்த வயதின் அவலம் வந்து நின்று கனத்தது.

•

அன்று ஒன்பது வயதுச் சிறுமியாக வீட்டின் முன்பக்கம் இருந்து மண்ணும், செரட்டையும் வைத்து கஞ்சியும், கறியும் விளையாடிக் கொண்டிருந்தபோது அதில் வந்தான் முத்து. அவன் கைவிரலில் சிகரெட் எரிந்துகொண்டிருந்தது. தரையில் இருந்தவள் அவனை நிமிர்ந்துபார்த்தாள். அந்தப் பார்வையில் அன்று வெகுளித்தனம் நிறைந்து நின்றது.

‘கொம்ம வீட்டுல இல்லியா...?’

‘இல்...ல’

‘அவா எங்க?’

‘சோலிக்கிப் போயிருக்கியா…’ பெருமையாகச் சொன்னாள் ஒன்பது வயது குட்டிமணி. இவள் அப்படிச் சொன்னதும் அவன் அன்று சத்தமாகச் சிரித்தான்.

‘கொம்ம என்ன வேலைக்கிப் போறாண்ணுத் தெரியுமா…?’

‘வேலைக்கி…’ என்ன வேலை என்ற விளக்கம் கொடுக்கத் தெரியாமல் அவள் மண்ணில் விளையாடிக்கொண்டிருக்க அவன் அவளை குனிந்து எடுத்தான். அவன் எடுப்பில் இருந்த வக்கிரம்… அதில் தெரிந்த முரட்டுத்தனம்… குட்டிக் குழந்தையை மிரளவைக்க அவன் சட்டைப் பையிலிருந்து புளிச்சி முட்டாய்களை எடுத்துக் கொடுத்தான். அந்த முட்டாய்களை கையில் வாங்கிக்கொண்டே அவனைப் பார்த்தாள் சின்ன குட்டிமணி.

‘ம்… தின்னு…’ சொல்லிக்கொண்டே மார்பு சதை முளைக்காத அவள் நெஞ்சங்கூட்டில் அவனது கடின கையால் தடவிக்கொடுக்க வாயுக்குள் போட்ட முட்டாய் வெகுவாய் கசக்க… அவனைப் பீதியுடன் பார்த்தாள்… அவனது நெருங்கிய அணைப்பு… அவனது கடினமான அழுத்தம்… அவனது முரட்டு முத்தம்… அவனது ஆக்கிரமிப்பு… அவனது ஆண்முடை… அந்தப் பிஞ்சுக் குழந்தையை மிரள வைக்க, கண்ணிலிருந்து கண்ணீர் வழிந்ததே தவிர அவனை எதிர்க்க முடியவில்லை… தெரியவில்லை… இதே வீட்டிற்குள் அவளை அவன் வஞ்சித்தான்… அந்த நினைவுகள் இப்போதும் வர கால்களை ஒடுக்கிக்கொண்டு அந்த இருளின் வலியை மீண்டும் நினைத்தாள்.

‘அவன் சாகணம்… அந்த முத்து சாவணம்… அவனுக்க சாமனம் புழுத்துப் போணும்’ தனது உதட்டைத் தடவினாள்… ‘அவனுக்க பல்லு பட்ட காயத்திலிருந்து வந்த ரத்தம் நிக்க அப்ப எனக்கு ரெண்டு வாரம் ஆகியிருந்து… அவனால கிழிந்துப் போன எனக்க பெண்ணுறுப்புக்க புண்ணு தீர மாசகணக்கு ஆச்சி… நான் எப்பிடி அண்ணுப் பெழச்சேன்… ஏன் பெழச்சேன்? நான் எல்லாம் அண்ணேச் செத்துப்போயிருக்கணம். எனக்க பவளம் பாட்டியும், அம்மையும், அப்புவுமா காப்பாத்திச்சுனம்… ஆனா எனக்கு இப்பவரைக்கும் அந்த பேடி தீரேல… அந்த இருட்டு தீரேல… அந்த அருவெருப்பு தீரேல… அவனுக்க சாமனத்தக்கண்ட பீதி தீரேல… நான் என்ன சின்னப் பெண்ணு அண்ணு… அவனை எதுக்கவோ தெரியாத பெண்ணு… அவன் நடத்தின அக்கிரமத்த வெளியிலச் செல்லவோ சத்தம் போடவோ தெரியாத பெண்ணு… அண்ணு யாரும் காணாமப் போயிருந்தா இந்தச் சம்பவத்தை எனக்குள்ளே நான் மறச்சியும் வச்சிருப்பேன். அந்த அளவுக்கு எனக்குள்ள பாவத்துக்கான குற்ற

உணர்வு இருந்து... அண்ணு எனக்க பவளம் பாட்டி விளையிலண்டு கத்தாழப் பறிச்சிட்டு வந்த நேரம்...'

பவளம் அந்த காலத்தில் வேலியோரம் நிற்கும் கற்றாழைகளை ஒடித்து அவற்றை செதுக்கி பட்டு போன்றாக்கி உலர்த்தி சந்தைகளில் விற்று, கிழங்கும், மீனுமென அன்றாட வாழ்க்கைச் செலவுக்கு உழைப்பவள். குருந்து கற்றாழைகளை வெளுவெளுனெ சிவத்த மூக்கு முட்களோடு பார்க்கும்போது அதன் அழகுகள் பேரானந்தம் கொடுப்பவை. பவளம் மட்டுமல்ல அன்றைய பல பெண்களுக்கு இத்தொழில் வாழ்க்கைப் பிழைப்பாகயிருந்தது. கற்றாழை இலை களின் கடுத்த நாற்றம் பெறாமல் அன்று இந்த ஊரைக் கடக்க முடியாது. ஆனால் இன்றோ கற்றாழைகளுமில்லை, வேலிகளு மில்லை. அன்றும் கற்றாழை ஒடித்து விட்டு வந்தபோது எந்த அரவமும் இல்லாமல் போக தனது கடவத்தில் வைத்திருந்த பிறுத்திச்சக்கையை எடுத்துக்கொண்டு குட்டிமணியைத் தேடினாள். அவள் கற்றாழைக்குப் போகும்போது இதுபோல் அயனிப்பழம், பேரைக்காய், கொல்லாம்பழம் என்று அந்தந்த சீசனுக்குள்ள ஏதாவது விளைப்பக்கத்தில் கிடக்க அவற்றைக்கொண்டு குட்டிமணிக்குக் கொடுப்பாள்... குட்டிமணியும் பவளத்துடன் போகாத காலத்தில் அவள் வருகையை எதிர்பார்த்துக்கொண்டே முன் முற்றத்தில் இருந்து விளையாடிக்கொண்டிருப்பாள். அன்றும் அவள் குட்டிமணியைக் காணவில்லையே என்று தன் கையிருந்த பிறுத்திக்காய் என்ற அன்னாசிப்பழத்தை கடவத்திலிருந்து எடுத்துக்கொண்டு 'குட்டிமணியே...' என்று அழைத்துக்கொண்டு சென்றாள். முத்துவின் வஞ்சிப்பில் சிக்குண்டு சின்னபின்னமாகிப் போகும் சிறுமியைக் கண்டு அவள் பதறிவிட்டாள். தன் கையிலிருந்த பிறுத்திக்காயைக் கொண்டு அவனை எறிந்தாள். ஏதோ தூசி விழுந்ததுபோல் திரும்பியவன் பவளத்தைப் பார்த்ததும் அதிரவே இல்லை.

வெகு இயல்பாக தன் சட்டையை எடுத்து அணிந்துகொண்டவனை நோக்கி ஓடிய பவளம் அவன் முகத்தில் காறித்துப்பினாள்.

'நீ விளங்க மாட்ட.... நீ புழுத்துதான் போவ... ஒனக்க சாமனத்துல வியாதிதான் வரும். நீ எம்புடு இருக்க? அது எம்புடு இருக்கும்? ஒனக்க ஈரக்கொலையில எள்ளுபோல உயிராவது இருந்திருந்தா இந்த பச்சமண்ணை இப்படி செய்துருப்பியா?' பவளத்தின் நரைதலை முடிகள் இங்கும் அங்கும் ஆட அவளது கறுத்த முகத்தில் வியர்வை வடிய சுருங்கிய கண்களில் கண்ணீர் பாய அவனிடம் கேட்கக் கேட்க அவன் எந்த பதிலும் கூறாமல் வாசல் நோக்கி நடக்க... அவன் சட்டையை எட்டிப்பிடித்தாள் பவளம்.

‘இந்த அநீயாயத்துக்கு ஒரு பதிலைச்சொல்லியிட்டுப் போல...’

‘எது அநீயாயம். ஒரு வேசப் பெத்த மொவா நல்லவளா இருக்க முடியாது. தள்ளையிக்க மொவாதானே அவளும் அப்படித்தான் ஆவுவா...’ அவன் மனசற்றுக் கூறி பவளத்தைப் பிடித்துத் தள்ளிவிட்டு வெளியே வரவும் அதில் ரமணி வந்தாள்.

அவனைக் கண்டதும் அவள் தனக்குள் சுக்குப்போல் பொடிந்தாள். அவனோ அவளைப் பார்த்து இளக்கார சிரிப்பை உதிர்த்து விட்டுப் போக வீட்டு வாசலில் ஏறியவள் அப்படியே நின்றாள். தரையில் ஒடிந்த கீரைபோல் கிடந்த மகளும்... அவளைக் கட்டிக்கொண்டே கிடந்த பவளமும் பல சங்கதிகளை வெளிப்படுத்த அவள் வாய் வார்த்தைகளும் காணாமல் போக அப்படியே உறைந்துபோய் நின்றாள்.

ரமணியின் அரவம் கேட்ட பவளம் நீண்ட ஒப்பாரி வைக்கத்துவங்கி னாள்.

‘ஒன்னோட ஒனக்க கதை முடியுமுண்ணு நினச்சியாக்கும்? பாரு பச்சமண்ணை செய்துப்போட்டுருக்கியதை... ஒருத்தன் விட்டு, ரெண்டு பேரு விட்டு ஊரறிய பாவியாகிப் போன ஒன்னை இந்த ஊரு ஒதுக்கி வச்சி வேடிசாயக்குனதுபோல ஒனக்க மகளையும் ஆக்குதே’

பவளம் தன் தமையனின் மகளை தன் மகள்போல் அன்பு செய்யக் கூடியவள். வழி தவறிய சூழல் வந்து பெற்ற தாயே தனியாக்கிய போதும் ரமணிக்கு அரவணைப்பு கொடுத்தவள். பவளத்தின் அரவணைப்பும், அப்புவின் உடனிருப்பும் இல்லாதிருந்தால் ரமணியால் இதில் நின்றிருக்க முடியாமலே போயிருக்கும்.

தன் மகளை நோக்கிப் போகவே அச்சப்பட்டு, குற்ற உணர்வுடன் நின்றாள் ரமணி. தன்னைத் தேடி வந்தவன் தான் இல்லாமல் போக அவன் பசி போக்க என் மகளைத் தின்றுவிட்டானே என்ற வேதனையில் சுருண்டு நின்றாள்.

‘வர வர இந்த பாவி பயலுவா சின்னப்பிள்ளையளையும் விடேல... பெரியவளுகளையும் விடேல... கிழவியளையும் விடேல. சட்டம் ஆயிரம் இருந்தாலும் இப்படிப்பட்டவனுகளுக்கு அப்பிடி என்ன பெரிய தண்டனையைக் கொடுக்குறாங்கண்ணு செல்லு. நடுத் தெருவுல நிக்க வச்சி இவனுகளுக்கதை சுட்டுப் பொசுக்க வேண்டா மாக்கும்? பெட்டச்சியளும் எம்புடு தூரந்தான் அவாவா சதையளையும் தூக்கியிட்டு ஓட முடியும்? பெறந்த அண்ணுலண்டு கல்லறக் குண்டுக்குள்ளபோய் அழுகுறதுவரைக்கும் தனக்க சதையைக்

காப்பாத்த என்ன ஓட்டம் ஓட வேண்டியிருக்கு... எனக்க பொன்னு மோளே குட்டிமணியே நீ எழும்பு மக்கா... வெறிப்பட்டி கடிச்சா ஊசி போடமாட்டமா? அது போலதான் இதுவும்... வா மோளே... அவன் ஒரு பட்டி மக்கா பட்டி...' கூறிக்கொண்டே குட்டிமணியின் தலையைத்தூக்கி தன் மடியில் வைத்துத் தடவினாள பவளம்.

ரமணியோ தன் மகள் மனரீதியாகப் பாதிக்கப்பட்டு தன் வாழ்வை இழந்து விடுவாளோ என பெருமினாள்.

'இந்த ஒலகத்துல நாள்தோறும் பெண்ணுங்கா இதுபோல மறைவிலேயும், இருட்டுலேயும், காதல் என்கிற பேரிலேயும் இடிக்கப்படுறாங்கா... மரணத்தைவிட கொடிய வேதனையை இதுனால அனுபவிச்சிட்டுதான் வாழ்றாங்கா. இப்பிடியெல்லாம் நடந்துட்டே... இனி என்ன வாழ்வுண்ணு பாதிக்கப்பட்ட பெட்டச்சியா நினச்சிட்டா இந்த ஒலகத்துல பாதிக்க மேல பெண்ணுங்களும் செத்துதான் போகவேண்டியிருக்கும். சொந்த அப்பனால, அரவணைக்கிற சித்தப்பாவுனால, வழிகாட்டுற மாமனால, பாதுகாக்கிற அண்ணனால, தம்பியால, தாத்தாயினால, அப்பறத்து வீட்டுக்காரனுனால, வழிப்போக்கனால... அவனால இவனாலாண்ணு தராதரம் பாக்காம சீரழிக்கப்படுறாங்க. காதலுக்க பெயருல... தாலிக்கப்பெயருலகூட இடிக்கப்படுறாங்க. அய்யோ இப்பிடி ஆயிட்டேண்ணு சாவத் தேடிப்போனா இந்தப் பூமியில பெட்டச்சியளே இல்லாம போயிரும். எல்லா இடிபாடுகளையும், வேதனைகளையும் நெஞ்சுருட்டுக்குள்ள அவவா ஒதுக்கி வச்சிட்டு சீவித வண்டிய இழுத்துட்டுத்தான் கிடக்குறா. தப்பு செய்றவனுக்கு சமூகத்துல அங்கீகாரம் கொடுக்குறப்ப இதுபோல பாதிக்கப்பட்ட பெண்ணுக்கு பாவி பட்டமில்லியோ கொடுக்குனம். எனக்க மொவுளுக்கு இப்பிடி ஒரு பாதிப்பைக் கொடுத்தவன ஏத்துக்கிற ஒலகம் எனக்க மொவளை ஏத்துக்குமா, அதுனால இந்த விசயத்தை மறச்சியே ஆகணம்... இல்லண்ணா என்னைவிட மிச்சமா ஆக்குவுனம்.' நினைத்து நின்ற ரமணி வேதனையில் சுருண்டுக் கொடுத்தாள்.

'நீ கரையாத மக்கா. இந்த நாதரிப்பய எண்ணும் இப்படி வாழுவானாக்கும்? இவனுக்கு சாவு வராதாக்கும்? வரும் மோளே இவனுக்கு சாவு வரும்... இவஞ் செத்து இவனையும் அப்பு பூத்துவான். இவன் காம சதையும் மண்ணுக்குள்ள அடங்கிப் புழுத்துப்போவும். இவஞ் செத்தப்பிறகு இவனுக்க சதையை பேயிக்கொண்டு தீயிலப்போட்டு சுட்டுக்கரிச்சும். இவனப் பிடிச்சி கொதிச்சிய எண்ணெ வார்ப்புல லூசிபர் பேய் போட்டுக் கிண்டும்.

இவனுக்க கையும், காலும் பூய்த்தெடுத்து அடுப்பு தீயிக்க கூட பத்த வச்சும்... இவனுக்க சாமனத்தை சர்ப்பம் கொத்தித் கொத்தி தின்னும். அப்ப இவன் தனக்க வேதனையைப் பொறுக்க இயலாம அய்யோ அப்போண்ணு வச்சிய ஒப்பாருக்க சத்தம் கேட்டு நீயும், நானும் சத்தம் போட்டு சிரிச்சணம் இன்னா மக்கா...'

தனது மகளுக்கு ஆறுதல் கூறும் பவளத்தின் வார்த்தைகளைக் கேட்டு நொந்துப்போய் கண்மூடினாள் ரமணி.

'நீ ஏன் பாத்துட்டு நிக்கிய? இவனுக்கெல்லாம் தண்டனையுண்டு... இவனெல்லாம் அழிவான்...' பவளம் ஆவேசமாகக் கூற தன் மகளை நோக்கி நடந்தாள் ரமணி. குட்டிமணியின் சின்ன விரல்களில் மண்கள் ஒட்டியிருக்க அவள் விளையாடிய சிரட்டைகள் முன் முற்றத்தில் சிதறிக்கிடக்க இவள் மனம் உடைந்தது.

'விளையாடிட்ட இருந்த எனக்க மொவுளுட்ட கூட ஒனக்கு மோகம் வந்துதோ' ரமணி தன் மகளின் அருகே சென்றாள்.

'மோளே...' இதயம் நடுங்க அழைத்தாள். அவனின் முரட்டுத்தனம் சின்னாப்பின்னமாக்கிய தன் மகளின் சின்ன உடலைக்கண்டு அலறினாள் தனக்குள்.

'ம்..மா... அவன் சாவுவானா...' மகள் கேட்க மேலும் கீழும் தலையாட்டினாள் கண்ணீரோடு.

'பேய் அவன தீயுலப்போட்டுக் கிண்டுமா? அவன் அப்ப எப்ப சாவுவான்?' அவன் சாக வேண்டும் என்ற ஏக்கத்தோடு கேட்டாள்.

'நீ குருசு மூட்டுல நேச்சப்போட்டு, காணிக்கைப் போட்டு செபம் செய்தா செணம் சாவுவான் மக்கா...' பவளம் கூற ரமணி தனக்குள் வறண்டுப்போனாள்.

'எல்லா குற்றங்களுக்க தண்டனையும் சாவுக்கப் பிறகுதான் உண்டுண்ணா எல்லா குற்றவாளிகளையும் சாவுகொண்டுப்போணுமே எனக்க பவளமே. குற்றவாளிகளுக்கு இடமும், ஆதரவும் கொடுக்குற ஒலகத்துல வாழுற நம்மளைப்போல ஏழையளுட்ட சாவுக்கப் பெறகு தண்டனையுண்டு யாரோ சொல்லி படிப்பிச்சிட்டாங்க. இது கேடு கெட்ட, நீதி கெட்டவங்கா வாழுற ஒலகம். பெண்ணை மானபங்கம் படுத்துறவனுக்கு பதவிகளும், மேடை மரியாதைகளும் கொடுக்குற ஒலகம்... இந்த ஒலகத்துல ஆணுக்கு இல்லாத தண்டனை இந்த விசயத்துல பெண்ணுக்கு கொடுத்துருக்கு. ஒரு விபத்துல கையோ, காலோ போயிட்டா கூட அந்த ஆளை இந்த உலகம் அனுதாபமா பாக்கும். ஆனா இப்பிடி ஒரு விபத்துல பெண்ணு அகப்பட்டா அவளை குற்றமா பாக்குற ஒலகம்'

‘மனசால எனக்க மொவா பாதிக்கப்பட்டுருப்பா மாமியே... அவா ஒடலாலும் பாதிக்கப்பட்டுருக்கியா மாமியே...’ அதுவரை அடக்கி வைத்த அழுகையை ரமணி பொட்டி சிதற, குட்டிமணி தலை உயர்த்தி தாயைப் பார்த்தாள்.

‘ம்...மா... அவன் சாவுவான் அம்மா... நீ கரையாத...’ கூறிய குட்டிமணியை.

‘எனக்க செல்ல மோளே...’ என்று தூக்கி எடுத்தாள் ரமணி... அவள் உக்கி எடுத்து அணைத்த குட்டிமணியின் பாவடைத்தாண்டி ஒழுகிய பச்சை ரத்தத்தைக் கண்டு மூன்று பெண்களும் அலறிய அலறலை வீட்டுத் திண்ணையில் கேட்டுக்கொண்டிருந்த அப்புவின் மனமும் கண்ணும், அன்றே கசிந்தது.

•

பழைய நினைவுகளை உலுக்கிவிட்டு நிமிர்ந்த குட்டிமணியின் முகத்தில் முத்து முத்தாக வியர்வை வழிய தனது துப்பட்டாவால் அதை துடைக்கவும் செய்யாமல் இருந்தாள்.

‘பாவம் எனக்க பவளம் பாட்டி... தப்புக்கெல்லாம் தண்டனை சாவுக்குப்பிறகு கெடைக்குமுண்ணு செல்லி தந்தா... நல்லதுக் கெல்லாம் பரிசு சாவுக்கப் பிறகு மோச்சத்துல கிட்டுமுண்ணு சொல்லி தந்தா. சாவுக்குப்பிறகு மண்ணுக்குள்ள பூத்தி தள்ளூற ஒடம்பு நரகத்துக்கு எப்பிடி போவும்? மோச்சத்துக்கு எப்படி போவும்? மண்ணுக்குள்ள கழிஞ்சிப் போற கையும் காலையும் பேய் எப்படி தூக்கியிட்டுப் போகும்? சும்மனசு எப்பிடி மோச்சத்துக்குகொண்டு போகும்? அதெல்லாம் சும்மா... என்னைப்போல உள்ள பாவங் களுக்கு நீதி கிடைக்காம போறப்ப எல்லாம் கடவுளு பாத்துக்கு வாரு... பேய் பாத்துருமுண்ணு எதோ மத ஆசாமிகள் மன ஆசுவாசத்துக்கு சொல்லிக் கொடுத்ததா காணும்? சாவுக்குப்பிறகு என்னத்த உண்டோ யாருக்கண்டா? நானும் பவளம் சென்னதை நம்பி அவன் சாவுக்கு வேண்டி எத்தனையோ நாளு குருசு மூட்டுல நேச்சப்போட்டு செபம் செய்துட்டுண்டு. அவன் ஒண்ணும் இப்ப வரைக்கும் சாகவே இல்ல... சொன்ன பவளம்தான் பாவம் செத்துப் போனா... பவளத்தின் வார்த்தையை நம்பி அவன் சாவுக்கு செபம் செய்து காத்திருந்த பேத்த குட்டியிண்ணா பேத்தக்குட்டியாக்கும் நான்.’ நினைத்துக்கொண்டே மெதுவாக எழுந்து துணியால் மறைக்கப்பட்ட சன்னலருகே நின்று வெளியே பார்த்தாள்.

கொன்னை மரத்தைத் தாண்டிய கள்ளிச் செடிகளின் வேலியருகே சிகரெட் பிடித்தப்படி நின்ற ஆண் உருவம் முத்து இல்லை என்பது

தெரிந்தது. ஆனால் அந்த உருவம் யாரென்று தெரியாமல் போக அந்த உருவமோ பின்வாசல் வழி குட்டிமணியின் வீட்டை நோக்கி வர அவள் முன் கதவு வழியாக வெளியே சாடி கொன்னை மர வேலியைத்தாண்டி கொழுகொழுவென்று நின்ற மருச்சினி என்ற மரவள்ளித் தோட்டத்து விளைக்குள் அந்த இருட்டிலும் சென்று சாடினாள்.

விளைக்குள் காலுக்குள் எதோ அப்ப அது பீ நாற்றம் என்பது புரிய அதையும் சகித்துக்கொண்டு அந்த இருட்டில் இருந்தாள் குட்டிமணி. கழிவறையற்ற அப்பு, இவர்கள் இன்னும் சில வழிப்போக்கர்கள் இந்த விளையின் வேலி மறைவில் கழிவுகளை கழிப்பது இயல்பாகி விட்டது. இந்த விளையின் உரிமையாளர் வெளிமாநிலத்தில் இருப்பதால் இதை முறையாக அவர் பராமரிக்க வாய்ப்பு கிடைக்க வில்லை. அவரின் நெருங்கிய குடும்பத்தினர் இதில் மரவள்ளிக் கிழங்குகளை வைத்து விட்டுருக்கிறார். இந்த விளையின் வேலிகளில் காலம் விழுங்கிக்கொண்டிருக்கும் பல வகை முட்கள் அரணாக நின்றன. கற்றாழைகள், பச்சை இலைக்கள்ளிகள், நவுடக்கள்ளிச் செடிகள் என பல பல நின்றன... குட்டிமணி அந்த வேலியோரம் நெருங்கி இருந்தபோது அவற்றிலிருந்து பல இரவுப்பூச்சிகளின் சத்தம் கேட்டது... பல தருணங்களில் இந்த வேலிகளில் பாம்பு ஊர்வதையும் பார்த்திருக்கிறாள். இப்போது அந்த நினைவும் வர அதைவிட வெளியில் தெரிந்தவன் கொடுமை என்று புரிய கண்களை மூடிக்கொண்டு பீ நாற்றத்தையும் சுவாசித்துக்கொண்டு இருட்டில் தத்தளித்து தவிப்போடு இருந்தாள். சுற்றி உருண்ட இருள் அவளை வேதனையுடன் பார்த்துக்கொண்டே இருக்க வீட்டிற்குள் சென்றவன் அங்கு பாத்திரங்களை உருட்டும் சத்தம் குட்டிமணிக்கு தெளிவாகக் கேட்டது.

'இது என்னையோ அம்மையோ கனிவா தேடுற தேட்டமில்ல... இது மத்ததுக்கு தேடுற ஆவேசமாக்கும். வயிறு பசிச்சா ஒட்டலுக்குத் தின்னப்போறதுபோல தேகத்துக்கு பசி வந்தா வேச வீட்டுக்கு வந்து ஆவேசப்படுறான் பட்டிபய.' அவள் நினைக்க அவன் முன்பக்கம் வந்தான். முன் முற்றத்தில் இறங்கியவனை அப்புவின் பட்டி இன்னும் அதிகமாகக் குரைக்க... இப்போது இருள் பழகிப்போன குட்டிமணி அவனை தீவிரமாக யாரென்று பார்த்தாள்... அவன் முகத்தின் வடிவமைப்பு அவளுக்கு அவன் இன்ன ஆள் என்பதை தெளிவுப்படுத்த இன்னும் அதிகமாக பீ நாறியது.

'இவன் அருளுண்ணு சொல்லியவன். இவன் எனக்க அம்மையிட்ட வந்தவன்... இவன் பயங்கர ஆளு... இவனும் அந்த முத்துவைப் போல சாவ வேண்டியவன்.' உதடுகள் துடிக்க அவனை இருட்டு

வாக்கில் முறைத்தவளின் நினைவில் அன்றைய சம்பவம் நினைவில் வந்தது.

•

இவளின் ஐந்து வயது பருவத்தில் மரவள்ளிக்கிழங்குத் தோட்டத்தில் ரமணி காலைக்கடனை முடிக்க இறங்கிய அந்த நேரம்... குட்டிமணி வேலியோரம் நின்ற நவுடக்களளிகளின் பூக்களை ஈக்காம் பெட்டியில் பறித்துச் சேர்த்த சின்னக் குட்டியாக நின்றிருந்த அந்தப் பருவம்... பவளம் கற்றாழைகளை இளைத்து அதன் தும்பை வெயில் பார்த்துப் போட்டுக்கொண்டிருந்த நேரம் இவன் வந்தான்... மரவள்ளி தோட்டத்தில் அவனும் இறங்கினான். இவன் இறங்கிய சிறிது நேரத்தில் அடர்ந்த பச்சை இலைகளைப் பரப்பி நின்ற கிழங்கின் இலைகள் கொலையைக் கண்ட பீதியில் ஆடுவதுபோல் இங்கும் அங்கும் ஆட... எவரோ உள்ளிருந்து ஓடுவதும் எவோ துரத்துவதும் போலிருக்க குட்டிமணி தனது பூக்களை ஈக்காம் பெட்டியோடு சேர்த்துக் கீழே எறிந்துவிட்டு 'அம்மோ ஓ...' என்று அழைத்துக்கொண்டு ஓடினாள்... அடர்ந்த வேலிகளின் கடினம் தாண்டி அவள் வேலிக்குள் நுழைய நுழைய 'மோளே வராத...' ரமணியின் குரல் காதில் விழ... பவளம் ஓடி வந்து குட்டிமணியை தடுத்துப்பிடித்தாள். நிலைமையின் குரூரம் தெரியாத அந்தக் குட்டிமணி தனது ரமணி தாயை அவன் கொலை செய்வதாக நினைத்து அலறினாள்... சிறிது நேரத்தில் மரவள்ளிக்கிழங்கின் ஆட்டங்கள் நின்றிருக்க ரமணி வெளியே வந்தாள். அவள் கையில் பத்து ரூபாய் சுருண்டுத் தெரிய அலங்கோலமாய் வந்தவளின் பின்பக்க சேலையில் மாததீட்டு ரத்தம் பச்சை பச்சையாகத் தெரிந்தது.

அந்த ரத்தத்தின் அர்த்தம் தெரியாத வயதில் குட்டிமணி பீதிகொண்டு பவளத்திடம் ஒதுங்கினாள்.

தன் கையில் உருண்ட பத்துரூபாயை மகளிடம் கொடுத்துவிட்டு வீட்டின் பின்புறம் இருந்த வெள்ளபானையின் தேங்காய் மூடி அடப்பைத் திறந்து அதே செரட்டையில் வெள்ளம் சரித்து தனது குண்டியைக் கழுவிக்கொண்டே பவளத்திடம் சொன்னாள்.

'பாவி பய பத்து ருவாய வச்சிட்டு பட்டிப்போல இல்லியா நின்னான். மாசதீனத்தைக்கூட பாவி பய கண்டுக்கேல. காமம் நாத்தம் அறியாது இல்லியா மாமியே...' தனது தாய் கூறியதன் அர்த்தம் தெரியாத குட்டிமணிக்கு அன்றிலிருந்து அருள் என்பவனைப் பார்க்கும் போதெல்லாம் பீ போலவே நாறினான்.

•

அன்றைய நிகழ்வின் அச்சம்கொண்டு அவனை அருவெருப்புடன் பார்த்திருக்க அவனோ எவரையும் காணாத கோபத்தில் வீட்டின் முன் நின்று குரைத்த பட்டியின்மீது கல்லெடுத்து எறிந்தான். அவனது கல்லெறிப்பட்ட பட்டி லொள்... என்று வேதனையின் சத்தம் எழுப்பிய படியே பின் விலகி மீண்டும் அவனைப் பார்த்து குரைக்க அவன் எரிச்சலுடன் நடந்தான். அவன் போனதை உறுதி செய்ததும் குட்டிமணி அந்த அடர்ந்த இருட்டிலிருந்து வெளியே வந்தாள்... காலில் ஒட்டிய பீயை அருகில் கிடந்த கல்லில் தேய்த்துக்கொண்டே கொன்னை மரத்தினருகில் வந்தாள்.

இருளில் உறைந்து நின்ற கொன்னைமரத்தின் தடிமத்தில் சாய்ந்தபோது தந்தையின் தோளில் சாய்ந்தது போன்ற இதம் கிடைக்க கண்களை மூடினாள்... மனம் பொலுபொலுவென பலவித வலிகளின் உணர்வில் அவிழ்ந்து விழுந்தது.

'இது எனக்க அப்பனைப்போல உள்ள மரம். இந்த மரத்துக்க கிளையில தான் எனக்க அம்ம என்னை சின்னதுல தொட்டிலுக் கெட்டிப் போட்டுருப்பா... இதுக்க மூட்டுல இருத்தி பவளம் பல நாளு கதை சொல்லி ஒறங்க வச்சிருக்கா... அப்புவுக்க கூட பல நாளு இதே மரத்துக்க மூட்டுல நான் ஒறங்கியிருக்கேன். இந்த மரத்துக்க கிளையளுல எனக்க சகோதரங்காப் போல பல நாளு விளையாடியிருக்கேன். குட்டிமணி இதுகா கூடவே வளந்தா... இதுல நிக்குற முள் வேலியளுக்க பூவுலேயும், அதுல வந்திருக்கிய காக்கா குருவியளுக்க கூடேயும் கொன்ன மரத்துல கூடு கெட்டுற அணிலுகளுட்டையும் பேசிப் பேசி வளந்து சீவிதபெலம் வேண்டியிட்டுக் கெடக்குற குட்டியாக்கும் நான். எனக்க பவளம் இந்த ஒலகத்துல உள்ள எல்லாத்துக்கும் உயிருண்டுண்ணு சொல்லிச் சொல்லி தருவா... புல்லுக்குக்கூட நோவுமுண்ணு சொல்லுவா... அவா கத்தாழ ஒடிச்சம்ப எண்ணுமே அந்த கத்தாழயள கும்பிட்டு மன்னிப்பு கேட்டுட்டே அதுகள ஒடிப்பா. அவா கத்துத் தந்த படிப்பினையில எல்லாமே குட்டிமணிக்கு உணர்வும், உயிருள்ளதுமாகிப் போக இந்த மரம் கூட எனக்க உணர்வைப் புரிஞ்சுட்டே நிக்கி. இந்த மரத்துக்க எங்க சீவிதம் தெரியும்... எங்க கரச்சி தெரியும்... இதுல வாற மனசத்தவங்களத் தெரியும்... எங்களுக்க எல்லா சீவிதபாடுகளிலேயும் இந்த மரம் உண்டு...' நினைத்துக்கொண்டே கொன்னை மரத்தில் சாய்ந்தவளின் கண்ணில் அந்த இருட்டில் அப்பு வருவது தெரிய அவனை நோக்கி ஓடினாள்.

11

அப்புவிடம் ஓடி வந்தவளை அவன் தன் தோளோரம் அணைத்துக் கொண்டான்... அவன் உடம்பில் வியர்வையோடு ஒட்டிய கல்லறைக் குழி மண்ணும் இவள் தோளில் உறுத்திக் கொடுத்தது.

'ஏன் மக்கா...'

'அ..ரு..ளு... வந்துட்டுப் போறான்...' அவள் கூற அவன் அதிர்ச்சியாகி நிமிர்ந்தான்.

'அவனக்கண்டதும் நான் மருச்சினி விளைக்குள்ள சாடி ஒளிச்சிட்டேன்...' பயத்துடன் சொன்னவளின் பிஞ்சுவிரல்களை அவன் பாசமாகப் பற்றினான்.

'அப்பு அதுல தானே நின்னேன்... அதுல வரப்பாதா மக்கா... அதுல நின்னாலும் எனக்க கண்ணு இதுலோட்டுதான் நிக்கும். அப்பு வேண்ணு ஒரு வேளம் விளிச்சா கூட நான் ஓடி வருவேனே. நீ பேடிச்சி என்னத்துக்கு இந்த ராத்திரி நேரத்துல மருச்சினி விளையில சாடுன... அதுல ஒருவாடு பாம்பெல்லாம் உண்டு இல்லியா மக்கா...'

'கொடிய மனுசங்களுக்க கொடுமையால சாகுறதைவிட பாம்புக் கொத்தி சாவியது நல்லது இல்லியா அப்புவே...' அப்புவை பெயர் சொல்லி அழைத்தே பழகிப் போனாள் குட்டிமணி. ஒரு பருவத்தில் பவளம் தன் மகனை அழைப்பதைக் கேட்டு பழகிப் பழகி அதையே தானும் அழைத்து வளர வளர அப்படியே அழைத்து வந்தாள்.

குட்டிமணி சொன்ன வார்த்தையின் வலியை உள்வாங்கியவாறு அவளை அணைத்தப்படியே கேட்டான்.

‘கொம்ம இன்னும் வரேலியா?’ கேட்கும்போதே அவன் மனம் கனத்தது. தான் காதலியாக உயிருக்குள் வைத்திருப்பவள் பிழைப்புக் காக சதை விற்றுவிட்டு இன்னும் வந்து சேரவில்லையே என்ற ஆதங்கம் அவன் மனதில் புகைபோல் படர்ந்து நின்று கரித்தது. அப்புவும் அவளும் சேர்ந்திருக்கலாம்... நன்றாக எளிமையாக வாழ்ந்திருக்கலாம்... ரமணி தனது வழிதப்பி வயிற்றில் குழந்தையுடன் வந்தபோது நான் ஏற்றுக்கொள்கிறேன் என்று முன் வர அவனுக்கு அப்போது வெறும் பத்தொன்பது வயதே ஆகியிருந்தது... அவள் வயிற்றுப்பிள்ளையுடன் நிற்க, ஊர் சிரிக்க, உறவுகள் வெறுக்க, ரமணியின் தாய் சாக என்று இருந்த நிலைகளில் மௌனமாக அழுதவன் அப்பு. தன் காதலியின் மனதில் நான் இல்லாமல் போயிருக்கிறேனே என்ற வலியின் கொடுமையால் தனியே துவண்டுப் போனவன்... அதுவரை சிறுபிள்ளைத்தனமாக அப்புவிடம் நெருங்கிப் பழகி பேசி இருந்த ரமணியின் அத்தனை துடிப்புகளும் அடங்கிப் போனது. அதன் பின் அவளது சிரிப்பு இன்றுவரை அவன் கேட்டதில்லை. பவளத்தை தவிர அவள் வேறு யாருடனும் பேசுவதில்லை. அப்புவைப் பார்க்கும் போதெல்லாம் தலையை குனித்துக்கொண்டு போவாள்.

தன் மகளைப் பெற்று மூன்று நான்கு வருடங்களுக்குப்பிறகு அலுமினிய பாத்திரம் விற்கும் ஒருவன் அப்புவின் அம்மா பவளத்திடம் வந்து ‘ரமணியை நான் கல்யாணம் செய்துகொள் கிறேன். நல்லா அவளைப் பாத்துக்கிறேன’ என்று சொன்னதை அப்புவும் கேட்டு நின்றான். பவளம் இதைப்பற்றி ரமணியிடம் கேட்டபோது ‘ எனக்க மகளுக்கு அவா பள்ளிக்குப் போம்ப, கோயிலுக்குப் போம்ப ஒரு அப்பா வேணும் இல்லியா மாமியே பின்ன அவன வரச்செல்லு’ அப்படி ரமணி சொன்னபோதும் அவள் மனதில் அப்பு இல்லையா என்ற ஏக்கத்தில் சுருண்டுப் போனான்... எனக்கு அப்பு போதும் மாமியே என்று அவள் வாய் திறந்து ஒருவார்த்தையும் சொல்லாமல் போக அந்த வலியையும் பொறுத்துக் கொண்டான். ஆனால் அந்த பாத்திர வியாபாரி ஆக ஆறே ஆறு மாதம் கூட சரியாக அவளோடு இருந்திருக்க மாட்டான்... அவனும் சொல்லாமல் பறையாமல் அவளை விட்டு இரவோடு இரவாக ஓடினான். அதைத்தொடர்ந்து பின்னும் ஒரு பால்வியாபாரி அவளோடு பழகி அவனுடன் சேர, இனி எத்தனைக்காலம் ஆனாலும் ரமணியின் மனதில் நான் இல்லை என்ற உறுதியுடன் தாய் பார்த்தவளை திருமணம் செய்தான் அப்பு... இவன் திருமணம் முடிந்த மறுவாரம் அந்த பால்காரனும் அவளை விட்டுப்போக அவள் மீண்டும் தன் மகளுடன் தனியானாள்... இவ்வளவு இடைவெளிக்குக் காரணம் இரண்டு பேரும் மனம் திறக்காமல் போனதுதான்.

ரமணியிக்கோ தான் கெட்டுப்போன பெண் என்ற நிலையில் அப்புவிற்கு என்னைப் பிடிக்காது என்ற ஒதுக்கம் இருந்தது... அவன் அவளிடம் அவனாக வலியப்போய் உன் மகளுக்கும் உனக்கும் நான் இருக்கிறேன் என்று சொல்லியிருந்தால் ரமணி அன்றைய சூழலில் மறுத்திருக்க மாட்டாள். அவனுக்கோ பலரை அவள் தேர்வு செய்தும் தன்னை விரும்பவில்லையே, அப்படியென்றால் அவளுக்கு என்னைப் பிடிக்கவில்லை என்ற வேதனை... அப்புவின் மனைவி போன பின் அவள் தனியாளாக நின்று போராடும்போது தன் காதலைக் கொட்டி விட பல தடவை துடித்ததுண்டு... இப்படியே இவன் மனதில் அவள் மீதுகொண்ட காதல் வார்த்தையற்று ஆண்டுக்கணக்கில் மௌனமாகக் கிடக்கிறது... அதன் மொழிகளுக்கு என்று சத்தம் வருமோ?

அப்பு வெறும் ஏழை. அவன் அப்பா இருந்தபோதே வெறும் ஏழை... அவன் குடும்ப பின்னணி அப்படித்தான் அமைந்தது... ரமணியின் குடும்பமும் மிக மிகச் சாதாரண குடும்பமே. வசதியும் வாய்ப்பும் உள்ள குடும்பமென்றால் அப்புவின் அப்பாவை இந்தக் குடும்பத்தில் உள்ள பெண்ணை முடி வெட்டுகிறவனோடு ஓடிப்போக விட்டிருக்க மாட்டார்கள். அப்புவிற்கு ஏகப்பட்ட கடன்களும் உண்டு. அவன் அம்மா பவளம் ஆறுமாதம் கேன்சர் கட்டி வந்து படுத்த படுக்கையாகிப் போக அவளுக்கு மருந்துப் பார்த்தே கடனாளாகிப் போனான்... அதற்கு முந்தைய சின்னச் சின்னக் கடன்களும் இப்போது பெரும் கடனாகிப் போக நிரந்தர தொழிலும் இல்லாமல் வட்டி கட்டவும் முடியாமல் அவதிப்படுகிறான். இத்தகு நிலையில் ரமணிக்குப் பணம் கொடுத்து உதவும் சூழலும் அப்புவுக்கு இல்லை. குட்டிமணிக்கு ஏதாவது பண்டமோ, மிட்டாயியோ, எப்போதவாது திருவிழாக்களுக்கு ஒரு துணிமணியோ எடுத்துக்கொடுப்பதோடு அவனுக்கு வேறு எதுவும் செய்ய இயலாத நிலை.

பவளம் நோய்வாய்ப்பட்டு படுக்கையில் ஆன பிறகு ரமணி அப்புவின் முகம் பார்த்துப் பேசுவதுண்டு. தனது வீட்டில் சோறு பொங்கினால் மகள் வழியாக அவனுக்கு கொடுப்பதுண்டு.

‘நேரம் இருட்டியிட்டு இல்லியா? இன்னும் அவா வரேலியே...’ அப்புவின் உதடுகள் முனகிய அந்த நேரம் அப்புவின் பட்டி வாலை ஆட்டிக்கொண்டு ஓட இருவரும் திரும்பிப் பார்த்தார்கள் அங்கு ரமணி வந்துகொண்டிருந்தாள். அப்புவின் மனதில் அப்போதுதான் உயிர் வந்தது. குட்டிமணி அவளைக் கண்டதும் ரமணியிடம் ஓடினாள். அப்பு அந்த இருட்டிலும் அவளைக் கூர்ந்துப் பார்த்தான்.

‘அலஞ்சி, கலஞ்சி வாற எனக்க ரமணியே எனக்க மனசுக்குள்ள கெடக்கிய பாசத்தை நீ எப்பட்டி மனசுலாக்கி எடுப்ப... என்னை

ஒனக்குப் பிடிச்சிப் போற ஒரு நாளு வருமாட்டி? அப்பிடி மட்டும் அந்த நாளு வந்துண்ணா அண்ணு எனக்கு ஒனக்க தோளுலக் கெடந்து ஒரு நீட்ட ஒப்பாரு வச்சணம்... ஒனக்க மடியிலக் கெடந்து நல்லதா ஒரு ஒறக்கம் ஒறங்கணம். நானும் நிம்மதியா ஒறங்கி காலம் ஒருவாடு அதிகம் ஆச்சிப் பாத்துக்கா. இதெல்லாம் நடக்குமோ நடக்காம போகுமோ? காலம் எல்லாத்தையும் சுருட்டி மடக்கி கல்லறக் குண்டுக்குள்ளதான் கொண்டு தள்ளுதோ? யாருக்கண்டா?' அவன் நீட்டி பெருமூச்சுவிட்டு நிமிரும்போது குட்டிமணி ரமணியின் தோளில் சாய்ந்துக்கிடந்து விங்கினாள். கொன்னை மரத்தில் சாய்ந்து நின்ற ரமணி விசும்பும் தன் மகளின் தலையை வருடிக்கொடுத்தாள். கடைக்காரன் செய்த செயலையும், அவன் மனைவி அடித்ததையும், அருள் வந்ததையும் கடையில் இருந்து வெளியே தள்ளியதையும் சொல்லிச் சொல்லித் தேம்பியவளை வேதனையுடன் வருடிக் கொடுத்தாள் ரமணி.

அப்புவும் அவள் கூறியதைக்கேட்டு அதிர்ச்சியில் கொன்னை மரத்தினடியில் போடப்பட்டிருந்த சப்பைக்கல்லில் சென்று அமர்ந்தான்.

'எனக்க பொன்னு மெவா என்னத்துக்கு புதுசா வருத்தப்பட்டு கரையுற? நமக்கு இது புதுசா மோளே... எப்பவே நம்ம ரெண்டு பேருக்கும் இது பழகிப்போச்சி. காக்கப் பெத்தது குயிலு ஆகாது இல்லியா மோளே... வேசப் பெத்தது கடவுளா இருந்தாலும் அது எப்பிடி நல்லதா இந்த ஒலகம் பாக்கும்? உத்தமிய பத்து பேரு கெட்டவாண்ணு சென்னாலே போதுமே அவா பத்தினிக் கோலம் கெட்டுப்போறதுக்கு. நீ சீவித வேதனையை சகிச்சிக்க மோளே.'

'என்னால முடியலடியம்மா...'

'முடியணும். இந்த தோலுக்க சொரணையெல்லாம் வற்றிப்போறது வரைக்கும்தான் அவமானமும், பரியெடும். அதுக்கப்பிறகு எல்லாமே மரத்துப் போகும். ஒனக்க கொம்மையிக்க சுணையும், கிணையும் எப்பவே மரத்துப்போச்சி. ஏண்ணா கொம்மையைத்தான் இந்த ஒலகம் கொன்னுப்போட்டே மக்கா. ஒரு மனசுக்க நியாயமான ஆசையெல்லாம் எப்ப தோத்துப்போகுமோ அப்பவே ஒரு மனுசனுக்க நல்லுயுரு போயிரும் மோளே...' ரமணி அப்படிப் கூற அப்பு துடித்துப் போனான்.

' முத தடவை பரியெடம்ப, முத தடவை தோத்து போம்ப, முத தடவை அவமானம் சுமக்கம்ப, முத தடவை இல்லாத பழி சுமக்கம்ப உயிருக்க அற்றம் வரைக்கும் நோவும். அதுக்க ஒவ்வொரு துளியிலும் விசம் ஏறுனதுபோல வலியோ வலியிண்ணு அலறும்... மனசுக்க

மென்மையெல்லாம் வெக்கமும், பரியெடும் தாங்காம ஒடஞ்சிப் போகும். இப்பிடி பரியெட்டு வாழுறதை விட்டு செத்துப்போலா முண்ணு மனசு செல்லும். தனக்க தன்மானம் எங்குற உயிரை இழக்க முடியாம அதை கைக்குள்ள வச்சிருக்கவே மனசு பரானபடும். எவ்வளவுதான் பிடிச்சி வச்சியும் பாதுகாக்க முடியாத சொரணையை இந்த ஒலகம் இழுத்துப்பிடிச்சி தெருவுல எறியம்ப இயலாமையிலப் பாத்துட்டுதான் நின்னேன் மோளே...'

உள்ளம் உருகி கொன்னை மரத்தில் சாய்ந்து நின்றவளின் தோளில் சாய்ந்த குட்டிமணி, ரமணியை கண்ணீரோடு பார்த்தாள். அப்புவோ மன பாரத்தால் தலைகுனிந்திருந்தான்.

'இந்த ஒலகத்துல பலருக்க மனசும் கழுதையாக் கிடக்கு. தேகத்துக்கு மட்டும் பரிசுத்தம் எழுதுற ஆளுகளுக்கு அவங்கவங்க மனசுக்க கழுதையில துணி போடத் தெரியேல... மனசுக்கு போட வேண்டிய நல்ல துணியள அவுத்தெறிஞ்சிட்டு வாழுற பைத்தியாற ஒலகம் மக்கா இது. கள்ளமும், பொய்யும், வஞ்சகமும், அநீதியும் உள்ள பலப் பல கழுதையள பச்ச நிர்வாணமா மனசுக்குள்ளப் போட்டுட்டு வாழுற ஒலகத்து ஆளுகளுக்கு நீயும், நானும் மலிவாகிப் போனோம். மனசுக்க கழுதையள எதோ ஒரு அந்தஸ்த்துல மறச்சிப்போட்டு ஆளாளுக்கு நல்லவங்களா பாதிபேரும் நடிச்சிட்டு வாழுனம் மக்கா. பலருக்க குற்றங்குறைகளும் அவங்கவங்க அந்தஸ்த்துக்க பின்னால மறச்சிப் போட்டுருக்காங்கா. பதவியும், பணமும், பலருக்க குற்றம் குறைகளை மறைத்துப்போட்டுருக்கு... நம்மளப்போல உள்ள பாவங்களுக்க குற்றங்கள் மட்டும் பகிரங்கமா காட்டப்படுது.'

ரமணி சொல்லச் சொல்ல அப்பு அவளை ஆச்சரியமாகப் பார்த்தான். தனது கூட சின்னஞ்சிறு சிறுமியாக இருந்த காலத்தில் எவ்வளவோ அச்சம்கொண்டவளாக, எதற்கும் அழுகின்ற குணம்கொண்டவளாக இருந்த ரமணியின் வார்த்தைகளின் உள்ளாழங்கள் அவனையும் நருக் நருக்கென்று குத்திக்குடைய அந்த இருட்டில் அவளைப் பார்த்தான்.

கொன்னை மரத்தில் சாய்ந்து நின்றவளின் உருவத்தில் உயிர் இல்லை என்பதை அவனாலும் உணரமுடிந்தது. தளர்ந்து நின்றவளை தாங்கிக் கொள்ள அவனது மன உணர்வுகள் தவித்தது.

ரமணியின் தோளில்கிடந்த குட்டிமணியின் மூக்கில் தாயிடமிருந்து ஆண்முடை எடுக்க முகம் சுழித்துக்கொண்டு அவளிடமிருந்து எழும்பினாள். சிகரெட் வாடை, மது வாடை, வியர்வை வாடை, அழுக்கு முடை என பல நாற்றங்கள் தாயிடமிருந்து கேட்டுப் பழகிப் போனவளின் மனம் கனத்துப்போனது. காதல் இல்லாத எவனோ தனது தாயின் உடம்பை பசிக்கு எடுத்திருக்கிறான் என்பது உணர

உணர வெதும்பிப் போனவள் அவளிடமிருந்து அகன்று அப்புவின் அருகில் சென்றாள்.

கொன்னை மரத்தினடியில் இரண்டு பெரிய சப்பைக் கல்லுகளும், அதோடு இன்னும் ஒன்னிரண்டு சிறு கற்களும் அவர்கள் இருக்கைக்கு பயன்படுத்தி வந்தார்கள். இருந்து இருந்து பழக்கப்பட்ட அந்தக் கற்கள் வழுவழுப்பாகிக் கிடந்தது. எப்போது அந்த மரத்தடியில் சென்றாலும் அந்தக் கற்களில் அமர்ந்திருப்பது அவ்வளவுக்கு இதமளிப்பைக் கொடுத்துக்கொண்டே இருக்கும். அப்புவின் அருகில் வந்த குட்டிமணியை தன்னருகே அணைத்து அமர்த்திக்கொண்டான் அப்பு.

கொன்னை மரத்தில் சாய்ந்து நின்றவள் மரத்தை தலை உயர்த்தி அந்த இருட்டில் பார்த்தாள். கும்மிருட்டில் அதிக கிளைகளைப் பரப்பி பச்சை இலைகளை கொழு கொழுவென விட்டிருந்த மரத்தை காற்று அசைக்க அதன் கிளைகள் மறிந்து ஆடின... அவை ஆடியபோது அவற்றினையிடையே தெரிந்த பாதி நிலாவும், அதோடு வாரி இறைத்த விண்மீன்களும் தெரிந்தன. மேகங்கள் நிலாவின் பளீரொளியில் கலைந்து கலைந்துப் போக அதற்குள் பாதி நிலா நுழைவதும், வெளிவருவதுமாகத் தெரிய அந்தக் காட்சியைப் பார்த்து நின்றவளின் மனமும் தனக்கு எப்போது ஒரு மறைவிடம் கிடைக்கும் என ஏங்கினாள்.

மரத்தின் கிளைகளின் சலனம் அந்த ஒன்பது மணி இருட்டில் எதோ சங்கதியைக் கூறுவது போலிருக்க மரத்தின் உச்சாணிக் கொம்பை கண் மூடாமல் பார்த்தாள் ரமணி. அதன் அசைவில் தன் தாய் ஞானேந்திரி தெரிய அவள் மனம் படக் படக் கென்று துடித்தது. காலம் பின்னோக்கி ஓட அவள் உடல் பீதியில் வெடவெடத்து ஆடியது.

●

'ரமணியின் வயிற்றில் தன் மகள் குட்டிமணி உருவாகி வந்த ஆறாவது மாதம் அவள் வாந்தியும், காய்ச்சலுமாக தொடர்ந்து துன்புற இதைக் கவனித்த ரமணியின் அம்மா ஞானேந்திரி, மகளுக்கு எரை கிருமியின் தொந்தரவு என தனக்குத் தெரிந்த நாட்டுவைத்தியங்கள் கொடுத்துப் பார்த்தாள். எதிலும் குறையாமல் நாள் போக போக ரமணியின் வயிறு பெரிதாக வர அச்சத்தால் கலங்கிப் போனவள், பவளத்தையும் கூட்டிக்கொண்டு காட்டாத்துறையினருகே உள்ள அப்போதைய பிரபல வைத்திச்சி என்ற நாட்டு மருந்து கொடுக்கும் பெண்மணியிடம் அழைத்துச் சென்றாள். அந்த வைத்திச்சி ரமணியின் கைநாடியைப் பிடித்துப் பார்த்ததும் கண்ணை உயர்த்தினாள். அவள் முகம் அருவெருப்பில் நெளிந்தது.

‘குட்டியிக்கி யாக்கோட்டி. அதான் கல்யாணம் ஆகாமலே சூலியாகியிட்டா. அவா வயித்துல பிள்ள உண்டாகியிருக்கு...’ முகத்தை கடுப்பாக்கிக்கொண்டு சொன்னவளின் வார்த்தையில் ஞானேந்திரியும், பவளமும் ஆடிப்போயினர். ரமணி அந்த அளவுக்கு எதையும் உள்வாங்கத் தெரியாதவளாக பேந்தைப்போல் முழித்தாள். ஞானேந்திரிக்கு தன் மகளை நம்பவே முடியவில்லை... வைத்திச்சி எதோ மாற்றிச் சொல்வதாக நினைத்தாள்.

‘மருத்தூச்சியக்கா எனக்க மொவா சின்னப்பெண்ணு. நீ எதுக்கும் ஒரு தடவை கூட கைப்பிடிச்சிப் பாத்துச் சொல்லு... எனக்கப் பெண்ணுக்கு அப்பிடி ஒண்ணும் இருக்காது...’ பதறிக்கொண்டே கேட்டவளை பவளம் அணைத்துக்கொண்டாள். வைத்திச்சியின் முகமோ எரிச்சலில் எரிந்தது.

‘ஓ, எனக்கு ஒனட்ட இப்ப கள்ளஞ் செல்லி தான் பைய்சா வேண்டணுமாக்கும்? எனக்க கணிப்பும் குறியும் ஒரு நாளும் தப்பாது. ஒனக்க மொவுளுக்கு வயித்துலப் பிள்ளதான் இருக்கு. அதுவும் பொம்புள பிள்ளதான் பெறுவா... என்னை நம்பாட்டா இன்னும் மூணு நாலு மாசம் வரை பொறுத்திருந்து பாரு; நல்லதாட்டு ஒரு பிள்ளையைப் பெத்துப் போடுவா... அப்ப எனக்க வேளம் உண்மையா கள்ளமாண்ணு தெரியும்...’ வைத்திச்சி அப்படிக் கூறவும் ஞானேந்திரி அவளின் காலில் விழுந்தாள்.

‘எப்பிடி நடந்தோ எவங்கூட போனாளோ எனக்குத் தெரியாது மருத்தூச்சியக்கா நீ நல்லாயிருப்ப... அவா வயித்துல வளரியதைக் கலச்சி விட்டுரு...’ உயிர்வரைத் துடிக்க மருத்துவப் பெண்ணின் காலில் விழுந்து உருண்டுப் புரண்டு அழுதாள் ரமணியின் தாய். டய்ந்து கல்போல் நின்றாள் ரமணி. பவளம் அதிர்ச்சியில் அரண்டுப் போனாள். மருத்துவப்பெண்ணோ அதி கோபமாக ரமணியைப் பார்த்தாள்.

‘நீ காரியம் புரியாமக் கெடந்து கரையாத... அவா இந்நா கல்லுப்போல தானே நிக்கியா... எவன் கூட போனாண்ணு கேட்டு அவன் காலுல விழுந்து கெட்டிவச்ச உள்ள வழியப்பாரு. மாசம் ஆறு கழிஞ்சப் பெறகு குழந்தையை அழிச்ச முடியாது. அப்பிடி அழிச்சா தள்ளையிக்கி தான் ஆபத்து. சன்னியோ, வெட்டோ வந்து ஒனக்க மொவா தான் செத்துப் போவா...’ மருத்துவப் பெண் கூற.

‘இவா சாவட்டு மருத்தூச்சியக்கா... இவா இனி யாருக்கு வேணும்? இவளை இனி எவன் கெட்டுவான்? இவளுக்கு இனி என்ன சீவிதம் இந்த ஒலகம் கொடுக்கும்... சாவியது வரைக்கும் காட்டுக்குட்டி பெத்தாவாண்ணுதானே விரட்டி விரட்டி கல்லெறிவுனம்... இவா

சாவட்டு இனி இவளை இந்த ஒலகம் சும்மா விடாதுட்டியக்கா...' தரையில் உருண்டு அழுத ரமணியின் தாயை பவளம் கண்ணீரோடு எழுப்பினாள்... தனது வாழ்வின் தீவிரம் புரியாத ரமணி தனது கைவிரலின் நகங்களைக் கடித்து துப்பிக்கொண்டு நின்றாள்.

பவளம் எழுப்பிவிட்ட ஞானேந்திரி ரமணியின் தோளிலும், முகத்திலும், முதுகிலும் அடித்தும் சிதைத்தும் அழுதாள்... பவளம் இருவரையும் சமாளித்துக்கொண்டு வீட்டில் வந்தாள்... திகில் மட்டும் மனதில் பரவ வீங்கிய தனது வயிறைப் பார்த்து முதன் முதலில் அச்சப்பட்டுப் போனாள் ரமணி. புளிச்சி முட்டாயும், கல்கோனா முட்டாயும் வாங்கிக் கொடுத்து அணைத்து அணைத்து உடலில் கிளர்ச்சி ஏற்படுத்தி வஞ்சகம் செய்தவன் நினைவில் வர அவனை தேடி தேடி கலைந்தாள்... சுமார் ஒன்றரை மாதங்களாக தனது கண்ணில் தெரியாமல் போகும் அவனை மிகவே தேடினாள்.

'ஒரு குழந்தையை வயிற்றில வாங்குற அளவுக்கு ஒருத்தன் கூட பழகியிருக்கிறியே... அவன் யாரு?' தாய் கேட்க ரமணியும் பதில் கூறினாள். மகள் கூறிய பதிலைக் கேட்டு தன் தலையில் அடித்துக் கொண்டவள் தனக்குள்ளே சிரித்தாள்.

'அவன் கட்டாயம் கெட்டுவான் பாத்துட்டே இரு... உயிரோட ஓட ஓட இந்த ஒலகம் ஒன்னைக் கொல்றதுக்கு முந்தி நீயாட்டேச் செத்துப் போயிரு...' காட்டுக்கத்தலாக கத்திய ஞானேந்திரியை பவளம் அமைதிப்படுத்தினாள்.

'மனசளவுல இப்ப அவளுக்கு நாம நம்பிக்கைக் கொடுக்கணம் மயினியே... அவா வெவரம் தெரியாதவா... இதுல அவன்தான் குத்தக்காரி... வயசும் வெவரமும் பத்தாத பிள்ளையிட்ட அவன் இப்பிடி பண்ணியிருக்கப்பிடாது. நீ அமைதிப்படு மயினி... நேரம் விடியட்டு நானும்... நீயும்... அப்பு பயலுமா அவனுக்க தவப்பனுட்ட இதைப்பத்தி பேசுலாம்...'

'ஓடி போ... நீ இப்ப பேசாத ஒரு குறையும்தான் உண்டு. வேணுமுண்ணாப் பாத்துக்கா ஒலகம் அழியுதுண்ணு சொன்னாலும் அவன் ஒத்துக்க மாட்டான். இவளையும் பிள்ளையும் ஏத்துக்கவே மாட்டான். அவன் தவப்பனையும் எனக்குத் தெரியும்... தள்ளையும் தெரியும்.' ஞானேந்திரி உறுதியாகக் கூறினாள். தான் கற்றாழை ஒடித்து இளைத்து வளர்த்த மகளை வேதனையாகப் பார்த்துச் சிரித்தாள்... அன்றைய இரவு இருட்டி மறு நாள் விடிந்து வந்த நேரம்... ரமணி தன் தாயைத் தேடினாள்.

'அம்மோ..ஓ...' அவள் படுத்துக் கிடந்த இடத்தில் காணவில்லை.

அழைத்துக்கொண்டு வெளியே வந்தாள்... கொன்னை மரத்தை சுற்றிலும் காகங்கள் கரைந்துகொண்டே சுழன்றன... அவற்றின் கரச்சி சத்தத்தில் பிணம் தின்னும் வேட்கைத் தெரிய அச்சத்துடன் அந்த காகங்களைப் பார்த்தாள் ரமணி.

'அம்... மோ...' அவள் உதடுகள் முனகியது. கொன்னை மரத்தை நோக்கி ஓடினாள். அதன் தடிமத்தைப் பிடித்துக்கொண்டு அண்ணாந்துப் பார்த்தாள். மரத்தின் உச்சாணிக் கொம்பில் ஞானேந்திரி அவள் உடுத்தியிருந்த சேலையில் செத்து நின்று தொங்கினாள். வெறும் பாவடை, செம்பறோடு கண்கள் வெளித்தள்ள, நாவும் துறுத்திக் கொண்டு வெளியில் தொங்க, பீயும், மோளும் சாட விகாரமாக தொங்கியவளைப் பார்த்து 'அம் மோ... ஓ... எனக்க அம்... மோ... ஓ...' என்று அலறிய அலறல் இன்றும் நினைவில் வர தன்னை உலுக்கிக்கொண்டு நின்றாள் ரமணி. கொன்னை மரத்தில் தொங்கியவளை அப்பு இறக்கிக்கொண்டு வரும்போது காகம் கொத்திய அவளது சதைத்துண்டுகள் தொங்கியதை நினைத்து கிடுகிடுவென நடுங்கி நின்றாள் ரமணி.

'எனக்க அம்ம பீயும், மோளும் சாட இதே மரத்துல நாணுதூங்கி செத்துப் போனாளே... எனக்க செல்ல அம்மய நான் எப்பிடி யெல்லாம் அண்ணு விளிச்சி கரஞ்சப் பெறகும் அவா கண்ணுத் தொறந்து என்னைப் பாக்கேலியே... எனக்க அம்மையிக்கி அவா மொவா இந்த ஒலகத்துல படப் போற எல்லா பாடும் நல்லாவே தெரிஞ்சிதான் அவா செத்துப்போனா... அவா உயிரோட இருந்து நான் படுற வேதனையைப் பாக்க ஒக்காதுண்ணுதான் செத்துப்போனா...' நினைத்துக்கொண்டே அந்தக் கிளையின் அசைவைப் பார்த்து...

'அம் மோ..ஓ' என அலறினாள் ரமணி.

அவள் அலறிய அழுகையின் காரணத்தை அப்புவால் உள்வாங்க முடிந்தது... குட்டிமணிக்கு இவையெல்லாம் பவளத்தின் வழியாக கதையாகக் கேட்ட நிகழ்வாக இருக்க அவளும் ரமணியைப் பார்த்தாள்.

ரமணியோ மரத்தில் சாய்ந்து நின்று தனது குமுறல்களை கண்ணீராகக் கொட்டிக்கொண்டிருந்தாள். சிறிது நேரத்தில் மூவரும் அவ்விடத்தில் அமைதியை மட்டும் உலவ விட்டுக்கொண்டிருந்தார்கள். அவர்கள் அமைதியைக் குலைத்தப்படி அங்கு நான்கு உருவங்கள் பெரிய கைவிளக்கின் ஒளியைப் பாய்ச்சிக்கொண்டு வந்தார்கள்.

12

கைவிளக்கின் வெளிச்சத்தை முகங்களில் படும் படிக்கு பாய்ச்சிப் படியே வந்துகொண்டிருந்தவர்களைப் பார்த்து அவ்விரவில் மூவரும் திகிலுடன் பார்த்தார்கள். ஒருவேளை முத்துவாக இருக்குமோ? பதறினாள் ரமணி.

'எனக்க மொவளைக்கொண்டு போகிறதுக்கு ஆட்களைக்கொண்டு வந்துட்டானோ... அவன் செய்தாலும் செய்வானே...' நினைத்த படியே தன் மகளிடம் விரைந்தாள். அதற்குள் அந்த உருவங்கள் அவர்களருகே வந்தன.

'யாரது?' அப்பு குரலை உயர்த்திக் கேட்க... அதில் நின்ற ஒருத்தி ரமணியின் முகத்தில் படும்படிக்கு கைவிளக்கின் வெளிச்சத்தை வேண்டுமென்றே திருப்பினாள். ஒளிபட்டு கண்கள் கூசியவள் முகத்தை வேறுபக்கமாக திருப்பினாள்.

'இவளே தான். இவளுட்ட தான் ஒனக்க மாப்பிளை வாறது. ஒனக்க சக்கறமெல்லாம் இவளும் இவாப் பெத்த காட்டுக்குட்டியும்தான் வேண்டியது. ஒனக்கு என்ன கேக்கணுமோ ஆசை தீர கேட்டுக்க...' கூறியவளை அந்த இருட்டில் மூவரும் பார்த்தார்கள் அடையாளம் சொல்லி கொடுத்தவள் றீத்தா.

றீத்தாவும் அவளுடன் நின்ற லீமா என்பவளும் ஒரு ஊர்க்காரர்கள். லீமாவின் கணவன் எப்போதோ இங்கு வந்து போவதை றீத்தா கண்டதுண்டு. அதை மனதில் வைத்து இவளிடம் மூட்டிவிட்டு இப்போது இங்கு லீமாவினுடைய இரண்டு ஆண் சகோதரர்களையும்

அழைத்து வந்து வேண்டுமென்றே அவமானப்படுத்த வந்திருக்கிறாள் ரீத்தா. அவள் மனதில் குட்டிமணியை அதிகமாக கேவலப்படுத்தி மகனின் மனதில் இவள் இருந்தால் துரத்த வேண்டுமென்ற இலக்கும் இருந்தது.

ரீத்தாவை யூதாசுப்போல் பார்த்தான் அப்பு. இயேசுவை காட்டிக் கொடுக்க கூட்டிவந்ததுபோல் இப்படி ஆட்களோடு வந்திருக்கிறாளே என்ற வேதனையில் பார்த்தான். ரமணிக்கு இப்போது ஓரளவுக்கு விசயம் புரிந்தது.

'வந்தும் போயும் இருக்கிறதுல எவனுக்கோ ஒருத்தனுக்க பெண்டாட்டி தான் இவா...' திரும்பி தன் மகளைப் பார்த்தாள். அவளுக்கோ ரீத்தா நிற்பதைப் பார்த்து மனம் கூசிப்போனது. இரு ஆண்களிடமும் அப்பு ஓடினான்.

'இங்க பாருங்கா நீங்க இந்த ராத்திரியில இப்பிடி வந்து நிக்கிறது நல்லாயில்ல. நீங்க நினைக்கிறது மாதிரியெல்லாம் ரமணி கிடையாது...' அவன் அவர்களிடம் கெஞ்சியதுபோல் நின்று சொல்ல, ரமணி அவனை வேதனையாகப் பார்த்தாள்.

'இவன் இப்படித்தான் சொல்லுவான். ஏண்ணா தள்ளையையும் மொவளையும் இல்லியா வச்சிட்டு இருக்கியான்.' நரம்பற்ற நாவை சுழட்டியடித்து பேசிய ரீத்தாவின் வார்த்தை மூவரையும் தளர்த்திப் போட அப்பு அவளை இயலாமையில் பார்த்தான்.

'ஒனக்கு தான் நாக்கு இருக்குண்ணு ஏம்பட்டியக்கா இப்பிடி பேசிய? எனக்க மொவா இல்லியா குட்டிமணி...' அப்பு அவளை அக்கா முறையில் கூப்பிட்டது ரீத்தாவுக்கு பிடிக்காமல் போக அவள் அவனிடம் சாடி மோதினாள்.

'த்தூ... போறான் இல்ல... நான் ஒனக்கு என்ன முறையில கொக்கா ஆனேன். ஒன் சாதியென்ன? என் சாதியென்ன? முடி வெட்டி, பிணம் பூத்தி வாழுற ஒனக்கு எந்தக் காலமும் நான் கொக்கா ஆக மாட்டேன். கொம்ம நாடாத்திய இருந்து ஒன்னப்பெத்தாலும்... கொப்பன் காவதி தாம்பல...' அவள் மீண்டும் சுழட்டியடிக்க அப்புவுக்கு இதயம் வலித்தது. அவன் தலை கவிழ்ந்தான்.

'காட்டுக்குட்டி ஒனக்க மொவாண்ணு சொல்லிய இல்லா... இத அப்பவே செல்லி அதுக்கு நீ தான் தவப்பண்ணு எல்லார் முன்னேயும் ஒப்புக்கொண்டிருக்க வேண்டியதுதானே... அது இல்லாம நல்லோரு ராயனைக்கொண்டு பழி சுமத்தி அண்ணு அவனை இந்த ஊருலண்டு ஏன் விரட்டி விட்டியா?'

அவள் மீண்டும் கத்த அப்பு தலைகவிழ்ந்தே போனான்.

'எவன் பிள்ளையோண்ணு இல்லாம நான் தாண்ணு அண்ணு முகம் காட்டியிருந்தா இண்ணு ஒங்க யாருக்கும் எனக்க ரமணியைப் போட்டு உயிரோட தின்னாம இருந்துருக்குலாம். நான் ஒரு பேந்தையன் எதோ நினப்புல, தைரியமற்று ஊமையா நிக்கியேன் இண்ணு வரைக்கும். இப்ப நான் செல்லியிரட்டா... எனக்கு ரமணிக்கி மேல இசுற்றம் தான்... அவா மட்டும் ம்... ண்ணு சென்னா நானும் அவளும் ஒரு கூரைக்கி கீழ வாழுவோம்..ண்ணு செல்லியிரட்டா. நெஞ்சுக்குள் வந்த அவனது வார்த்தைகள் உதடுக்குள் தடுமாறிக்கொண்டு நின்றனவேத் தவிர அப்போதும் வெளி வரவில்லை.

தனக்கு நியாயம் பேச வந்தவனை றீத்தா கடுகடுவென பொட்டித் தெறிப்பதை இயலாமையுடன் பார்த்து நின்ற ரமணியும், குட்டிமணியும் மரத்தோடு இன்னும் ஒட்டிப்போனார்கள். வந்தவளோ கண்ணில் கோபம் தெறிக்க நின்றாள். விட்டால் ரமணியைக் கடித்து குதறலாம் என்ற வெப்புராளத்தில் தெரிந்தாள்.

'ஒனக்கு என்ன கேக்கணுமோ கேளு...' உடன் வந்த ஆண்கள் சொல்ல மீண்டும் அப்பு அவர்களிடம் போய் சமாளிப்புடன் பேசிப் பார்த்தான்.

'ஒனக்க வீட்டுல உள்ள அக்கா, தங்கச்சியிக்க மாப்பிளை அடுத்தவா வீட்டுலப் போய் அவன் பாடுபட்டு உழைக்கிற சக்கறத்தைக்கொண்டு கொடுத்துட்டு வந்தா ஒனக்கு எப்பிடி இருக்குமுண்ணு தெரியுமா?' அதில் கடுத்த மீசை வைத்திருந்த ஒருவன் கண்ணை முளைத்துக் கொண்டு கேட்க, றீத்தா சிரித்தாள்.

'யப்ப... இவனுக்கு அக்கா தங்கச்சியிண்ணு யாராவது உண்டாக்கும்... இவனே ஆளு சீரத்த அனாதப் பய... அவனுட்ட போய் நின்னு சொந்தம் பந்தம் பேசுற ஒனக்கு வேற சோலியில்லியா...'

தன்னை அனாதை என்று அவள் குறிப்பிட்ட அந்த நொடியில் அவன் மனம் கலங்கி உடைய... குட்டிமணி ஓடி வந்து அவன் கையைப் பற்றினாள்.

'அப்பு..க்கு நானெல்லாம் உண்டு... அப்பு அனாத இல்ல...' அவள் கண்ணீரோடு மெதுவாக கிசுகிசுக்க அப்பு ஆதங்கமாய் அவள் தலையை தடவியபடியே றீத்தாளை பெருமிதத்தில் பார்த்தான். அவள் 'த்தூ' என துப்பினாள்.

கைவிளக்கு வைத்திருந்தவளோ விளக்கை இன்னும் அதிகமாக ரமணியிடம் திருப்பிக்கொண்டு அவளருகே சென்றாள். ரமணி சற்றும் அசையவில்லை... அருகில் சென்ற லீமா என்பவள் அவளருகே சென்ற போதும் விளக்கு வெட்டத்தை ரமணியின் அருகில் அடித்து விட்டபடியே சீறினாள்.

லீமாவின் முகத்தில் கோபத்தின் அதிர்வுகள் பொங்கி வழிந்தது... அது வரை அடக்கி வைத்த தனது ஆத்திரம் தீர்க்க வழியற்று மனம் பெருமி சாடியது... ரமணியோ அவள் முகத்தைப் பார்த்துக் கொண்டே நின்றாள்... அவள் கண்ணில் எழும்பி நின்ற வலியைக் கண்டுகொள்ளாத லீமா தனது ஆத்திரம் குமுற ரமணியின் முகத்தில் சள்ளென்று காறி உமிழ்ந்தாள்.

அவள் துப்பல் ரமணியின் முகத்தில் வழிய அப்பு அவளருகே ஓடினான். அதற்குள் அவனை மற்ற ஆண்கள் வந்து பிடித்தனர்.

'எனக்க தங்கச்சியிக்கி அவளுட்ட என்ன கேக்கணுமோ அதைக் கேட்பா... அதுக்கு இடஞ்சலா நீ நின்னா ஒனட்ட எங்களுக்க கைதான் பேசும்...' அதில் மீசை வழித்திருந்த ஆண் கூற, மற்றவன் அப்புவின் கையைப் பிடித்தான். இந்தக் காட்சிகளை துப்பல் வழிய பார்த்து நின்ற ரமணி அப்புவை அழைத்தாள்.

'அப்புவே... நீ எதுக்கு இதுல வந்து நின்னு எனக்கு வேண்டி இந்தப் பாடு படுற? நீ போ... இவா கதையில ஒன்னக்கொடுக்காத... எந்த தப்பும் செய்யாத நீ எனக்கு வேண்டி படுறதைப் பாக்க எனக்க மனசுக்கு முடியேல அப்புவே... எனட்ட நீ காட்டிய அக்கறையையும், அன்பையையும் இந்த ஒலகம் களங்கப்படுத்தியே பாக்கும். ஏண்ணா நான் வேச இல்லியா...' ரமணி அப்புவிடம் கூறியதைக் கேட்ட லீமா என்பவள் அவளை இன்னும் சீறினாள்.

'ஒனக்க பத்தினி வேசத்தைப் பாக்க நான் வரேல... எனக்கு மூணு பெங்குட்டிகள் உண்டு. அதுல எனக்க மாப்பிளையிக்க அவ்வளவு சம்பாத்தியமும் ஒனக்க வீட்டுக்கு வாறாத நான் அறிஞ்சேன். இனி அவன் இதுல வந்தா ஒன்னச்சுட்டு சூரியனுக்கு வச்சிருவேன். ஒனக்கு ஒருத்தன் உண்டுண்ணாலும் முழுக்காதுண்ணு எனக்குத் தெரியும்... அதுல எனக்க மாப்பிளைய நீ விட்டுரு...' அவள் கைவிரல்களை நீட்டியும், ஆட்டியுமாக இவளிடம் கூற ரமணி தனக்குள் அவள் கணவனின் முகத்தை தேடினாள்.

'இருட்டு வாக்குல வந்து விழுந்துட்டுப் போற எவனுக்க முகத்தை நான் ஞாபகத்துல வச்சிருக்கிறது. வாறவன் எவனங்கிலும் காதலோட வந்திருந்தா எனக்க மனசுக்குள்ள பத்திரமா வச்சுருக்க முடியும்?

வாறவன் எவனுக்க முகத்தையும், சயிசையும் நான் எப்பிடி மறக்காம இருப்பேன்... சோலி முடிஞ்சா அவன் யாரோ? நான் யாரரோ? இவா ஒருத்தி வெவரம் கெட்டு எனட்ட வந்து நின்னு கேக்கிற கேள்வியப் பாக்கேலியா? வந்துட்டு போன எவனங்கிலும் பெண்டாட்டியிக்க பேரையும், ஊரையும் செல்லியிட்டா நிப்பான்? அலந்துப் போனவன் வந்துட்டுப் போயிருக்கியான்... அதுக்குள்ள சக்கறத்த நானும் வேண்டியிருப்பேன்... அதோட அவன நான் மறந்துருப்பேன்... இதுல போய் இவா மாப்பிளையிண்ணு பாத்து நான் எவன விரட்ட?' இவள் எதுவும் பதில் கூறாமல் நிற்க இன்னும் லீமாவுக்கு கோபம் ஏறியது.

'என் மாப்பிளையை நீ இனி இதுல ஏத்தப்பாது.' மீண்டும் லீமா கூற அவள் முகத்தை தீவிரமாகப் பார்த்தாள் ரமணி.

'அவனை இனி இதுல விடாத... அவனுக்க பசிய அடக்கியிட்டு ஒனக்க கூடே வச்சிக்க... அவன யாரு இஞ்ச விடச் சொன்னா.?' ரமணி அப்படி கேட்க அப்புவோடு, குட்டிமணியும் அவளை ஆச்சரியமாகப் பார்த்தனர்.

'நீ ஏத்துறதுனாலதானே எனக்க மாப்பிளை இதுல வாறான்.'அவள் மீண்டும் கேட்க, ரமணி அவளைப் பார்த்து எகிறினாள்.

'என்ன பெரிய மாப்பிள பேசுற நீ? அவனுக்க யோக்கியத்துக்கு பரிசுத்த பட்டம் கொடுக்க எனட்ட வந்தியா நீ? அவவா மாப்பிளை அவளுக்கு நல்ல உத்தமனாதான் இருப்பான்... ஆனா என்னைப் போல உள்ளவளுக்குதான் தெரியும் எத்தனை மாப்பிளை பயலுகளுக்க கழுதையிக்க லெச்சணம் பத்தி... ஒனட்ட பெருசா நல்லவனா மானே, தேனேண்ணு சொன்னவுடன அவன்பெரிய நல்லவனோ?' கண்களை உயர்த்தி ரமணி கேட்ட விதம் அனைவரின் இமைகளையும் உயர்த்திப் போட்டது.

'சொந்த மாப்பிளை சொந்த மாப்பிளையிண்ணு வந்து நிக்கிறியே ஒனக்க அந்த மாப்பிளையிக்க தேகத்துக்க பசியப்பாத்து காறித்துப்பி அவனுட்ட ஒனக்க அதிகாரத்தை காட்டி அவன தடுத்து நிறுத்துறதை விட்டுட்டு எனட்ட வந்து சட்டம் பேச ஒனக்கு என்ன அதிகாரம் இருக்கு? அவனை அடக்கு... அவனை ஒழுங்காக்கு... ஆளாளுக்கு என் மாப்பிளை, எனக்க அப்பன், எனக்க அண்ணன் தம்பியிண்ணு அவனுகளுக்க தப்பை மறச்சிப் போடுற காரணத்துனாலதான் பிறந்த பெட்டக் குழந்தையையும் பலாத்காரம் செய்துட்டு இருக்குனம்... அலந்து பறந்து வந்து விழுந்த ஒனக்க மாப்பிளையிக்க தேக பசியிக்கி நான் ஒதவியிருக்கேன். அதுக்கு ஈடா ஒனக்கு எனக்கு என்ன தர களியும்?' அவள் கேட்ட விதத்தில் நய்யாண்டியும் கலந்திருக்க

லீமாவுக்கு மட்டுமல்ல உடன் வந்த அனைவருக்கும் கோபம் நறுக்கென்று ஏறியது.

'சாக்கடையான ஒனக்கு சாக்கடையாதான் பேச வரும்...' லீமா மூக்கை சுளித்துக்கொண்டு கூறினாள்.

'இந்த சாக்கடையிலதான் ஒனக்க மாப்பிளை வந்து முங்கியிட்டுப் போய் ஒனட்டயும் வந்துருப்பான். அதுல ஒனக்க புனிதமும் கெட்டுப்போயிருக்குமே... அவவா புருசன் தனட்ட மட்டும் தாண்ணு நீ நல்லா நினச்சிட்டு இருக்காத... ஒண்ணுல எல்லாம் யாரும் முடிச்சுக்கிடலே அதையும் மறக்காம வச்சிக்கா...' ரமணியின் வார்த்தையால் அனைவரும் நெளிந்துப் போயினர்... றீத்தா ஆத்திரமாக ரமணியிடம் வந்தாள்.

'ஒனக்க விருப்பத்துக்கு கல்சடைப் போல பேசியிட்டுப் போற... அவா மனசு நொந்து வந்திருக்கியா. அவா சீவிதம் தடம் புரண்டு போய் தனக்க மாப்பிளையை இஞ்ச ஏத்தாதேண்ணு செல்ல வந்திருக்கியா அவளுட்ட ஒனக்க பிரசங்கத்தைக் காட்டாத...' றீத்தாளை ஊடுருவப் பார்த்தாள் ரமணி.

'நீயும் ஒரு பெண்ணு, நானும் ஒரு பெண்ணு... இதே லீமாளும் ஒரு பெண்ணு... எதோ ஒரு வகையில நம்ம எல்லாம் ஒரே இனமாப் போயிட்டோம். அதுலையாவது ஒரு ஒற்றுமையைக் காட்டாம ஒரு ஆணுக்கு வேண்டி பரிந்துப் பேச வந்திருக்கிறீங்களே... அண்ணே எனக்கு வேண்டி பத்து பெண்ணு எங்கூட நின்னுருந்தா கூட எனக்குள்ள நீதி கட்டாயம் கிடைச்சிருக்கும். ஆனா எந்தப் பெண்ணும் எனக்காக வரேல... தப்பு செய்றவனை வீதியில உலவ விடுறதுல ஆணாதிக்க பெண்ணுகளும் முன் வரிசையில நிக்குறீங்க... அதுனால அவாவா பாவம் ஒத்தெய்லக் கெடந்து பாவியாகி போராடியிட்டுக் கெடக்குறா..பெண்ணுண்ணு உள்ள இரக்கத்தை பெண்ணுங்களே மாறி மாறி காட்டாமப் போனா வேறு யாருக்காட்டுவா?' மௌனமாக சிந்தித்து நின்றவளை மீண்டும் றீத்தா கலைத்தாள்.

'சும்மா நின்னா ஒண்ணும் கதை நடக்காது. இனிமேல் இவா மாப்பிளை இதுல வரப்பாது அவனை நீ ஏத்தப்பாது...'

'வாறவனை இவா மாப்பிளை, அவா மாப்பிளையிண்ணு பாத்து பாத்து பத்திரப்படுத்தி வச்ச எனட்ட வாற ஒருத்தனுக்கும் எனட்ட சினேகமில்ல. சினேகம் கெட்ட ஒருத்தனும் எனக்க மனசுக்குள்ள இல்ல. இது வெறும் தொழிலு மட்டுந்தான். அவா மாப்பிளையைத் தேடி நான் போகல்ல... அவா அவனை தனக்க சீலை முந்தியில

கெட்டியிட்டு பத்திரப்படுத்தி அவளுக்குள்ள வச்சட்டு. இல்லாம எனட்ட வந்து ஏத்தப்பாதுண்ணு செல்லியது நல்லதில்ல...'

ரமணியின் வார்த்தைகள் லீமாவை அதிகமாகக் கோபப்படுத்த அவள் ரமணியருகே நெருங்கிச் சென்றாள். மரத்தில் சாய்ந்து நின்றவளை உறுக்கிக்கொண்டு பார்த்தாள். மனதில் தோன்றிய தீவிர வெப்புராளத்தில் அவள் கை ஓங்கி ரமணியின் கன்னங்களில் சளார் சளாரென அறைந்து விட்டாள். ரமணியிக்கிஅடி விழுவதைப் பார்த்த அப்பு லீமாவின் கையைப் பிடித்து தள்ள, அவள் சகோதர்கள் என்று வந்தவர்கள் அப்புவைப் பிடித்து விளாசி விடத் துவங்கினார்கள். கலவரம்போல் அதில் வன்முறை துவங்க குட்டிமணி அச்சத்தில் தன் தாயின் பின்னே ஒதுங்கிக்கொண்டாள். தனக்காக கேட்க நின்ற அப்புவை அவர்கள் நீசத்தனமாக போட்டு அடிப்பதைக்கண்டு ரமணியும், குட்டிமணியும் உறைந்துப் போயினர். அவ்வழியே மோட்டார் வாகனத்தின் சத்தம் கேட்க அதில் வந்து இறங்கினான் பாலுராசி. அவன் வேகமாக தனது வாகனத்தை நிறுத்தி வைத்துவிட்டு அப்புவை அடிப்பவர்களைப் பிடித்து மாற்றினான். அவன் அங்கு வந்ததைக் கண்டு குட்டிமணிக்கு அவமானம் வந்து பிடுங்கியது. தாய் மற்ற ஆணோடு வைத்திருக்கும் உறவை அம்பலப்படுத்திப் பேச வந்திருக்கும் கூட்டத்தின் நடுவே தன் மனதுக்குள் வைத்திருக்கும் காதலன் வந்து நிற்க அவளுக்கு உயிர்வரை வலித்தது... அவமானம் சுட்டுத்தள்ள தாயின் முதுகை வெறித்தாள்.

'இதைவிட செத்துப்போகலாமே... எனக்க அம்மையிக்கி ஏன் இந்த பெளைப்பு? நான் ஒருத்தி வாழக்கும், எனக்க கல்யாண வாழ்க்கைக்கும் வேண்டித்தானே இப்பிடிப் போறா? இந்தக் காட்டுக்குட்டி செத்துப் போயிட்டா இவா எல்லாத்தையும் விடுவாளோ?' நினைத்துக் கொண்டே ரமணியின் முகத்தைப் பார்த்தாள்... அந்த முகம் நிலவின் வெளிச்சத்தில் பளீரெனத் தெரிய, அந்த முகத்தின் வசீகரத்தில்; பரிசுத்தம் பாலாக வழிவதை ஊடுருவிப் பார்த்து தனக்குள் வியந்துப் போனாள் குட்டிமணி.

'எனக்க அம்மையிக்க முகம் என்ன ஒரு பரிசுத்தமா தெரியுது... அவா முகத்தை எனக்கு கும்புடக்கு இல்லியோத் தோணுது... குசும்பில்ல... வஞ்சகம் இல்ல... துரோகம் இல்ல... காமம் இல்ல... இந்த முகத்துல எந்தப் பாவமும் தெரியேலியே...' வெறித்த தன் தாயை இப்போது கனிவுடன் பார்த்தாள். அதற்குள் பாலுராசி அப்புவையும், அவர்களையும் பிடித்து மாற்றிவிட்டான். கோபமாக வந்தவர்கள் திரும்பிச் சென்றார்கள். அதில் லீமாவின் கோபம் அடங்கியதுபோல் தெரியவில்லை.

‘இனி எனக்க மாப்பிளை இதுல வாறது அறிஞ்சா அதுக்கப்பிறகு ஒனக்கு இதுல சீவிதம் இல்ல. நான் போலீசுல கேசு கொடுப்பேன். போலீசுக்காரனுவா கொண்டுபோய் தள்ளையையும், மொவளையும் இடிக்க வச்சிருவேன். பாத்துக்கா இனி அதான் நடக்கும்’ அவள் கர்விக் கொண்டுப் போக, பாலுராசியின் முகம் ஆத்திரத்தில் மிகுந்து தனது தாய் றீத்தாவிடம் சென்றான்.

‘ஏம்மா இப்படி ஒரு துரோகம் பண்ணுற? அதுகளுக்கப் பாட்டுல அதுகா சீவிச்சிட்டு இருக்க நீ ஏன் வேணுமுண்ணே இப்படி ஆளுகளைக் கூட்டிக் கேவலப்படுத்துற?’ தன் மகன் ரமணியும், குட்டிமணியும் கேட்கும்படி கேள்வி கேட்பதைக் கண்டு றீத்தா அவனை எரிச்சலுடன் பார்த்தாள்.

‘என்னா நீ வேசையிக்கும், காட்டுக்குட்டிக்கும் வேண்டி எனட்ட பெரிய மத்தவன் ஆகுற? லே பாலு ஒனக்க மனசுல என்ன இருக்குண்ணு எனக்குத் தெரியும். ஒனக்கு அந்த காட்டுக்குட்டியிட்ட எதோ இசுற்றம் இருக்கா காணும்... ஆனா அதை நான் நடத்த விடமாட்டேன். அவளை நீ சினேகிச்சா என்னை உயிரோட காண ஒக்காது. கொப்பனும் இல்லாம ஒன்னை வளத்திவிட்டது இப்படி ஒரு காட்டுக்குட்டிய கெட்டுறதுக்கு இல்ல...’

றீத்தா தொண்டைய முழக்க, பாலுராசி தாயை சீற, ரமணியோ தன் வலியை மறந்து தனது மகளை கண்ணீரோடு பார்த்தாள். அவளின் அந்த பார்டிவில் வாழ்வின் ஏக்கவலி கெட்டி நின்றது. றீத்தா குறிப்பிடுவதுபோல் இந்த பாலுராசி மட்டும் தனது குட்டிமணியை விருப்பப்பட்டு இந்த சமூகத்தில் திருமணம் செய்துவிட்டால் தனது வாழ்வின் அத்தனை வலிகளும், களங்கங்களும், தான் ஓடிய ஓட்டத்திற்கான இளைப்பாறுதலும் கிடைத்து விடுமே என்ற நிம்மதியில் பாலுராசியைப் பார்த்தாள் பார்வை... அதில் கெஞ்சல் இருந்தது... விண்ணப்பம் இருந்தது... ஏக்கம் இருந்தது.

‘லே, ஒனக்க கொம்மை செல்லியது போல மட்டும் நீ எனக்க மொவளைக் கெட்டியிட்டா ஒன்னாணல நீ நல்லாயிருப்ப... இந்த ரமணி ஒனக்க காலுல செருப்புபோல கெடப்பா... ஒன்னாண ஒனக்க அடிமப்போல ஒன்னை சுமப்பேன்... அதுக்கப்பிறகு நானும் நிப்பேன்... எனக்க சதையிக்கி ஓய்வு கொடுப்பேன். எனக்க மொவளைக் காட்டுக்குட்டியிண்ணு விளிச்சிய எல்லாருக்க தலையும் குனிஞ்சிப் போற அளவுக்கு எனக்க மகளை ஏத்துக்கல’ ண்ணு அவனின் முகம் பார்த்து நின்றவளின் மன வார்த்தைகள் அவனை சென்றடைய வில்லை... குட்டிமணியும் அவன் முகம் பார்த்தாள்.

'ஓ. நான் குட்டிமணியை கெட்டுவேன்... ஒனக்க அம்மையிட்ட சொல்லுல' அவளும் நினைத்துக்கொண்டிருக்க, அடிபட்டு ஒதுங்கிப் போய் மரத்தினடியின் கல்லில் அமர்ந்திருந்த அப்புவும் பாலுராசியின் பதிலுக்காக ஆர்வமுடன் இருந்தான்.

மூக்குசளியை இழுத்துச் சீந்திப் பிடித்தெறிந்தபடியே மூக்கால் அழுத நீத்தாவை பாலுராசி தலையைச் சொறிந்துகொண்டே பார்த்தான்.

'ஒரு ஆணு பெண்ணுட்ட பேசுனா அது காதலுக்கும் கல்யாணத்துக்கும் மட்டுந்தாண்ணு ஒனட்ட யாரு சொன்னா? இந்த ஊருல எல்லாரும் ஒதுக்கி வச்சிருக்கிற குட்டிமணியும், அவா அம்மாவும் நமக்கு என்ன துரோகம் செய்தாங்க? அதுகளைப் பாத்தா எனக்கு பாவம்போல இருக்கு. எனக்க மனசு பூரா அதுகளுட்ட இரக்கம் வருது. குட்டிமணியை நீ பாத்துருக்கியா? கடவுளுக்கப் பிள்ளைப்போல இல்லியா அது இருக்கு. அதப்போய் காதல் கீதலுண்ணு ஏம்மா அசிங்கப்படுத்துற?' பாலுராசியின் பதில் அப்பாவியான அந்த மூன்று பேரின் மனங்களை சுட்டெரிக்க தங்களுக்குள் கரிந்துப் போயினர்.

'எனட்ட ஒனக்க காதல் வந்தா அது நீதியில பாலுராசி. இதுல ஏது அசிங்கம்? ஓ... நான் காட்டுக்குட்டியில்லியா என்னை நீ காதலிச்சா அது ஒனக்கு அசிங்கமுண்ணு சொல்லுதியோ?' தனக்குள் வெறுத்துப் போன குட்டிமணி ரமணியைப் பார்த்தாள்... இருவரின் பார்வையும் ஒரே நேரத்தில் மோதிக்கொள்ள நிராசையின் இழப்பீடு வலி அந்த பார்வையில் சங்கமித்துக்கொள்ள பார்வையால் இருவரும் தங்கள் எதிர்பார்ப்பின் பொடிதலை தாங்கிக்கொண்டு நின்றனர். அப்புவும் தாயையும், மகளையும் பார்த்துக்கொண்டான்.

பாலுராசி குட்டிமணியின் அருகே வந்தான்.

'இங்கபாரு குட்டிமணி. அம்மையிக்கி அறிவே இல்லண்ணு நினச்சிக்க... அவளுட்ட ஒனக்கும் எனக்கும் ஒண்ணுமே இல்லண்ணு எத்தனை தடைவ சொன்னாலும் நம்ப மாட்டேங்றா. ஒனக்க மேல வச்சிருக்கிற கருணைய தப்பாவேப் பாக்குற. ஒனக்காக நான் எப்பவுமே குருசு மூட்டுல செவம் செய்றேன் குட்டிமணி. ஒனக்க வாழ்க்கையும் மாறும். நீ எதையும் மனசுல வச்சுக்காத சரியா...' பாலுராசியின் மனதில் தனக்கான தடம் எதுவும் இல்லையென்று துடைத்து விடுவதைப் பார்த்துக்கொண்டு கல்போல் நின்றாள் குட்டிமணி. ரமணி தன் மகளை பாவம்போல் பார்த்தாள். தன் மகளின் இதயத்துடிப்புகள் அவளுக்கு நன்றாகவே கேட்டது.

‘எதோ அவனுக்கு எனக்க மொவுளுட்ட காதலு வந்தா அது குத்தம் போல நினச்சிட்டு செல்லியதைப் பாக்கேலியா? இவனுக்க ஒதவாத செபம் எனக்க மொவுளுக்கு என்னத்துக்கு? இந்த ஒலகத்துல ரொம்ப எளிதான செயலு கண்ணை மூடியிட்டு செபம் செய்யுறது தானே. கடவுளுட்ட அதக்கொடு இதக்கொடுண்ணு நீ செபம் செய்தவுடன எனக்க மொவுளுக்கு கிட்டுமா? அந்த ஆண்டவனா வந்து எனக்க மொவளைக் கெட்டியிட்டுப் போக்கு முடியும்? ஒன்னால செய்ய முடியாததை ஆண்டவனுட்ட கொடுத்துருண்ணு செல்லுதியே... போல போ. ஒனக்க போக்கத்த செபம் எனக்க மொவுளுக்கு என்னத்துக்கு?’ ரமணி கோபமாக நினைத்துக்கொண்டாள்.

‘குட்டிமணி... ஒண்ணும் மனசுல வச்சுக்காத... நான் கிளம்புறேங்க...’ அவன் ரமணியிடமும் சொல்லிவிட்டுப் போக அவன் போன திசையை வெறுமையாகப் பார்த்து நின்றாள் குட்டிமணி.

‘எதுவும் வச்சுக்காத... வச்சுக்காதண்ணு சொல்லியிட்டுப் போறது அவனை எனக்க மனசுல வச்சுருக்காதேண்ணு உள்ளது போலதானே இருக்கு. அவனுக்கு நான் காட்டுக்குட்டியிண்ணு தெரியுது. இதுனால எல்லாருக்கும் எனட்ட கோபம் வர இவனுக்கு மட்டும் எனட்ட கருணை வந்திருக்கு. அந்தக் கருணையை புண்ணியமா பாக்கியான். இவனுக்க கருணை எனக்கு ஒதவாதே...’ மனதின் மொத்த ஈரங்களையும் உலர்த்திக்கொண்டதுபோல் அவன் போக, ரமணி மௌனமாக நின்றாள். பெரிய காற்று அடித்து ஓய்ந்ததுபோல் அவ்விடம் அமைதியாக இருந்தது... அப்புவைப் பார்த்தாள் ரமணி. அவன் மீது இரக்கம் வந்து கசிந்துருக அவனருகே சென்றாள். தலை கவிழ்ந்து இருந்தவன் அவளின் அரவம் கேட்க நிமிர்ந்தான். நிமிர்ந்தவனின் கண்ணில் கண்ணீர் கட்டியாக மினுங்கி மறிந்து அவனது கறுத்த கன்னங்களில் பாய்ந்தது.

‘நல்லா நோவுதா?’ ரமணி கேட்டாள்.

‘இல்ல... மனசுதான் நோவுது...’

‘என்னால ஒனக்க மனசு எதுக்கு அப்புவே நோகணம். அப்பவே நான் வழி மாறிப் போனவா தானே. எனக்கு வேண்டி நீ அங்கங்கே பரியெடுப்பட்டு இப்ப அடியும் பட்டுட்டு நிக்கியதைப் பாக்க எனக்க மனசுக்கு வலுவில்ல... நீ குழி வெட்டி வாழ்ந்தாலும் ஒனக்குண்ணு ஒரு ஒழுக்க கதாபாத்திரம் உண்டு. அதை நீ எனக்க கூட நிக்குறதுல தான் இழக்குற. வேண்டாம் அப்பு. ரமணியிக்க சீவிதம் அழுக்கு... அருவெருப்பு... ஏண்ணா இவா வேச. இவளுக்கு வேண்டி நீ ஒன்னை கசுற்றப்படுத்தாத...’ ரமணி கூற அவளைப் பார்த்தான் அப்பு.

‘இவ்வளவுக்குப் பேசுறியே நீ... எனக்க கண்ணைப்பாரு அதுல நீ தெரிவ. எத்தனை பேரை ஒனக்க மகளுக்கு தவப்பனா காட்டிக் கொடுத்த... என்னை ஒரு நாளாவது அப்படி காட்டிக்கொடுத்தியா? எனக்க மனசுக்குள்ள கொண்டு திரியிற எனக்க மனச ஒருக்கா எத்திப்பாருட்டி ரமணி. எனக்கு வேண்டி ஏன் பேசுறண்ணு கேட்ட இல்லா... நீ எனக்க உயிருட்டி. ஒனக்கு ஒண்ணுண்ணா இந்த அப்பு கேப்பான். இதெல்லாம் ஒனக்கு எண்ணு மனசுலாவுமோ?’ அப்பு நினைத்துக்கொண்டிருக்க ரமணி மகளிடம் சென்றாள். மரத்தின் மறுபக்கத்தில் அமர்ந்திருந்தவளின் அருகில் சென்று அவள் தலையை தடவிக்கொடுத்தாள்.

‘மோளே...’ குட்டிமணி நிமிராமல் இருந்தாள்.

‘காதலு நம்மளைப்போல உள்ளவங்கள சதுச்சி ஏமாத்தியிரும். எனக்க மொவா காதலிச்சா அவா காதலு தோத்துப்போகுமுண்ணு எனக்குத் தெரியும். அவா பிறகு தனியா இருந்து கரையணம்... நிறைய கண்ணீரு விடணும்... கதறணம்... அந்த வேதனை ஒண்ணும் எனக்க குட்டிமணிக்கு வேண்டாம். இல்லை இதைத் தாண்டியும் ஒனக்கு காதலு வேணுமுண்ணு தோணுனா காதலிச்சிக்கா... ஆனா அதுல வாற தோல்வியையும், ஏமாத்தத்தையும் தனியா சுமக்க முடியுமுண்ணா காதலிச்சுக்கா... ஆனா எனக்க செல்ல மோளே கொம்மையப் போல காட்டுக்குட்டி மட்டும் பெத்திராத...’ தன் மகள் முன் கைகூப்பிக் கொண்டு கதறி நின்றாள் ரமணி. தன் முன் கதறி நின்ற தாயை வீறெனக் கட்டிக்கொண்டு அவள் கன்னத்தில் முத்தம் வைத்தாள் குட்டிமணி.

‘இ..ல்..லம்மா... ஒனக்க குட்டிமணிக்கி காதலு வேண்டாம்...’ மகள் கசிய அவளை தோளணைத்தாள் ரமணி. அப்பு எல்லாவற்றையும் பார்த்துக்கொண்டு இருந்தான்.

நள்ளிரவு உறக்கம் வராமல் தனது வீட்டுத்திண்ணையில் உருண்டு உருண்டுக் கிடந்தான் அப்பு. அடிபட்ட தேகம் விண்ணென்று வலிக்க தடவிக் கொடுக்கவும் ஆளில்லாமல் தனது வீட்டின் முன் படுத்துக் கிடந்தான். உடல் வலி எடுக்க தனது தாய் பவளத்தின் நினைவு வர தும்மினான்.

‘எனக்க அம்மையும் இந்த அர்த்த ராத்திரியில என்னை நினைச்சியாளோ? என்னை அவா நினைக்காம வேற யாரு நினைக்க முடியும்? ஓ எனக்க செல்ல அம்ம அவா கல்லறைக்குண்டுலக் கெடந்துட்டு என்னை நினச்சியாளாக் காணும். எனக்க மொவன் தின்னாம குடிச்சாம அடியும் பட்டுட்டு தனியா இந்த திண்ணையில கெடக்கியானேண்ணு அவா மனசு பரானப்படுதா காணும்?’ அவன்

நினைக்க சுவற்றில் இருந்த பல்லியும் இருட்டு வாக்கில் நச்நச்செனக் குரல் எழுப்பியது. அப்பு பல்லி சத்தம் கேட்ட திசையைப் பார்த்தான்.

'உள்ளதுதான் எனக்க அம்ம நினச்சியா' சிந்தித்தப்படியே அருகே தெரிந்த சன்னல் கம்பில் தொங்கிய அழுக்குத்துணிகளைப் பார்த்தான். அதில் பவளத்தின் மஞ்சள் கலரில் உள்ள கிழிந்த குப்பாயி தெரிய அந்த செம்பறை தனது கையால் உருவி இழுத்து எடுத்து தனது முகத்தோரம் வைத்து மணத்தினான். பவளத்தின் பாச வாசனை அதற்குள்ளிருந்து வெளியேறி மூக்கின் வழியாக ஏறி உயிரைத் தொட 'மோனே...' என்று பவளம் அழைப்பது போலிருக்க மனம் வலிக்க அப்பு உடைந்து சிதறினான்.

'ஒரு மனுசனுக்க தள்ள செத்துப் போனாலே அவன் அனாதை தாண்டியம்மா... ஒன்ன இனி எண்ணு காணுவேன்...' ஏங்கினான் அப்பு.

வீட்டின் முன்பக்கம் அமைத்திருந்த விறகுகள் கட்டிவைத்திருக்கும் மட்டக்கூட்டம் என்ற இடத்தினடியில் கிடந்து அவன் வீட்டுப் பட்டி எவற்றையோப் பார்த்துக் குரைத்தது... இந்தப் பட்டி சிறுக்குட்டியாக எங்கிருந்தோ இவ்விடத்தில் வந்து சேர, பவளம் அவற்றிற்கு எச்சில் கொடுத்து வளர்த்தாள். அதுவும் இவ்விடத்திலிருந்து விலகாமலேக் கிடக்க பழகிப்போனது. பட்டி குரைத்த மட்டக்கூட்டத்தை ஆர்வமாகப் பார்த்தான் அப்பு.

மட்டக்கூட்டத்தின்மேல் கட்டி வைத்திருந்த விறகெல்லாம் காலியாகித் தெரிந்தது. பவளம் இருக்கும்போது இந்த விறகுக் கூடத்தில் ரப்பர் மரங்களின் சுள்ளிகள், ஏனைய விறகுகள், சருகுகள் என சாக்கு சாக்காக கட்டிவைத்திருப்பாள். அவள் சாகும்போது இந்த விறகுக்கூடத்தில் பதிநான்கு சாக்கு ரப்பர் சருகுகளும்... ஆறு கடவம் அயனி சருகுகளும், இருபத்தியொரு கட்டு சுள்ளிகளும், சிறு தேங்கா தொண்டுகளும் இருந்தன..காற்றடித்தால் விளைகளில் சுள்ளி பறக்க ஓடிவிடுவாள். அதில் பல பெண்களுடன் சண்டையும் நடத்துவாள் பவளம்.

'இனி எனக்க அம்ம எண்ணு வந்து இது நிறச்சி விறகுகளை அடுக்கி வச்சி எனக்கு கஞ்சியும், கறியும் வச்சி தருவாளோ?' மனம் கனத்துப் போக பவளத்தின் குப்பாயியை முத்தம் செய்தான். அவன் கண்ணீர் துளிகள் அந்த இரவில் பவளத்தின் செம்பறை நனைத்துக் கொண்டிருந்தது... பட்டியும் குரைத்துக்கொண்டேயிருந்தது.

ரமணியும் அந்த இரவு வேளையில் தூக்கத்தைத் தொலைத்திருந்தாள். அவள் தனது வீட்டின் பின்பக்க வாசலில் வந்திருந்தாள்... ரப்பர்

மரங்களிலிருந்து சலசலவென்று வீசிய காற்று அவளோரம் உரசி உரசிப் போக அவள் தன் கண்களை விரித்துக்கொண்டு இரவின் இருட்டை உற்றுப்பார்த்தாள். இருளுக்குள் இருளாக அங்கு நின்ற மரங்களும், முள்வேலிகளும் தெரிந்தன. இரவுக்கு மட்டும் வண்ணங்களே இல்லை. கறுப்பு என்ற உண்மை மட்டுமே இரவில் தெரியும்.

கட்டிமை போன்று இருள் விரிந்துக்கிடக்க, அந்தக் கருமையில் தனக்கான பாதுகாப்பும் மறைவும் இருக்குமா என ஏக்கத்தோடு இரவைப் பார்த்தாள். 'இருள் என்னைப்போல உள்ள பலருக்கும் பிழைப்பு... என்னதான் ஆனாலும் இருட்டு ஒண்ணுதான் பல நேரத்த உண்மையான மறைவு. இந்த இருட்டுக்குள்ள ஒளிச்சிருக்க நிம்மதியாகவே இருக்கு. இந்த இருட்டு மட்டும் இல்லாமப் போயிருந்தா மனுசன் தனக்கான அத்தனை பலவீனத்தையும் வேற எங்க கொண்டு இறக்கி வச்சிருப்பான்? அழுறதுக்கும், காமத்திற்கும், உறக்கத்திற்கும், தீமைக்கும் என இரவுக்குத்தான் எத்தனை முகங்கள்! பகல்ல வாழுறதுக்குத்தான் மனுசன் நடிச்ச வேண்டியிருக்கு. குளுச்சி, பவுடரிட்டு, பொட்டிட்டு, துணியிட்டு அது இதுண்ணு எவ்வளவோ நடிக்க வேண்டியிருக்கு. இருட்டுல மட்டும் நடிக்கவே வேண்டாம். இந்த ஒலகத்துக்க அம்படு நிர்வாணங்களும் இருட்டுக்குள்ள கிடக்கு. அம்புடு மனுசனுக்க பலவீனங்களும் இருட்டுக்க கண்ணுக்குத்தான் தெரியும். நடிச்சி வாழுற பகலவிட நடிக்காம வாழுற இருட்டு எளிமையா இருக்கு. அவனவனுக்க யோக்கியம் கிழிந்துப் போற இந்த இருட்டுல வாழுற ரமணியிக்க வலி இந்த இருட்டுக்குத்தான் தெரியும்...' லீமா அடித்து வலித்த தனது கன்னங்களை தடவிக் கொண்டே இருளைப் பார்த்தாள்.

'ஓ... இருட்டே ஒனக்க கறுப்புக்குள்ள இறங்கி வந்தா நீ என்னை அணச்சி மறச்சிருவியா? இந்த ஒலகம் என்னைத் தேடுனாலும் காட்டிக்கொடுக்காம ஒனக்க இருட்டுக்குள்ள என்னை வச்சிருவியா? எனக்க மனசைப்பிழிஞ்சி ரெத்தம் பிழியிற இந்த சாதி சனங்களுட்டடுண்டு நீ என்னை ஒளிச்சி வச்சிருதியா... நான் ஒனக்குள்ள வாறேன்...' இருளோடு மறைவுத் தேடி கைகளை விரித்தாள். சுற்றி நிற்கும் இருளைப் பிடித்து இழுக்க ஆசைப் பட்டாள்... அவள் உதடுகளில் நய்யாண்டித்தன சிரிப்பு வர இருளைப் பார்த்துச் சிரித்தாள்.

'நீ கூட கள்ளம்... வெறும் பொய். கறுப்புண்ணு ஒரு நிறத்தை மட்டும் காட்டும் மாயை நீ. பகலுக்க நிழலு நீ... எவ்வளவுதான் ஒனக்க இருளுக்குள்ள நான் இறங்கி வந்தாலும் ஒனக்க எந்தக் கறுப்பும்

என்னை ஒட்டாது. ஒன்னைக் கிழித்து எனக்கு ஒரு சின்ன துண்டு இருட்டைக்கூட கையில் கட்டியாக வைக்க முடியாது. ஒனக்க இருட்டுக்குள்ளண்டு எனட்ட ஒனக்க கறுப்பு சாயலு ஒட்டவே இல்லை. நீ கள்ளம்... ஒனட்ட எனக்கான மறைவில்லை... அரவணைப்பில்லை... நீ கறுப்பு கட்டிய வெறும் நிழல். எவ்வளவுதான் தேடினாலும் ஒனட்ட கறுப்பில்லை. எனக்கான ஒதுக்கிடம் ஒனட்ட இல்லை. இன்னும் ஒண்ணுரெண்டு மணி நேரம் கழிந்தால் ஒனக்க இருளை விழுங்க வெளிச்சம் வரும்' அவள் இருளை வெறுமையாகப் பார்த்துப் புன்னகைத்தாள். தனக்கான மறைவிடம் கொடுக்க இயலாத கறுப்பை கையால் தொட இயலாமல் இருளையே பார்த்துக் கொண்டிருந்தாள். அந்த இருளுக்குத் துணையாக அப்புவின் பட்டி ஊளையிட்டு குரைத்துக்கொண்டிருந்தது.

13

காலை விடிந்து வந்த நேரம். உறக்கப்பாயில் கிடந்த குட்டிமணியின் காதில் குயில் ஒன்றின் இனிய பாட்டு காதில் விழ, குரல் வந்த திசையைப் பார்த்தாள். முன் முற்றத்தில் கிடந்த கொன்னை மரக்கிளையின் நுனியில் பூத்துக்கிடந்த மஞ்சப்பூக்களுக்கிடையே ஒல்லிக்கொம்பு மேலும், கீழுமாக ஆடிக்கொண்டிருக்க, அதிலிருந்து பாட்டுப்பாடிய குயில் குட்டிமணியின் மனதோரம் பல கோடி சந்தோசங்களை வாரி இறைக்க அவள் பாயில் கிடந்தபடியே குயிலின் பாட்டுச்சத்தத்தை உயிருக்குள் ஏற்றிக்கொண்டு கிடந்தாள்.

மரத்தின் சிறிய இலைகளில் ஒட்டிய பனித்துளிகளில் வந்து விழுந்த சூரியக்கதிர்களின் ஊடுருவல் பல வண்ண வைர கற்களைப் போன்று அவற்றை மினுமினுக்க வைக்க, அதில் காய்த்துக் கிடந்த சப்பையான பச்சைக் காய்கள் பாம்புபோல் தொங்கிக்கிடக்க, மஞ்சள் பூக்களோ காற்றில் ஆடிக்கொண்டு சூரிய ஒளியின் வருடலில் மயங்கித் தெரிய காலை அழகுகளில் மனம் லயிக்கப்படுத்திருந்தவளின் அடி வயிறு முட்டி சிறுநீர் பெருகிய வலி எடுத்தப் பிறகும், அரவம் இல்லாமல் படுத்துக்கிடந்தாள் குட்டிமணி.

‘எழும்பிய சத்தம் கேட்டு இந்த குயிலு தனக்கப் பாட்டை நிறுத்திப் பறந்துட்டா அதுக்கப் பாட்டும் கலஞ்சிப் போகுமே... அது என்ன சந்தோசத்துல பாடுதோ; அதுக்க அந்த சந்தோசம் கலஞ்சிப் போயிட்டா... அதுனால அரவம் இல்லாம கிடக்கிறதுதான் நல்லது’ நினைத்துக்கொண்டே பார்வையைத் திருப்பினாள். தனக்கு முதுகு காட்டிக் கிடந்த ரமணியைப் பார்த்துக் கண்களை உயர்த்தினாள்.

‘அம்ம ஏன் இண்ணு இதுலக் கெடக்கியா? ஏன் இவா எழும்பேல... ஒடம்புக்கு என்னதும் களியேலியோ?’ குட்டிமணி நினைக்கவும் கோயிலில் சாவு மணி ஒலிக்கும் சத்தம் கேட்க, அந்தச் சத்தத்தில் குயிலும் கலைந்து பறக்க, முட்டிய அடிவயிறைப் பிடித்துக்கொண்டு எழும்பிய குட்டிமணி வெளியே வந்தாள்.

புத்தம் புது காலையின் அழகெல்லாம் புதுக்கவிதைப்போல் அவளுக்குத் தெரிய, கொன்னைமரத்தின் காற்று அவள் முகத்தில் குசுகுசுவென முத்தம் வைத்துக்கொள்ள புன்னகைத்துக்கொண்டாள்.

வாழ்க்கையின் சந்தோசங்களை பணம் செலவழித்து வாங்குபவர்கள் பலர், மதுவில், உயர்ரக உணவில், ஆர்ப்பாட்டமான ஆடையில், கேளிக்கையில் என பணத்தைக்கொட்டி மகிழ்வை விலைக்கொடுத்து வாங்குபவர்களுக்கு வாழ்க்கை ரசனை, அதன் கொண்டாட்டம் பத்துக் காசுகூட செலவழிக்காமல் கிடைக்கிறது என்பதோ, அதை எப்படி அள்ளிக்கொள்வது என்றோ தெரியாது. வாழ்வின் எதார்த்த மகிழ்வுகள் பிரபஞ்சத்தில் கொட்டிக்கிடக்கிறது. அதன் அழகை எளியவர்களும், ஏழைகளும், பாமரர்களும் காசின்றி அனுபவித்து வருகிறார்கள் என்பதே உண்மை. எவரின் கவனிப்புமுன்றி வளர்ந்து வரும் புற்கள், பூக்கள், மரங்கள், தூரமாகக் கேட்கும் பாட்டின் ஒலி என எத்தனையோ பேரழகுகள், வாழ்க்கை இன்பங்களாக இலவச மாகக் கிடக்கின்றன.

குட்டிமணியோ கள்ளிச்செடிகளின் அருகே சென்று குத்த வைத்து சிறுநீர் கழித்தாள்.

இவள் சிறுநீர் கழிப்பதை பார்த்து நின்ற கள்ளிச்செடிகளை வெட்க முடன் பார்த்தாள் குட்டிமணி. கள்ளிச்செடிகளின் அழகில் அவள் ஊடுருவினாள். பச்சை இலைக் கள்ளிகள், திருக்கு கள்ளிகள், சப்பாத்தி கள்ளிகள், நவுடக் கள்ளிகள்... அதோடு ஒன்றிரண்டாக தென்பட்ட கொய்யா மரங்கள்... சீலாந்தி மரங்கள் கொன்னை மரம் என அந்த மரவள்ளிக்கிழங்கு விளைக்கு இவையெல்லாம் அரணாக நின்றன.

பச்சை இலைக் கள்ளியின் இலைகளை சற்று வளைத்து விட்டால்கூட அதிலிருந்து சுத்தமான வெண்மையில் பால் கசியும். தனது சின்னப் பருவத்தில் பல இலைகளை ஒடித்து அதிலிருந்து வழியும் பாலை சிரட்டையில் வடித்து, அதோடு வெள்ளம் கலந்து சிரட்டையில் ஊற்றி பால் காபி என பொய்யாகக் குடிப்பதுபோல் விளையாடிய நினைவுகள் அவளை இப்போதும் புன்னகைக்க வைத்தது...

‘இந்த பாலு பட்டு எத்தனையோ நாள் கண்ணு கலுச்சிருக்கு... எத்தனை நாளு கைபொள்ளியிருக்கு. இந்த பாலு விசமுண்ணு

சொல்ல முடியாத அளவு எவ்வளவு வெள்ளையா இருக்கும்? சில மனுசங்களப்போல இதுவும் கள்ளம் காட்டுற கள்ளிப்பாலு. இது கள்ளம் காட்டுறதுனால தான் கள்ளிப்பாலுண்ணு சொல்லுவுனுமோ? இந்தக் கள்ளிப்பாலு போலதான் அந்த பாலுராசியும்... வெளியில கருணை மட்டும் காட்டுற கள்ளமா அவன்?' அவனை நினைத்துக் கொண்டு பச்சை இலைகளைக் காட்டி நின்ற இலைகளைப் பார்த்தாள். அதற்குள் பால் இருந்தது பொய்யாக. அதைத்தொட்டாற் போல் சப்பாத்திக் கள்ளி நீளமான முட்களை காட்டிக்கொண்டு நின்றது. அதோடு தெரிந்த நவுடாக் கள்ளி என்ற செடியை அண்ணாந்து பார்த்தாள்... அதன் உயரம் மனிதர்களை விட உயரமாகத் தெரிய அதன் உடம்பில் வெளீரென பூக்கள் குவிந்து மொட்டாக நின்றன. அந்தப் பூக்களைப் பார்த்து பரவசமாகிப் போனாள் குட்டிமணி. ஆதவக்கதிர்களின் மெல்லிய தீண்டலில் ஒவ்வொரு இதழாக விரித்து குவிந்து நின்ற பூக்களில் வண்டுகள் வருவதும் போவதுமாக சுற்றிச் சுற்றித் திரிந்தன. அல்லிப்பூக்களின் சாடையில் வெளீர்பச்சையும், வெள்ளையுமான அந்தப் பூக்கள் எந்த வழிபாட்டுக்கும் சேர்க்காத பூக்கள். எவரும் அதிகம் சீண்டாத இந்தப் பூக்களின் பேரழகுள் கள்ளியில் பூப்பதாலோ என்னவோ காட்டுப் பூக்களாக, முறையான மனித வருடலின்றி மறைந்தே நிற்கின்றன. ஆனால் குட்டிமணி கொண்டாடும் பூக்கள் இவை... விளை வேலியில் வெண் விளக்குகள்போல், பொருத்தி விட்டதுபோல் பல நூறு பூக்கள் காலைக்கதிரில் பூத்து வருவதும்... அவற்றை வண்டுகள் மொய்ப்பதும் இவள் பார்க்கும் பேரழகுகள்.

'இந்த வண்டுகள் பூக்களின் காதலர்கள் என்று தெரியாத காலத்தில் வீட்டுலவண்டு சுளவை எடுத்து இந்த விளை வேலியில் சுழலும் வண்டுகளை விரட்டி விரட்டியே நிற்கும் பெண்ணாக்கும் நான். ஒரு நாளு மட்டும் ஆயுள்கொண்ட இந்தப் பூக்கள் அந்தியிக்கி வாடிப் போகும்போது வாடிப்போற பெண்ணாக்கும் நான். கள்ளியில நின்னா தானே இந்த வண்டுகள் சுற்றும் என விரிந்து வரும் பூக்களை காப்பாற்றுவதாக நினைத்து ஈக்காம் பெட்டியில் ஒடித்து ஒடித்து ஒளித்துவைத்த பேத்தப்பொண்ணாக்கும் நான். வளரம்ப தான் தெரிஞ்சி பூண்ணா அதுக்கு போராட்டம் உண்டு... தனக்க போராட்டத்தை பூவுக்க முகத்தில காட்டாம சிரிச்சிட்டே நிக்கும். விரோதி வந்தாலும் சிரிச்சிட்டே போராடும்... வெயிலோ, மழையோ... காற்றோ, புயலோ, அது சிரிச்சிட்டே எதிர்கொள்ளும். யாரும் பறிச்செடுத்தாலும் சிரிச்சிட்டே தன்னைக் கொடுக்கும். இதுல நிக்கிய ஒவ்வொரு பூவும் எனக்க அம்மையப் போலதான்.' நினைத்தவள் நவுடக்கள்ளியின் பூக்களை சிரித்துக்கொண்டே

பார்த்தாள். அதன் ஒவ்வொரு இதழ்களிலும் பொட்டுப் பொட்டாக பனித்துளிகள் மிளிர்ந்தன. அவைகளைச்சுற்றி காற்று சலசலக்க இதமான சாரல் தன்னையும் தொடுவது இருக்க சிலிர்த்தாள் குட்டிமணி.

குவிந்து நின்ற பூக்களுக்குள் நீண்டு நின்ற ஒற்றைக் காம்பும், அதற்குள் வெளீரென பிசிறுப்போல் தெரிந்த தும்புகளும்... அவற்றின் அழகில் மயங்கிக் கிறங்கும் வண்டுகளும், இதமான காலைக்காற்றும், இளங்கதிரும் அதீத மகிழ்வைக் கொடுக்க, பொதியல்கள்போல் நின்ற பூக்களை ஒவ்வொன்றாக உள்ளங்கையில் தாங்கினாள்.

'யாராவது பறிக்க வருவாங்கண்ணு பேடி உண்டா? காற்றும், மழையும் இதழ்களை உதிர்க்குமுண்ணு பயம் உண்டா? வண்டுகள் குடைந்து குடைந்து வலியத்தருமுண்ணு அச்சம் உண்டா? கொடிய வெயிலு இதழை கருக வச்சுமுண்ணு கலக்கம் உண்டா? அந்தியிக்கி சாவு உண்டுண்ணு திகில் உண்டா ஒங்களுக்கு? என்னையும் அம்மையும் போல ஒவ்வொரு நிமுசமும் போராட்டம்தானா? ஆனாலும் ஏன் ஒனக்க இதழுக்க சிரிப்பு மட்டும் போவாம இருக்கு... பூண்ணா... மலருண்ணா எவ்வளவு பெரிய போராளி இல்லியா? அதுக்க மென்மைக்குள்ள ஆயிரம் ஆயிரம் காயம் இருக்கு இல்லியா?' நினைத்தவள் பூக்களை இதமாக கையிலிருந்து விடுவித்தாள். இவள் கைகளிலிருந்து விடுபட்ட பூக்களிலிருந்து பனித்துளிகள் சிதறின. அவற்றின் சிதறல்களில் குட்டிமணியின் மனம் சிதறியது. சுற்றி பார்வையை விட்டாள். வெண் விளக்குகள் பொருத்தப்பட்டதுபோல் நவுடாக்கள்ளி பூக்கள் சிரித்துக்கொண்டு நின்றன. கட்டுப்பாடற்ற வண்டுகள் சுற்றிச் சுற்றி வந்தன. அவைகள் சுற்றுவதை உர்ரென்று பார்த்துக்கொண்டு நின்றன, நவுடாக்கள்ளியின் தேகத்தில் முளைத்து நின்ற முட்கள். எவரோப் பிடித்து தீட்டிவிட்டது போன்று எழுந்து நின்ற முட்களின் கூர்மையை கண்ணை இடுக்கிக்கொண்டு பார்த்தாள்.

'ஒரு காலத்துல எனக்கெல்லாம் இந்த முள்ளுகள் நல்லாவே உதவியிருக்கு. பருச்சைப் பேப்பறுல மொட்டுப்பின் குத்திக்கொடுக்க இல்லாத காலத்துல இந்த முள்ளுகளை ஒடிச்சி பருச்சப் பேப்பறுல வச்சிக் கொடுத்து, பிடிபடுற நாளு காதுல திருமு பட்டுருக்கு. அப்ப எல்லாம் ஏது நல்லதான படித்தம் கிடச்சி. ஒரு நல்ல கூடையுண்டா? நோட்டுப் புத்தகம், சிலெய்ட்டு உண்டா? பிய்யாத துணியுண்டா? மையுண்டா? பென்சிலுண்டா? குச்சியுண்டா ஒரு எளவும் இல்ல. அவுத்தடிச்சி விட்ட மாடு போல ஒன்பது மணிக்கிப் போற பள்ளியில, பாதி நாளத்த படிப்பும் பரியெட்ட படிப்புதான். பென்னுல மையில்லாம அதை வச்சி ஓதறி ஓதறி கிட்ட இருக்கிறதுவளுட்ட ஒரு

துளி மை கேட்டு, உள்ளங்கைய விரிச்ச விரிப்பிருக்கே அது அப்ப என்ன பெரிய வேதனை. பருச்ச எழுதியிட்டு இருக்கம்ப மை இல்லாம வெத்துப் பேப்பறுல வெறும் நிப்பு மட்டும் எழுதிக் கொடுத்து அடி பட்ட காலம் உண்டு. பென்சிலுக்கு முனை இல்லாம தரையில வச்சி தேச்சி தேச்சி கறுப்பு அழுக்கால நோட்டுல எழுதி அடிபட்ட காலம் உண்டு. பக்கத்துல இருக்கிறதுவளுக்க சாம்பிறிபாக்சுல ஒண்ணுக்கு ரெண்டு பென்சிலு, பென்னு, ரப்பர், பிளேடுண்ணு எல்லாம் கிடக்கும். சாம்பிறி பாக்சு இல்லாத எனக்க சஞ்சியில சிலெய்ட்டும் நவரப் பச்சலயிக்க மணம் மட்டும் இருக்கும். ஒரு துளி மையிக்கும், ஒரு பக்க பேப்பறுக்கும் பல தடவை பாடா பட்டுருக்கேன்... அதைப்போலதான் மொட்டூசி இல்லாதப்ப இந்த முள்ளுகளை பிடுங்கியிட்டுப் போயிருக்கேன். என்னைப்போல பல பிள்ளையா இதுல வாறது உண்டு. இந்த முள்ளு பூச்சி எடுத்தா ஒண்ணும் ஒடனே வராது. ஆட்டி ஆட்டி விளஞ்ச முள்ள எடுக்க நிறைய நேரம் ஆகும். அப்பிடி எடுக்கம்ப மற்ற முட்கள் கையில குத்தும். ஒரு நவுடாக்கள்ளியில பல நூறு முள்ளுவா நிக்குது இல்லியா...'

கூர்முனையை காட்டி வீராப்பாக நின்ற முட்களின் அருகே நெருங்கிச் சென்றாள். அதன் கூர்மையில் ஒரு சின்ன வருடல்கூட இதுவரை கிடைக்கவில்லை என அவளுக்குப் புரிந்தது. முள், முள் என பலரும் அதன் அருகில் போகாத கோபத்தில் தன்னை கூர்மையாக்கி விட்டுள்ளதோ என அவைகளைப் பார்த்தாள். குத்தும் குத்தும் என தள்ளி வைத்துவிட்டதால் வந்த மூர்க்கமோ என அந்த முட்களின் முனையை தனது விரல்களால் நீவினாள். தொடு தொடு என முட்கள் அழைப்பது போலிருக்க, அவற்றைத் தன் கையால் தொட்டுவிட பட் பட் என கைகளில் வாந்திய முட்களின் காயம் லேசான சிராய்ப்பைக் கொடுக்க அவள் தனக்குள் வலிகொண்டாள்.

'வருடல் இல்லாமல் போனதால் மூர்க்கமாகிப் போய் நிற்கிறது. தொடணும்... எல்லாத்தையும் தொடணும். கரடுமுரடுண்ணு உள்ள எல்லாத்தையும் அன்பால தொடணும்... அப்பதான் எல்லா வன்முறைக்க கூர்மையும் மழுங்கும். அன்புண்ணு உள்ள தொடலு இல்லாம போறதுனாலதான் பலப் பல வன்முறையான முட்கள் முளைச்சுது. அர்த்தமற்ற எல்லா முட்களும் மழுங்கிப் போக எல்லாத்தையும் தொடணம்' அவள் நினைத்துக்கொண்டே முட்களைத் தொட தனக்குள் சங்கடம் பொங்கியது.

'என்னையும் காட்டுக்குட்டியிண்ணு ஒதுக்கி வச்சதுனால எவ்வளவு வேதனையின் முட்கள் முளச்சி நிக்கி... அதை வருடிக் கொடுக்க

எந்தக் கையையும் காணேலியே...' நினைத்துக்கொண்டே நின்ற மகளை வெளியில் வந்து பார்த்தாள் ரமணி. கள்ளிச்செடியினருகே எவற்றிலோ வசப்பட்டு நின்றவளை அச்சத்துடன் பார்த்தாள்.

'ஏன் இவா எதிலோ வசப்பட்டதுபோல நிக்கியா? இவளுக்க மனசுக்குள்ள காதலு எதவாது இருக்கோ? நானும் இவா தவப்பனைக் காதலிச்ச அந்தப் பருவத்திலே பூவக் கண்டாலும், பில்லக் கண்டாலும் ரெசிச்சிட்டு நிப்பேனே... காதலுண்ணு ஒண்ணு இருக்கம்ப தானே இந்த ஒலகத்துல ஆழப்பட்ட ரெசிப்புக்குள்ள போக முடியும்? அப்பிடியிண்ணா எனக்க மொவளும்..'

'மோளே... அங்க என்னத்தப் பாக்கிய?' ரமணியின் சத்தம் கேட்டவள் தனது முள்ளான வேதனையை தள்ளிவைத்துவிட்டு கள்ளிச்செடியின் பூக்களைக் காட்டினாள்.

'இந்தப் பூவுவா சிரிச்சியதப் பாக்கியேன்... அதுல சுத்திய வண்டுகளைப் பாக்கியேன்...'

'வண்டுகளுக்க கள்ளம் தெரியாம பூவெல்லாம் சிரிச்சுதுவா மோளே... பாவம் பூவுவா... ஏமாந்துராத...' ரமணியின் பதில் குட்டிமணியை ஏதோ செய்ய பூக்களை சுற்றும் வண்டுகளைக் கூர்மையாகப் பார்த்தாள்.

'உண்மதான். வண்டுகள் சுற்ற பூக்கள் சிரித்துக்கொண்டு தானே நிக்குதுவா'

'எது நடந்தாலும் சாவுக்க கடைசி வரைக்கும் சிரிச்சிட்டே இருண்ணு பூக்கள பழக்கியிட்டாங்க. அதுவும் தனக்க பழக்கத்த மாத்தாம எவ்வளவு காயப்பட்டாலும் சிரிச்சிட்டே நிக்குதுவா பேத்தயளப் போல.' ரமணி கூற குட்டிமணிக்குத் தூக்கி வாரிப்போட்டது. ரமணியை வேதனையுடன் பார்த்தாள்.

அவள் அப்படியே வேலியோரம் நிற்க ரமணி, கிழிந்த பாளையில் கிடந்த உமிக்கரியை வாரி இடது உள்ளங்கையில் வைத்து நவுடி விட்டு அதை தொட்டு வாயில் வைத்து பற்களை இழுத்துவிட்டாள். பவளம் இருக்கும்போதே செய்து கொடுத்த பாளையிது. பாக்கு மரத்திலிருந்து வரும் பாக்கு பொதியலை வெள்ளத்தில் நனைத்து அதை ஒடுக்கி, கோட்டி வடிவமைத்து அதன் நடுவில் கம்பு வைத்து ஒரு காலத்தில் கிணற்றிலிருந்து தண்ணீர் கோர, மீன் வாங்க எனப் பயன்படுத்தினார்கள். இதைப்போன்று உமிக்கரிகளை வறுத்துத் தட்டவும் பயன்படுத்தினார். வீட்டுக்கு பல பாளைகள் பயன்பாட்டில் இருந்தன. இப்போது எவ்வளவு தேடினாலும் இந்தப் பாளைகள் இல்லை.

நெல்சாவியை ஓட்டில் போட்டு வறுத்து அதோடு உப்பும், நல்ல மிளகும் பொடித்துப்போட்டு பல் துலக்கப் பயன்படுத்தி வந்தார்கள். பவளத்திற்கு ஆறுமாதத்திற்கு ஒரு முறை உமி வறுப்பு என்று வேலை வைத்துக்கொள்வாள். உமியை வறுத்து கறுப்பாக்கி அதை திண்ணையில் தட்டிக் காய வைத்து பாளையில், டப்பாவில் என்று அடைத்து வைப்பாள் பல் இல்லாத அந்தக் கிழவி. அவள் பழக்கப்படுத்திய இந்த உமிக்கரி இப்போது கடைகளில் உறைகளில் விற்பனைக்கு வந்துள்ளது. எனினும் அப்பு எங்கிருந்தாவது உமி வாங்கி அதை வறுத்து பாளையில் தொங்க இட்டுதான் வருகிறான்.

'இனி வயலில்லாம உமி கிடைக்கிறது கஷ்டம்தான்...' புலம்பிக் கொள்வான்.

ரமணி உமிக்கரியை தொட்டுத் தொட்டுத் தேய்க்க அவளை சலனப்படுத்திக்கொண்டு அதில் வந்தது சிவப்பு நிற வாகனம். அதைக் கண்டதும் அவள் முகம் வெளிறியது. அதிலிருந்து முத்துவும்... இன்னும் ஒன்றிரண்டு பேரும் இறங்க ரமணி தன் மகளை ஓடிச்சென்று தன் கைக்குள் அணைத்துக்கொண்டாள்... எதுவும் புரியாத குட்டிமணி மலங்க மலங்க முழிக்க அவள் பார்வையிலும் முத்து தட்டுப்பட அச்சத்தில் ரமணியைக் கட்டிக்கொண்டாள்.

சிறிது நேரம் அதில் நின்று தன்னுடன் வந்தவர்களுக்கு ரமணியையும், மகளையும் காட்டி எதோ சொல்லிக்கொடுத்தவன் மீண்டும் அந்த வாகனத்திற்குள் ஏற வாகனம் கிளம்பியது. ரமணிக்கு உயிர்வரை அச்சத்தால் ஆடியது. தன் மகளை அவன் குறி வைத்துவிட்டான் என்று தெரிய அச்சத்தால் துடித்தாள். தன் வீட்டுத் திண்ணையில் படுத்துக் கிடந்த அப்புவும் இவற்றைக் கவனித்தான்.

அப்போது மீண்டும் கோயிலில் சாவு மணி ஒலிக்க கேட்டது.

14

கோயிலில் ஒலிக்கும் சாவுமணியின் சத்தம் அப்புவின் காதில் விழ.

'யாரோச் செத்திருக்கு. சின்னது போச்சோ? பெரியது போச்சோ? துள்ள துடிச்சப் போச்சோ? யாரையோ சாவு வந்து கூட்டியிட்டுப் போயிருக்கு. சாவு யாருக்குண்ணு இருக்கு. என்ன நேரமுண்ணு இருக்கு. எப்பண்ணு இல்லாம திடீரென வாற சாவைப் பாத்து நான் வரமாட்டேண்ணு மனுசனுக்குச் செல்ல முடியுமா? எப்ப வருமோ அப்ப அதுட்ட கையை கொடுத்துர வேண்டியதுதான். பிறகு வாறேன்... எனக்க அம்ம கரைவா... அப்பன் அழுவான்... பெண்டாட்டி மக்கா ஒப்பாரி வைப்பாங்கண்ணு சென்னா சாவு விட்டுட்டுப் போகுமா? மரணத்துக்க தூதன் எப்ப வந்து கூப்புடுறானோ அப்ப எல்லாத்தையும் விட்டுட்டு, சாவுக்க கையைப் பிடிச்சிட்டுப் போயிர வேண்டியதுதான். ஆக கூடி வாடகைக்கி இருக்கியதுபோல கொஞ்ச நாளத்த சீவிதத்துல என்னெல்லாம் போராட வேண்டியிருக்கு. கோடி கோடியா பணத்த வச்சிருக்கியவனும், பதவியும் புகழும் உள்ளவனும், அழகும் ஆடம்பரமும் உள்ளவனும் சாவுக்க முன்ன கைகெட்டியிட்டுதானே நிப்பான். நான் இன்ன ஆளாக்கும், எனக்கு இன்ன பதவியாக்குண்ணு அதுனால நீ என்னைத் தொடாதேண்ணு சாவுட்ட யாருக்காவது செல்ல ஒக்குமா? கோடி கோடியா பணத்தை லஞ்சமா கொடுத்து மரணத்தை இல்லாம ஆக்க எவனுக்காவது முடியுமா? எத்தனை பேரை பூத்தி தள்ளுற நான் காணேலியாக்கும்; ஒவ்வொருத்தனும் கழுதையா கல்லறைக்குண்டுக்குள்ள போறதை... எந்தக் கொம்பனுக்காவது தனக்க சாவை தடுத்து நிறுத்த ஒக்குமா? மூச்சி

நின்னப்பிறகு சரிந்துப் போற இந்த தேகம் மண்ணுக்குள்ள தள்ளாட்டா நாறும்... இந்த ஒலகத்துலே அதிக நாத்தம் மனுசனுக்க சரீரம்தான். அதுக்குள்ள ஓடியிட்டுருக்கிற மூச்சுப் போனா ரத்தம் உறையும்... உறுப்புகள் அனக்கமத்துப் போகும்... சரீரம் நாறும். எந்த பவுறுகாறனுக்கும் நாறும். பாவத்துக்கும் நாறும். எவ்வளவுதான் மணமும், குணமும் உள்ள விலைகூடுன ஆகாரம் தின்னு வளத்த தேகமும் நாறும். அந்த நாத்தமெல்லாம் மண்ணுக்க இருட்டுக்குத் தான் தெரியும்.

இப்பிடி நாறிப் போற தேகத்தை வச்சிட்டு அவனவன் காட்டுற ஆட்டத்தக் காணம்ப தான் பொறுக்க ஒக்கேல... எல்லாத்துக்கும் ஆர்ப்பாட்டம் பண்ணி திரியிற எவனங்கிலும் தனக்கு சாவுண்ணு ஒரு முடிவு உண்டுண்ணு நினைப்பானா? அதெங்க நினைப்பான்... நினச்சா ஒலகம் இப்பிடியா இருக்கும்?

சாவு ஒரு இதயமில்லாத அறுவடைக்காரன்போல் தனது வாளையெடுத்து ஒரே வீசல். அதன் வீசலில் விழுவது சின்னதா? பெரிதா? வாழ வேண்டியதா? ஆசையுள்ளதா? கடமையிருக்கிறதா? என எதுவும் பார்க்காத கொடியவன். வருகிறாயா என்ற அனுமதிகூட கேட்காத வஞ்சகன்... அதன் அணைப்புக்குள் சேர்த்துக்கொள்ளும் மனிதனின் கடைசி ஆசையைக்கூட கேட்காதவன்... அது எடுத்துக் கொண்ட மனிதப் பிரிவால் வாடுவோரின் துயரங்களைக் காணாத காட்சியற்றவன். எவ்வளவு பதறிக்கொண்டாலும், அழுது கொண்டாலும் விட்டுவிடாத பிடிவாதக்காரன். உண்மையைச் சொல்லப்போனால் மனிதனை அதிகமாக அன்பு செய்யும் உரிமையானவன் சாவு மட்டும்தான். எனக்கு வேண்டும் என்ற அதிகாரத்தோடு மனிதனை பறித்தெடுக்கும் உரிமையுள்ள ஒரே ஒரு சொந்தம் சாவு மட்டும்தான்.

என்னை காவதி பய, குழி வெட்டுக்காரண்ணு நிசாரமா செல்லுனம். இந்த அப்பு எத்தனையோ பவுறுக்காரங்களுக்கு நிரந்தர வீடு வச்சி கொடுத்திருக்கியேன். இனி ஒரு காலம் வரம்ப கல்லறக்குண்டு வெட்ட எனக்க சாதியில ஆளு இருக்காது. எனக்க சாதியிலேயும் இப்ப பிள்ளையா படிக்குதுவா... இப்ப என்னைப்போல கொஞ்ச பேருதான் இருக்கோம். எங்களுக்கு இதுதான் சம்பளம் என்று கல்லறைத் தோண்டுறதுக்கு வாங்குறதில்லை. பணக்காரன் வீட்டுல கொஞ்சம் அதிகமா வாங்குவோம். வெளிநாட்டுலண்டு செத்து பெட்டியோடகொண்டு வாறதுக்கும் விரிந்த குண்டு வெட்டுறதுனால அந்தப் பெட்டியின் அளவுக்கேற்றப்படி வாங்குவோம். இதுலேயும் இப்ப பராதி உண்டு. ஆளு கண்டு வாங்குறாண்ணு. பொதுவா

நாலாயிரம் வச்சிருக்கு. அதுல முன்ன பின்ன கூடுன குறைந்தா உண்டு.

சாவுக்கு செலவு உண்டு. ஒரு மனுசன் செத்தா அவனைப் பூத்தி தள்ள எந்த ஏழைக்கும் ரூபாய் ஆகும். சாதாரண பெட்டி, கடைசி துணி மணிகள், கழுத்துல போட ஆரம், அலங்கரிக்க சாதனம், குழி வெட்ட, பூச வச்ச, கோயிலுலக் கொடுக்க... கல்லறயிக்குள்ள பூமிக்கி ரூபாய் கொடுக்க... குடிக்கிறதுக்கு... ஆமா பின்ன குடி இல்லாமலா? கல்லறைத் தோண்டுறப்ப கூடி வாற குடும்பக்காரா, கூட்டுக்காரங்காண்ணு பலரும் சங்கடத்துல குடியும் நடத்துறது உண்டு. சாவுக்குக் கூடும் முக்கிய நண்பர்களுக்கு, உறவுகளுக்கும் மது வாங்கிக் கொடுப்பது ஒரு பழக்கமாகிவிட்டது. அது இதுண்ணு குறச்சி செலவு செய்தாலும் முப்பது நாற்பது ஆயிரம் என பணம் செலவாகும். வசதியானவர்கள் என்றால் பல மடங்கு செலவாகும்... சந்தனப் பெட்டி, விலை கூடுன துணிமணிகள், கல்லறைக்குழி அடிவார்க்க, மேல் பக்க மொசைக்குண்ணு லெட்சங்கள் தாண்டும். வாழ்க்கையில் வந்ததும்... போறதும் செலவுதான். அதுனாலதான் தன்மானம் உள்ளவன் தன் சாவுக்குள்ள செலவுக்காவது சேகரித்து வைத்தாகணம் என்ற கட்டாயம் உண்டு. இந்நா பலருக்கும் குழி வெட்டிக் கொடுக்குறேன். நான் செத்தா எனக்கு யாரு செலவு செய்வா? எனக்கு யாரு குழி வெட்டுவா?

அப்பு பகீரென நிமிர்ந்தான். 'காசு பணம் இல்லாம செத்தா அனாதைப் பிணம்போல கிடப்பேன். அப்பிடிக் கிடந்து நாறம்ப அனாதைப் பிணமுண்ணு சர்க்காருகொண்டு போகும். செத்தப்பிறகு எனக்க குண்டி தெக்கயா, வடக்காண்ணு எனக்கென்ன தெரியும். சாவுக்கப் பிறகு உள்ளது எனக்கெதுக்கு?' தனக்குள்ளே ஆசுவாசம் கொடுத்தான்.

தனது இரண்டு கைகளையும் பார்த்தான். 'எத்தனப் பேருக்கு கடைசி வீடு வச்சிக்கொடுத்த கையிது...' தனது கைகளை முத்தம் செய்தான்.

அப்புவின் நாய் குரைக்கும் சத்தம் கேட்க அப்பு தலையை உயர்த்திப் பார்த்தான் அங்கு சந்தனம் விரைந்து வந்துகொண்டிருந்தார். அவர் முகத்தில் மகிழ்ச்சி தெரிந்தது. அப்பு அதை மனதாரக் கவனித்தான். குழி வெட்டும்போது கிடைக்கப் போகும் காசு தனக்கான ஒரு வட்டிக் கடனுக்கு உதவப்போகிறதே என்ற நினைப்பு அப்புக்கும் இருக்க, சந்தனத்திற்கும் இந்த பணத்தேவை இருக்கத்தானே செய்யும் என்று அப்பு அவரைப் பார்த்தான்.

'லே, கோயிலுல மணிச்சத்தம் கேட்டப் பிறகும் கெடக்குதியா? வால யாரோச் செத்திருக்கு... போய் யாருண்ணு கேட்டுட்டு குழி வெட்டக்குள்ள கதையப் பாப்பம்.'

'நம்மதான் வெட்டணுமாக்கும். கூட உள்ள அல்போன்சச விளிச்சாலும் விளிப்புனம் இல்லியா?' மரண வீட்டில் குழிவெட்டச் சொல்ல அப்புவிடம் வருவார்கள். இவனைப்போல உள்ள அல்போன்சு என்பவரிடமும் போவார்கள்.

'இந்த பய என்னத்த செல்லியான். அல்ப்போன்சுக்கு வலது காலுல புண்ணு வந்து பய கிடையில இல்லியாக் கிடக்கியான்... அங்க ஒண்ணும் போ மாட்டுனம்.' சந்தனம் கூற அப்பு தன் சார்ந்த தொழிலுக்குரியவர்கள் குறைவுப்பட்டு போவதை நினைத்தான்.

'ஓய் இனி அவனவன் சாதிக்காரன் செத்தா அவனவன்தான் குழி வெட்டணம்... அப்புக்கப் பிறகு அல்ப்போன்சும் இல்ல... இனி இதுல அந்த குடிகாரன் வேந்தியப்பனும் உண்டு...'

'முளமூட்டு கோயிலுல கொடோன் வச்சி பிணங்களைத் தள்ளி விடியது போல இஞ்சேயும் ஒருகாலம் வைப்புனம். இல்லீங்கி எனக்க கொழுந்தியாருக்க பய சொல்லியதுபோல கறண்டுல உள்ள மிசியனுலப் போட்டு எரிச்சி கப்புல குப்பையா கொடுப்புனம். அதெல்லாம் கால மாற்றத்துல இங்கேயும் வரும். இல்லண்ணா அவனவன் குடும்ப பிணத்த பூத்த அவனவன் இறங்கி வெட்டுவான். அப்பதான் காவதியிக்க அருமத் தெரியும். தொழிலுல உண்டாக்குன சாதி ஒரு காலம் மறையும் அப்புவே. கல்வியும், படித்தமும் அது சார்ந்த வேலையும் நம்ம வீட்டு பிள்ளையளையும் மாத்தும். ஒனக்கு அந்தக் கால காவதியளுக்க வேதனை தெரிய வாய்ப்பில்லை. எனக்கு, ஒனக்க கொப்பனுக்கெல்லாம் அது தெரியும். அப்ப ஒரு கல்யாண வீட்டுல நாங்க எல்லாம் அடிமைப்போல இலைப்பறக்க நிப்போம். மாப்பிளைக்காரன் பெண்ணுக்குத் தாலிக்கட்டப் போம்ப அவனுக்கு முத்துக் குடைப்பிடிச்சிட்டுப் போவம். நெட்ட மாப்பிளையிக்கி எத்தி எத்திக் குடைக்காட்டியதும், கட்ட மாப்பிளையிக்கி குனிஞ்சி குனிஞ்சி குடைக்காட்டியதும் அவன் திரும்பம்ப திரும்பியதும்... அவன் குனியம்ப குனியதுமா நிப்போம். காவதியிக்க குடைக்குள்ள இல்லாம ஒருத்தனும் பெண்ணுக்கெட்டப் போ மாட்டான். எதோ சீவிதப் பிழைப்புக்குண்ணு நாங்களும் குடைப்பிடிச்சிட்டு நடப்போம். இண்ணையப் போல அண்ணு எவன் காறு வண்டியில கெட்டப்போவான்... மைல்கணக்குல கழுத்துல ஆரமும் போட்டுட்டு நடந்தேப் போற புது மாப்பிளையிக்கி குடைப்பிடிக்கிற காட்சி இப்ப இல்ல பாத்திய?' சந்தனம் கூற அப்புக்கு அந்தக் குடைபிடி காட்சிகள் தன் மனக்கண்ணில் லேசாக நிழலாடியது.

இன்று அதிக புகைப்படங்களும்,வீடியோ வெளிச்சங்களும் வந்து விட்டதாலோ என்னவோ இந்த குடைப்பிடிப்பு இல்லை. திருமண

வீடுகளில் காவதி போக வேண்டும். ஆனால் புது மாப்பிளைக்கு குடைப்பிடிக்க வேண்டாம். வண்ணான், காவதி என்பவர்கள் கலந்துகொள்ளாமல் நல்லதோ, கெட்டதோ நடப்பதில்லை.

கல்லறைக்குழி வெட்டுவதற்கு நிற்கும் சில குடும்பங்களின் வறுமையை அப்பு உணர்ந்தால் அங்கிருந்து பணம் வாங்கத் தயங்குவதுண்டு. மரண ஒப்பாரிகளின் சத்தம் கேட்டு அலறிப்போகிற போது அவன் கைகளில் வாங்கும் அந்தப் பணத்தில் அழுகையும், துயரமும் இருப்பதுபோல் இருக்க அவன் மனம் தடுமாற, வேண்டாம் என்று மறுத்ததுண்டு. ஆயினும் இவனுக்கு கடன் வைப்பதில் கௌரவ இழுக்கு இருப்பதாகக் கருதி ஏழைகளும் வற்புறுத்திக் கொடுத்து விடுவார்கள். ‘காவதிக்கி கடன் வைக்கிற நிலை இருக்கக்கூடாது’ என்ற கணிப்பில் கடன் வாங்கியாவது கொடுத்து விடுவதை அப்பு பல நேரங்களில் கண்ணுற்று அதன் பின் அவனும் பெரிதாக மறுப்பதில்லை. சில பணக்காரர்கள் இன்று நாளையென்று தள்ளிப்போட்டாலும், பல ஏழைகள் உடனே பணத்தைக் கொடுத்துவிடுவார்கள். எனினும் அப்பு பலருக்கு இலவச கல்லறை வெட்டியதுண்டு. அம்புரோசுண்ணு சொல்லுற கிழவருக்க சாவுக்கு அவருக்க மகளிடமிருந்து இவன் காசு வாங்கவில்லை. அதைப்போல் இன்னும் சிலருக்கு இவன் மறுத்து உரிமையோடு புதைத்திருக்கிறான். அந்த வரிசையில் இப்போது ரோசம்மா கிழவியும் காத்திருக்கிறாள்.

‘லே கிடந்து ஒறங்காம எழும்புல...’ சந்தனம் துரிதப்படுத்த அப்பு திண்ணையில் இருந்து எழுந்தான். தன் முதுகின் அடியில் கிடந்த அழுக்குத் தோர்த்தெடுத்து தன் தோளில் போட்டுக்கொண்டு முன் பக்க பானையில் இருந்த வெள்ளத்தைக் கோரி முகத்தைக் கழுவி வாயைக் கொப்பளித்துவிட்டு தோர்த்தால் முகத்தைத் துடைத்துத் துடைத்து ரமணியின் வீட்டைப் பார்த்தான்.

‘லே... வால செணம்...’

‘வாறேன் அப்பச்சி. ஒமக்கு ஒரு விசயம் தெரியுமா? அந்த முத்து இதுலோட்டு காறுல கறங்கியான். குட்டிமணிய எதோ கண்ணு வச்சிருக்கியாண்ணு தோணுது...’

‘ஒ... அவன் மலத்துவான். போச் செல்லுவியா அவன... என்ன இருந்தாலும் அந்தக் குட்டியை இனியும் வச்சிட்டு இருக்கப்பாது. சமயத்துக்கு ஒருத்தனுக்க கையில ஏப்புச்சி விடப்பாக்கணம் அப்புவே...’ சந்தனம் கூற அப்புவும் அதை ஆமோதிப்பதுபோல் நடந்தான்.

அப்புவும் சந்தனமும் இறந்த வீட்டின் முன் நின்றார்கள். அங்கிருந்து கேட்ட ஒப்பாரி சத்தங்கள் இருவரையும் மாறி மாறிப் பார்க்க வைத்தது. தங்கப்பன் என்பவனின் வீட்டு முற்றத்தில் நிற்கவே அப்பு முகம் சுழித்தான். இதே வீட்டு முற்றத்தில் இருபது வருடங்களுக்கு முன்பு தனது ரமணியும், தன் தாய் பவளமும், தானும் வந்து நின்றதை நினைத்துப் பார்த்தான். ராயன் என்பவன் வீட்டு முற்றம் தான் இது. இந்த முற்றத்தில பேதலித்து நின்ற ரமணியை அவனின் தாய், தந்தை, சகோதர சகோதரிகள் எனப் பலரும் துரத்தித் துரத்தி விரட்டியதையும், காறி உமிழ்ந்ததையும் நினைத்தான்.

ஒரு நியாயம் செத்துப் போன முற்றமல்லவா இது. இந்த வீட்டில் எந்த நிகழ்வுக்கும் வரவே கூடாது என்றல்லவா நினைத்தேன். இப்ப ஒரு சாவுக்கு இந்த முற்றத்தில் மீண்டும் வந்து விட்டேனே என்று அப்பு நெளிந்துகொண்டு நின்றான். ராயனின் அப்பா தங்கப்பன் இறந்து விட்டதாக கிடைத்த தகவல் படி இருவரும் வெளியே நின்றார்கள்... உள்ளிருந்து கேட்ட அழுகை இருவரையும் ஆச்சரியப் படுத்த காரணம் தங்கப்பன் படுக்கையாகி கிடந்தே பல வருடங்கள் ஆகி விட்டது. தங்கப்பனின் மூத்த மருமகள் அந்தக் கிழவனைப் பார்த்து அலுத்தே அயர்ந்துப்போனவள்.... எப்ப சாவுவானோ என மன்றாடியவள்... இப்போது இறந்த பிறகு பேரன், பேத்திகளும் பெண் சகோதரிகளும் இவ்வாறு பெருங்குரலெடுத்து அழுகிறார்களே என ஆச்சரியமுற்றார் கள்... அந்த ஆச்சரியத்தை தாண்டியும் மரணத்தின் அழுகைச் சத்தம் மனதைக் கலங்கடிக்கவே செய்தது இருவருக்கும்.

தங்கப்பனின் மூத்த மகன் ஆரோக்கியம் வீட்டிற்குள்ளிருந்து சிவந்த விழிகளுடன் வெளியே வந்தான். அவன் அப்புவை முறைத்துக் கொண்டே வந்தான்.

'இதுல பலரை கூப்பிட்டப் பிறகும் பலருக்கும் வேற வேலையிண்ணு ஆகியிட்டு... அல்போன்சுக்கு முடியேலண்ணு ஆகியிட்டு. வேற வழியில்லாம ஓங்க ரெண்டு பேரையும் அழைக்க வேண்டியதாகியிட்டு... வீட்டுக்குள்ள பெணம் கிடக்கு. அளந்து எடுத்துட்டு சிமுந்தேரியில கல்லறத் தோண்டுங்கா...' ஆரோக்கியம் குட்டிமணியின் அப்பனாகிய ராயன் என்பவனின் அண்ணன். அவன் அவர்களிடம் சொல்லும்போதே குரல் உடைய இருவரும் வீட்டிற்குள் ஏறிச் சென்றார்கள். பிணத்திற்கு முன் கொழுத்தி வைத்த ஊது பத்திகளும்... மெழுகுவர்த்திகளும் எவ்வளவுதான் மணத்துக் கொண்டாலும் அவை நாற்றம் போலவே அப்புவிற்கு தலை கனத்தைக் கொடுத்தது... அவன் கண்கள் ராயனை நாலுப்பக்கமும் தேடியது.

‘எனக்க ரமணிய ஏமாத்தியிட்டு ஓடிப்போய் மெட்டுராசுல நல்லதா வாழுறவன் தவப்பன் சாவுக்கு வராமலா இருப்பான்? தள்ள செத்த நேரம் ராவோடு ராவா வந்துட்டுப் போனதா ஊருல சொல்லியிருந்து. அவன் வேறப் பெண்ணும் கெட்டி, மக்களப் பெத்து மகிழ்ச்சியாதான் வாழுறானாம்... இப்ப வராமலாப் போவான். எனக்கு அவனைக் கண்டு நாலு வேளம் கேக்கணம்...’ மனம் முறுவிக்கொள்ள தனது சட்டைப் பையிலிருந்து பிணம் அளவெடுக்கும் நூலை உருவி எடுத்தான் அப்பு.

பிணத்தின் கால் பக்கம் நின்று நூலை உருவியவன் அதிர்ந்தான். தங்கப்பன் கிழவன் இறந்தான் என்று நினைத்தால்; கிழவனை உயிரோடு சாய்வு நாற்காலி ஒன்றில் இருத்தியிருக்க அவன் முன் கிடந்த பிணம்... அது... அது... அய்யோ அது ராயனின் பிணம். அப்பு உறைந்துபோய் சந்தனத்தைப் பார்த்தான்... சந்தனமும் அவனை அதிர்ச்சியில் பார்த்தான். பிணத்தை அளவெடுக்க முடியாமல் ஆடிப் போனான் அப்பு. மெதுவாக கண்களை உயர்த்திப் பார்த்தான் ராயன் என்ற பிணத்தை.

‘இவன் எப்பிடிச் செத்தான்? எப்ப செத்தான்? இவன் இப்படியா இருப்பான்? இவன் அப்ப பாக்க எவ்வளவு சந்தமா இருப்பான்? இப்ப கன்னமெல்லாம் பொட்டி... கழுத்து தாழ்ந்து... சதை வற்றி... தலை முடி நரைத்து பொலிவிழந்து கிடந்து சாகுமளவுக்கு இவனுக்கு என்ன தீனம் வந்து... ரமணி இதை அறிவாளா? அறியா வயசுல வயித்துப் பிள்ளையோட அவளை அனாதையா விட்டுட்டுப் போன நீயா செத்த! இண்ணுவரைக்கும் தவப்பனுக்க முகம் தெரியாத எனக்க காட்டுக்குட்டியிக்க தவப்பனான நீயா செத்த! எவ்வளவு துரோகம்... எவ்வளவு அவமானம் ஒன்னால அதுவா ரெண்டணமும் அனுபவித்துட்டு இருக்குதுவா... நீ எப்பிடி அவளால தண்டனை அடையிறதுக்க முன்ன சாவுலாம்? இது அவா வந்து நிக்க வேண்டிய இடமில்லியா...’

அப்பு கண்களைச் சுழட்டினான். அதில் ராயனின் மனைவி தலைப் பக்கத்தில் இருந்து அழுதுகொண்டிருந்தாள். இன்னும் குட்டிமணியின் முகச்சாயல்கொண்ட பதினெட்டு வயதிருக்கும் இளைஞன் ஒருவன் விசும்பிக்கொண்டிருந்தான். அந்த வாலிபனைக் கண்டதும் அப்புவின் இதயம் வேகமாகத் துடித்தது.

‘இது குட்டிமணியிக்க தம்பி... அவளுக்க அதே சாடை. எம் பிள்ளையிக்க அதே சாடையிலதான் இவனும் இருக்கியான். எல்லாரும் குட்டிமணியை காட்டுக்குட்டியிண்ணு சொல்லுனுமே... ராயனுட்ட அறிமுகம் வச்சி அவனைக்கண்ட யாரும் அப்படிச்

சொல்ல முடியாது. ஏண்ணா குட்டிமணி ராயனுக்க சாடையுள்ளவா' அவன் அந்த இளைஞனைப் பார்த்தபடியே வெளியே வந்தான்.

'ஓய் செத்தது ராயனா?' அப்பு கேட்டது அதில் நின்ற ஆரோக்கியத்தின் காதில் விழ... அப்புவை முறைத்துக்கொண்டு அவனருகில் சென்றான் அவன்.

'ஒ... செத்தது எனக்க தம்பி ராயன்தான். அந்த கள்ளத்தேவிடியா அண்ணு சொன்ன பழியால பரியெடு தாங்காம ஊருலண்டு ஒளிச்சிப்போன எனக்க தம்பி இப்ப பிணமா வந்துருக்கியான். போய் அவளுட்டச் செல்லி இதுல எதாவது அவளோ, அவாப் பெத்த காட்டுக்குட்டியோ வந்தா ரெண்டணைத்தையும் வெட்டிப் பூத்தியிருவேன். மனசுக்குள்ள அவ்வளவு நொம்பலம் இருக்கு. அவளுக்கு வர வேண்டிய சாவு எனக்க தம்பியிக்கி வந்துருக்கு...'

வேதனையிலும், கோபத்திலும் ஆரோக்கியம் கூற அப்புவின் மனமும் குடுகுடுவென ஆடவே செய்தது. அவனுக்கு எதிர் பதில் கொடுத்துக் கத்த வேண்டும்போல் அவன் மன உணர்வுகள் பொங்க தன்னை அடக்கிக்கொண்டு பிணத்தைக் குளிப்பாட்ட கட்டி வைத்திருக்கும் மறைவு பெரையின் தாங்குத்தூண் கம்பை பிடித்துக் கொண்டு நின்றான் அப்பு.

'எவங்கூடேயோப் போய் பிள்ளை வாங்கியிட்டு வந்தவா எனக்க தம்பியைக்கொண்டு பழியாக்கி விட்டா இல்லியா... அவளும் அவாப் பெத்த காட்டுக்குட்டியும் நல்லாவே இருக்க மாட்டுனம்...' மீண்டும் கூற, அப்பு தன் வாயை படக்கென திறந்தான்.

'இப்பவும் அதுவா நல்லா இல்ல ஓய்...'

'ஆயிரம் மாப்பிளையிக்க கூட போறவா நல்லா இல்லாம எப்பிடி இருப்பா?' அவன் சத்தமாகக் கேட்க வெளியே ஒன்றிரண்டாக நின்றவர்கள் வாயைப் பொத்தி நமுட்டுச் சிரிப்பை வெளிப் படுத்தினார்கள்.

'தைரியம் உண்டுண்ணா இப்ப அவளை இதுல நீ வரச்செல்லு பாப்பம்...' ஆரோக்கியம் எகிற.

'அவா இனி இதுலவர மாட்டா ஓய். ஒங்க எல்லாருக்கும் அவன் இப்ப தான் செத்தான். ஆனா ரமணியிக்கி இவஞ் செத்து இருவது வருசம் கழிஞ்சி... அவளைப் பொறுத்தவரைக்கும் இவன் எப்பளே பிணம்...' அப்புவும் சத்தமாக கூற சந்தனம் அவனை சமாதானப் படுத்தினார்.

'இப்ப வரைக்கும் தவப்பனுக்க முகம் காணாம... தனக்க ஊருல தனக்க தவப்பன் செத்துக்கிடக்கியத அறியாத இருக்கிய குட்டிமணியிக்க

முகம்தான் எனக்கு ஓர்ம வருது அப்பச்சி. அதுகளை இந்த நிலைக்கி கொண்டு விட்ட பச்சாதாபம் இல்லாம இன்னும் அவளை பறையதுல மட்டும் என்ன வீரம் இருக்கு? இருக்கம்ப கிடைக்காத தவப்பன் இனி அவளுக்கு வேண்டாம். அதுவா இதுல வராது.' அப்பு கத்த ஆரோக்கியம் அவனை முறைத்தான்.

'எனக்க தம்பிதான் அவளுக்கு பிள்ளைக்கொடுத்தாண்ணு ஒனக்குத்தெரியுமா?'

'அந்த குட்டியிக்க முகத்தப் பிடிச்சிப் பாத்தாலே அது யாருக்க மொவாண்ணுத் தெரியுமே... செத்துக்கிடக்கியவனுக்க கிட்ட இருந்து கரைய பயலுக்க அதே சாடைதானே குட்டிமணியும்.'

அப்பு அப்படிக் கூறியதும் கோபம் மூண்டவனாக ஆரோக்கியம் அப்புவைப் பிடித்து இழுத்துக்கொண்டு பிணம் குளிப்பாட்டும் அறைக்குள் போனான். அவனது இழுப்பில் கீழே விழுந்த அப்புவை தனது காலால் மிதித்தான் ஆரோக்கியம்.

'அய்யோ பயலக் கொல்லாதே...' என்று சந்தனம் சத்தம் எழுப்ப அதில் கலவரம்போல் ஆட்கள் சூழ்ந்தனர்.

'யாருக்க கூட யார வச்சிப் பேசக்குண்ணு தெரியாத பிணம் பூத்திபய நீ எனக்கு நியாயம் செல்லுதியா? தவப்பண்ணா அந்த பயலுக்க மனசுல தெய்வம்போல வச்சிருக்கு. அதுக்க காதுல இப்பிடி ஒரு பழியப் போடக்கு நினச்சா ஒன்ன சவுட்டியே கொன்னுருவேன்.' கத்திய ஆரோக்கியத்திடம் சந்தனம் முறையிட்டார்.

'அதுகளுட்ட வச்சப் பாசத்துல அவன் எதாவது செல்லியிருப்பான்... நீ அவன விட்டுரு...'

'அப்படி பாசமுண்ணா அவளக் கெட்டியிட்டு இருக்கவேண்டியது தானே... வாழ வேண்டியவன சாவுக்குக் கொடுத்த எங்க மனசுல இவன் குத்துறமாதரி பேசி வேதனை ஏத்தப்பிடாது இல்லியா... இவனை இதுலண்டு இப்ப கூட்டியிட்டுப் போயிருக்கணம்...' ஆரோக்கியம் கத்த அவனை ஒன்றிரண்டு பேர் அழைத்துக்கொண்டு போனார்கள்.

அப்பு தரையிலே கிடந்தான். அவன் கொடுத்த மிதிகளின் வலியை விட அவன் மனம் அந்த அபலைகளை நினைத்தே கலங்கியது. அவனுக்கும் தன் தம்பி இதில் குற்றவாளி எனத் தெரியும்... எனினும் அன்று பொதிந்து காப்பாற்றியதுபோல் செத்தப்பிறகும் காப்பாற்று கிறானே என்ற நிலை அவனை சுருட்டிச் சுருட்டி மறித்தது. ஒரு ஆண் பிணமாகிப் போனாலும் ஒழுக்கம் கொடுக்கப் போராடும் பொல்லாத

உலகின்மீது கோபம் வந்தது. ஆனால் அதைக் காட்ட வழியற்று வேதனையுடன் தரையிலிருந்து எழும்பினான். அவன் உடம்பில் ஒட்டிய மண்ணை சந்தனம் துடைத்துக்கொண்டே அவனைக் கடிந்தார்.

'மனசத்தவங்களுட்ட என்னதான் பேசினாலும் நீதி கிட்டாது. பெருசா இல்லாமப் போனாலும் காலம் அதுகளையும் வாழ வச்சிருக்கே அப்புவே…'

'ஒரு மாதிரி வாழுறது வாழ்வா அப்பச்சி… எனக்க ரமணியால, அவாப் பெத்ததுனால எனக்கு இப்பவரைக்கும் நல்லுறக்கம் இல்ல. அண்ணு இவன் மட்டும் ஏமாத்தாம அதுவளை ஏத்திருந்தா இந்த அப்பு எவ்வளவு நிம்மதியா ஒறங்கியிருப்பேன். அவா மனசுல நான் இல்லாம போவுலாம் அப்பச்சி… ஆனா என் மனசுல ரமணி உயிருப் போல இருக்கியா… அவா ஒவவொரு ஆணுட்டேயும் தனக்க சதைய தொழிலா விக்கம்ப அவா மறச்சி வச்சிருக்கிய அந்த மனசுக்க சத்தம் எனக்கு மட்டும் கேக்குது அப்பச்சி… அதுலக் கெடக்கிய வேதனை எனக்குத் தெரியும். அந்நா செத்து நீண்டு நிமுந்துக் கிடக்கியானே அவனுக்க காம தேகம் இப்ப என்ன ஆட்டம் போட ஒக்குது… அண்ணு அவனுக்க காமத்துக்கு எனக்க ரமணி இழந்தது அவா வாழ்க்கையை… கட்டுங்கடங்கா காமத்துல யாரையவாது வஞ்சிக்கத் துணிஞ்சா அந்த பரியெடுல சம்மந்தப்பட்டவங்களே செத்துப் போணும் அப்பச்சியே… இவன் ஒருத்தனுக்க ஆசையும், மோகமும் எனக்க ரமணிய வேசையாக்கிச்சி, பாவியாக்கிச்சி…' அப்பு கதற சந்தனம் அவனை அழைத்துக்கொண்டு கல்லறைத் தோட்டத்திற்குப் போனார்.

15

அப்புவும், சந்தனமும் கல்லறைத்தோட்டம் என்ற சிமுந்தேரியில் நின்றார்கள். சிமுந்தேரியின் வாசலில் இரு சம்மனசுக்கள் செய்து வைக்கப்பட்டிருக்க... 'சாவே உன் வெற்றி எங்கே?' என்ற பைபிள் வார்த்தைப் பொறிக்கப்பட்டிருந்தது.

கல்லறைத்தோட்டத்தைச்சுற்றி ஏராளமான ரப்பர் மரங்களும், அயனி, புளிய மரங்களும் நின்றன. அவற்றைச் சுற்றிய அமைதியில் பல பல இறந்தவர்களின் மன ஏக்கங்கள் சுழல்வது போன்றே காற்றும் சோகமாக வீசிக்கொண்டிருந்தது. அதிக வீடுகள் இல்லாத அந்தப் பகுதியில் பகல் வேளையிலும் ஒருவித அமைதி ஒட்டியே கிடக்கும். அந்த அமைதிக்குள் இறந்தவர்களின் நிறைவேறாத வாழ்க்கை ஆசைகள் நிராசையின் கனம்போல் அடர்ந்து நின்றது. வாழ்வதற் குரிய ஆசையிருந்தது... காதலிருந்தது... கடமையிருந்தது... அதற்குள் மரணம் எங்களை இழுத்துக்கொண்டு கல்லறைக்குள் அடைத்து விட்டதே என்ற குமுறல்களை முட்டியபடியே கல்லறை மேடுகள் தெரிந்தது. இந்தக் கல்லறை மேடுகளையெல்லாம் உடைத்து விட்டால் உள்ளே புதைத்தவர்கள் அதே உருவத்துடன் வெளியே வந்து விடுவார்களா என்ன? அடைத்து வைத்த தங்களது மூச்சை காற்றில் தேடி சுவாசிப்பார்களா என்ன? அவர்களிடமிருந்து உருவிப்போன உயிர்காற்று அவர்களுக்குள் புகுமா என்ன? அப்படி யெல்லாம் பெறுவதற்கு புதைத்தவர்களின் மாய உடல் மண்ணுக்குள் இருக்காதே... அவர்களின் வார்த்தையும்... அதே குரலும்... அதே உருவமும் எங்கே போகும்? அப்பு சிலிர்த்தான்.

மரணம் என்னும் மாய உலகில் சாடிப்போனவர்கள் சென்று சேரும் இடம் எங்கே? அதற்குப் பின் மனிதர்களுக்கு என்ன உண்டு? வெளிச்சமா? இருளா? அழுகையா? மகிழ்வா? தூக்கமா? யாரு இவையெல்லாம் கண்டது... அதனால்தானே சாவென்றால் அவரவர் மனங்களும் கிலிப்பிடித்து ஆடுகிறது... மரணத்திற்குப் பின் உள்ள அந்த மாயபிம்பம் எந்த அறிவியலும் அறுதியுடன் கூறவில்லையே... கனவுகளையும், ஆசைகளையும் கொண்டு நடந்த உடல் மண்ணுக்குள் அரிபட்டு மண்ணோடு கலந்து காணாமல் போகும். காமத்தில்; களித்த உடம்பின் உணர்வுகள் உயிரற்றுப் போகும். எவ்வளவு பலசாலியானாலும் தன்னிடமிருந்து போன மூச்சுக்காற்றை மீண்டும் பிடித்து தனக்குள் ஏற்றிவிடமுடியாது. ஆறடிக்குண்டுக்குள்ளிருந்து தனது பலத்தைக் காட்டி வெளியேற முடியாது. எந்த ஒரு விளக்கு வெளிச்சமோ... பகல் வெளிச்சமோ ஊடுருவ முடியாத கல்லறை இருட்டில, உருண்டுப் புரண்டுப் படுக்க முடியாத சவப்பெட்டியில் ஆடாமல் அசையாமல் தனியே கிடக்கும் ஒரு நிலை ஒவ்வொரு மனிதனுக்கும் உண்டு. பளிங்குத் தரை உள்ள வீட்டில் வாழ்ந்தாலும், மனிதக்கூட்டங்களில் முண்டியடித்துக்கொண்டு வாழ்ந்தாலும் தனியே கல்லறைக்குண்டில் பச்சை மண்ணில் கிடந்தே ஆக வேண்டும்.

சந்தனம் கல்லறைக்குழி தோண்டுவதற்குரிய இடத்தில் தண்ணீர் ஊற்றி கொத்துவதற்காக அருகில் கிடந்த கிணற்றில் தண்ணீர் எடுக்கச் சென்றார்.

அப்புவோ அந்தக் கல்லறைத் தோட்டத்தின் கல்லறை மேடுகளை பார்த்துக்கொண்டு நின்றான். எத்தனை மனிதர்களை விழுங்கிக் கொண்ட மண்ணிது... ஆறடி உயரமும், அழகும் வனப்பும் கொண்டவர்களும், சாதனை செய்தவர்களும், புண்ணியம் செய்தவர் களும், இன்ன ஆள்... இன்ன பெயர்... இன்ன பதவியென அடையாளப்படுத்தப்பட்டவர்களையும் சத்தமின்றித் தின்று முடித்த மண்ணை பீதியோடு பார்த்து நின்றான் அப்பு.

பிறப்பு தேதி... இறப்பு தேதி... என்ன பெயர்... என்ன வயது... என்று புகைப்படம் பொறித்து வைத்த கல்லறைகளும் தெரிந்தன. சிமென்ட்டு வைத்து கட்டிய கல்லறைகளும் தெரிந்தன... மண் மேடால் உயர்த்தப்பட்டு அழியும் நிலையில் உள்ள கல்லறைகளும் தெரிந்தன... எந்தக் காலத்துக்கும் அழியக்கூடாதென கல்லறையைச் சுற்றி கோபுரம் எழுப்பி மண்டபம் உயர்த்தி மொசைக் வைத்துவிட்ட பணக்கார கல்லறைகளும் தெரிந்தன.

இறப்பிற்குப் பிறகும் உயர்ந்தவன், தாழ்ந்தவன் என்ற வேற்றுமையை, ஏழை, பணக்காரன் என்ற பாகுபாட்டை காட்டுவது

போல் கல்லறை மேடுகள் தெரிய அப்பு தன் கண்களை தாயின் கல்லறை நோக்கித் திருப்பினான். பவளத்தின் கல்லறை மேட்டில் மண்கொண்டு உயர்த்தி விட்டதோடு சரி. அதன் பின் அதை சிமென்ட்டாலும் கட்டவில்லை. மொசைக் போடவும் இல்லை. மழைபெய்தும், காற்றடித்தும் மண் சறுவியும் காலப்போக்கில் அந்தக் கல்லறை மேடு தரைபோல் ஆகும். அப்படி ஆகும்போது அதில் வேறு ஒரு கல்லறைத் தோண்டுவார்கள். அப்படியாகும்போது பவளத்தின் கல்லறை காணாமல் போகும்.

சில ஆயிரங்கள் செலவழித்து தன் தாயின் கல்லறையைக் கட்டி எழுப்ப முடியாத தன் கையாலாகாத செயலின் வறுமை அப்புவைப் பினைந்தெடுக்க பவளத்தின் கல்லறை நோக்கி நடந்தான்.

அவன் நடக்க நடக்க அவன் காலுக்கடியில் பலவகைப் புற்களின் இலைகள் சாய்ந்து சாய்ந்துப் போயின. தொட்டாளி, முறியம் பச்சலை, பெரலை, காக்கலம், அருகம்புல், குப்பைக் கீரை, முள்புல், காட்டுக் கொன்னை எனப் பலவகை தாவரங்களும் மரங்களும் கல்லறைத் தோட்டத்தில் கொழுகொழுவெனத் தெரிந்தன.

ஒவ்வொரு கல்லறையிலும் போடப்பட்டிருந்த பூமாலைகளிலிருந்து குருத்து வந்த வாடாபூ, மேரிகோள்டு செடி... அரளிச்செடி என்பனவற்றின் பூக்களும் செடிகளும் கொழுப்பாகத் தெரிந்தன. அவற்றின் கொழுப்புக்கான காரணம் அப்புவின் மனதில் வர அவன் இன்னும் வீரியமாக அவைகளைப் பார்த்தான்.

ஆறடிக்குண்டுக்குள் புதைக்கப்பட்ட பலநூறு மனித சதைகளின் உரம் தின்று வளர்வதாலே இந்தச் செடிகள் கொழுப்பாகத் தெரிகின்றன. மண்ணுக்குள் கலக்கப்பட்ட மனித சதை அழுகிப் புழுத்து வெள்ளமாகி, உட்கி உரமாகி மண்ணோடு கலக்கும்போது அவற்றில் வளரும் அனைத்துக்கும் உரமாகிப் போகிறான் மனிதன். மரத்தின் வேர்களில், செடியின் பூக்களில், மண்ணின் வளமையில், கடலின் வெள்ளத்தில், ஊறும் தண்ணீரில் என எவற்றோ ஒன்றிலோ தனது வளமையை மனிதன் கொடுத்துக்கொண்டே இருக்கிறான். பிறந்த ஒன்றிற்குமே அழிவில்லை என்பது உண்மையே. மனிதன் என்பவன் முதல்... இந்த உலகில் தோன்றிய உயிர்கொண்ட அனைத்தும் தன் மரணத்திற்குப் பிறகும் இந்த பிரபஞ்சத்தின் எதோ ஒரு வளத்தில் ஒட்டிக்கொண்டே கிடந்து தன் இயக்கத்தைக் கொடுத்துக்கொண்டே இருக்கும்.

‘நல்ல சிந்தனைகளையும் நல்ல எண்ணங்களையும்கொண்டு வாழ்ந்த எனக்க அம்மையிக்க உணர்வெல்லாம் இந்த பூமிக்குள்ள நல்ல உரமா

கலந்துப் போயிருக்குமே...' அவன் செடிகளை வருடிக்கொண்டே அவளது கல்லறை மண்ணைப் போட்டு பரண்டினான்.

'எனக்கு கல்யாணம் அமையாம தள்ளிப்போகம்ப, நானும் ரமணிய மனசுக்குள்ள வச்சிட்டு கல்யாணத்துக்கு தயாராகாம மடிச்சிட்டு இருக்கம்ப நீ சொல்லுவியே.

'நான் ஒருத்தி மாண்டுபோன பிறகுதான் தெரியும் ஒன்ன யாரு அந்நளிச்சியாண்ணு... ஊரு ஒலகத்துக்க அனக்கமத்து ஒறக்கப் பாயுலப் போய் விழும்ப ஒடம்பு அவசியத்துக்கான காரியத்துக்கு இல்லைண்ணாலும்,கெட்டிப்பிடிச்சி ஒண்டிவச்சிட்டு ஒறங்க ஒரு துணை வேணும் அப்புவே... அப்படி ஒரு துணை இல்லாம போற மனுசனே உண்மையிலே அனாதை மோனே...'ண்ணு சொல்லுவியே அந்தக் கணக்குல நான் இப்பவரைக்கும் அனாதை தாண்டியம்மா... நாளெல்லாம் ஒத்தெய்லதான் கிடக்கியேன்... எல்லா இரவும் தனியாத் தான் போவுது எனக்கு... நீ இந்த குழிக்குள்ளண்டு எழும்பி வாறியடியம்மா... வந்து மோனேண்ணு விளிச்சி கஞ்சியோ வெள்ளமோ தாறியடியம்மா. ஒன்னப்போல என்னை மனசுத் தொறந்து யாருக்குடி சினேகிச்ச ஒக்கும்... நீ வாடியம்மா வந்து எனட்ட பேசு. நான் அய்யமா இருந்தாலும் எனக்க ராசாண்ணு விளிப்பியே அதப் போல இனி எப்படி வந்து விளிப்ப?' அவன் பவளத்தின் கல்லறைப் மண்ணைப் பறண்டி பறண்டி அவளை அழைக்க அவன் மனம் நிராசையில் தொங்கியது. மண்ணைப் பறண்டிய தனது கைவிரல்கள் நிலத்திற்குள் ஊடுருவி தாயின் சதை தோலையாவது தொட்டு விடாதா என ஏங்கினான்.

'இந்த உலகின் எந்த மூலையில் சென்றாலும்... உலகம் முழுக்க எனக்க அம்மையிக்க உருவத்தைத் தேடினாலும் அவளுக்க உருவத்தையோ அவளுக்க குரலையோ இனி என்னால கொண்டு வரக்கு முடியவே முடியாது. அவாப் போயிட்டா... எனக்க அம்ம மாஞ்சிப் போயிட்டா... அவா காணாமப் போயிட்டா... இனி அவளுக்க ஓர்மையைத் தவிர எனக்கு அவாண்ணு உள்ள வேற எதுவுமே இல்ல...' அவன் நினைக்க கண்ணீர் வழிந்து பவளத்தின் கல்லறை மண்ணில் விழுந்தது.

'லே அப்புவே கொம்மையிக்க குழிமண்ணப் போட்டு தோண்டுவுனடன அவா வருவாண்ணா நினச்ச? போனவியா யாரும் வர மாட்டுனம்... நம்மளும் ஒரு நாளு போவத்தானே போறோம். வால அதுலண்டு எழும்பி...' சந்தனம் குரல் கொடுத்துக்கொண்டே தனது தோளில் இருந்த குடத்தை இறக்கி வைத்துவிட்டு அருகே நின்ற புளிய மரத்தினடியில் சென்று சிறுநீர் கழிக்க நின்றார்.

சுர்ரென்று எடுத்து ஊற்றிய அவரது சிறுநீர் பட்டு அதில் நின்ற செடிகள் தலைகுனிய அவருக்கு லேசான வெட்கம் வர தனக்குள்ளே சிரித்துக் கொண்டே நிமிர்ந்தபோது அவரது மனைவி பாக்கியத்தின் கல்லறை தெரிந்தது. சிமென்ட் வைத்துக் கட்டிய அவளது கல்லறையில் பச்சைப் பாசிப்பிடித்திருக்க... அவர் மனம் கலங்கியவராக அந்த கல்லறை மேட்டைப் பார்த்தார்.

'ஒரு நாளு எனக்க கிட்டயிருந்து அப்பறம், இப்பறம் விலகிக் கிடப்பியா நீ? இப்ப எத்தன வருசமா நீ இதுக்குள்ள கிடக்குற?. இந்த பச்சமண்ணுக்குள்ளகொண்டு ஒன்ன பூத்தம்ப வாடாத ரோசப்பூ போல இருந்த தேகம் இப்ப கலஞ்சி கொலஞ்சிப் போய்காணுமே... ஒனக்க கண்ணும், நான் முத்திய கொவுடும்... என்னை ஒண்டிவச்சிய ஒனக்க கைகளும் காணாம போய் காணும் இல்லியா? வேளா வேளைக்கி ஆகாரம் தருவியே இப்ப நான் தின்னனா... குடிச்சனாண்ணு ஒனக்குத் தெரியுமா? எனக்க பாக்கியமே ஒன்ன இனி எண்ணுதான் நான் காணுவேனோ?' சந்தனத்தின் மனம் ஏங்க கண்ணில் கண்ணீர் பெருக தனது கழுத்தில் கிடந்த தோர்த்தில் கண்ணீரை ஒப்பிக்கொண்டு விங்கிக்கொண்டு நடந்தார்..அவர் கண்கள் அவ்விடம் முழுவதையும் சுற்றிக்கொள்ள கால் வைக்கும் இடங்களிலெல்லாம் கல்லறைகள் பலரை நினைவுப்படுத்திக் காட்டியது.

பெயர் பெற்ற ஆசான்கள்... பணக்காரர்கள் என்று அவரது பல நண்பர்களின் கல்லறைகள் அவர்களை நினைவுபடுத்தியது... வறுவேல் என்ற அடிமுறை ஆசானின் கல்லறையை நின்று பார்த்தார்.

'ஓய் ஆசானே சுகமா இருக்குதா? இந்தக் குழிக்குள்ள ஒமக்க கையும் காலும் எப்பிடித்தான் இருக்கோ? ஒமக்க நெட்டையும், வண்ணமும் எப்படி இந்த குழிக்குள்ள ஒடுங்கிச்சோ என்னதோ? ஒமக்கு அடிமுறையும் தெரியும்... சில சிகிட்சைகளும் தெரியும்... குறியமுண்ட இறுக்கிக் கெட்டியிட்டு கையில கம்பபிடிச்சிட்டு நீரு சுத்துனா அதுல தெரியும் ஒமக்க ஆசான் தனம். காலோ கையோ முறிவுப்பட்டுப் போய் ஒமட்ட வந்தா இழுத்துவிட்டு தடவியிட்டு கெட்டுப்போட்டா சொல்லிய நாளுல முறிவு மாறிப்போகும். ஒமக்கெல்லாம் சாவே வராததுபோல இல்லியா நிமுந்து நடப்புரு... ஒரு வட்டிலு நிறைய கிழங்கும் மீனும் தின்னுவுரு. தேச்சியம் வந்தா மண்டைக் கெண்டையிண்ணு தானகடு அறுப்பீரு... கடைசியில என்ன ஆச்சி? ஒமக்க காலு கையும் தளந்து, ஆசான் தனமும் போய் விக்கெலெடுத்து வெள்ளமோ தண்ணியோ குடிக்க ஒக்காம இல்லியா செத்துப் போனீரு... ஒமக்க ஆசான் தனத்தக்காட்டி சாவ

தடுக்க முடிஞ்சா? ஒமக்க அடி முறையும், மருந்து வைத்தியமும் எங்கப்போச்சோ? ஒமக்க ஆசான் தனத்த காட்டுன காலும் கையும் மண்ணுக்குள்ள எப்பிடித்தான் மாஞ்சிப்போச்சோ? எல்லாம் மாயும் இல்லியா ஓய்... மாஞ்சி மாஞ்சிப் போனாதானே புதுசு புதுசா வாறவங்களுக்கு இடம் கொடுக்க முடியும்... இந்த சந்தனமும் ஒம்மப்போல மாயுவான்...' சொல்லிக்கொண்டே அவரது கல்லறைக்கு மேல் கிடந்த கரிந்த பூ மாலையை எடுத்து தூரமாக வீசினார். அவர் வீசிய பூமாலை பக்கத்தில் கிடந்த பிரகாசியாள் என்ற கல்லறை மேட்டில் சென்று விழ... சந்தனம் பிரகாசியின் கல்லறையைப் பார்த்தார்.

'ஒ... பிரகாசியே... கல்லறைக்குள்ள எப்பிடி தான் கிடக்குதியோ? ஒரு நேரம் வீட்டுல இருக்காம விளையிண்ணு சுத்தியிட்டே திரிவ... சுள்ளியும்... தேங்காயும், மாங்காயுமுண்ணு கொண்டு வருவ. ஒனக்க விளைக்குள்ளண்டு தொளிஞ்சிப் போற சுள்ளியகூட எடுக்க விட மாட்ட. அப்படி எதவாது எடுத்தா நீ வீடு வரைக்கும் வந்து எடுத்துட்டுப் போவ... சரியான வாய்க்காரி நீ... எப்பவும் யார் கூடேயாவது சண்டைப் போட்டுட்டே இருப்ப... இப்ப ஒனக்க விளையெங்க? சுள்ளியெங்க? நாக்கெங்க? சத்தம் எங்க? சண்டையெங்க? எல்லாம் இந்த ஆறடிக்குண்டுக்குள்ள அடங்கிப் போச்சி இல்லியா பிரகாசி. அடங்கும் எல்லாம் அடங்கும்... நானும் ஒரு நாளு அடங்குவேன்... நிறைய சேத்து வச்சிருந்தா... எனக்கு எனக்குண்ணு கூட்டி வச்சிருந்தா, மரணநாதன் வரம்ப மனசு திரும்பிப் பாக்கும். எல்லாத்தையும் விட்டுட்டுப் போணுமாண்ணு உணர் வெல்லாம் பதறும். ஒரு மனுசன் சாவம்ப அவனுக்குண்ணு எதுவுமே இல்லாமலே இருக்கிறதுதான் நல்ல வாழ்வு... வாழம்ப ஒண்ணுமே இல்லண்ணு தோணும். ஆனா சாகம்ப ரொம்ப இலகுவாக இருக்கும்...' நினைத்துக்கொண்டவர் அப்புவைப் பார்க்க அவன் பவளத்தின் குழி மண்ணில் அமர்ந்திருந்தான்.

'லே எழும்பி வருவியா... நேரம் போகுது... வால வந்து கொத்து...' அவர் அழைக்க சுற்றி நின்ற மரங்களிலிருந்து சுள்ளிகள் காற்றில் விழும் சத்தம் கேட்டது.

'இதுல ஒருசுள்ளி விழுந்தா அம்ம ஓடிய ஓட்டம் ஒமக்கு ஓர்மையிருக்கா... அதுல யாராவது சுள்ளி பறக்க வந்தா நடக்கிய சண்டை ஒமக்குத் தெரியுமா?'அப்பு சந்தனத்திடம் கேட்டப்படியே தனது கண்ணீர் முகத்தைத் துடைத்துக்கொண்டு குட்டிமணியின் தந்தைக்கு கல்லறைக்குழி வெட்ட எழும்பினான். சந்தனம் அவனை பாவம்போல் பார்த்தார்.

அடிமை என்று தெரிந்த கல்லறையைச் சுற்றி கோபுரம்போல் மண்டபம் கட்டிவைத்திருக்க அவற்றில் ஏறினார்கள் அப்புவும், சந்தனமும்... அடிமையிண்ணு சொல்லுகிற அந்த ஆள் மிகவும் வசதியானவர். அவர் மகன்கள் இருவரும் அமெரிக்காவில் இருக்கிறார்கள். தங்களது தந்தை இறந்த போது மோச்ச விளக்குக்கு ஊருக்கே விருந்துப் போட்டு ஆடம்பர பூசை ஆயரை வரவழைத்து வைத்தார்கள். அவரின் கல்லறையில் கோபுரமும் மண்டபமும் மொசைக்கில் கட்ட எப்படியும் இரண்டு இலட்சம் ஆகியிருக்கும். இரவும் பகலும் இதற்குள் விளக்கு எரிந்துகொண்டிருக்கும். இந்த பரந்த மண்டபத்தில் பகல் நேரத்தில் வழிப்போக்காக சில குடிகாரர்கள் வந்து படுப்பது உண்டு... தெரு நாய்கள் வந்து தூங்குவது உண்டு... இளைப்பாறுதலுக்கென்று அடிமைக்கி கட்டுன மண்டபமோ... அதன் மேல் பகுதியில் போட்டுருக்கும் லையிற்றோ மண்ணுக்குள் தள்ளிப்பூத்தியவனுக்கு உதவாது என்பதை அறியாத அவனது மக்களை என்ன சொல்ல? இறந்துப் போனவர்களைக் கொண்டாடுகிற உலகம். இறந்துப் போனவர்களை விட உயிரோடு உள்ளபவர்களுக்கு சாவு கொடுக்காமல் இருப்பது அல்லவா சிறப்பு. உயிரோடு வாழ்பவர்களில் எத்தனையோ பேருக்கு உறங்க உறைவிடம் இல்லை... இறந்தவர்கள் பெயரில் அப்படி ஒரு இல்லிடம் அமைத்துக்கொடுத்தால் எவ்வளவு சிறப்பு. முரண்பட்ட மனிதர்கள்கொண்ட உலகில் யாரோடு என்ன சொல்ல?

அப்பு தனது சட்டையைக் கழத்திவிட்டு வெறும் துண்டை மட்டும் இடுப்பில் கட்டிவிட்டு கல்லறைக்குழி வெட்டத்துவங்கினான்.

ஆறடிக்குண்டு இறங்கிப் போகப் போக அப்பு குண்டுக்குள்ளிருந்து சிவந்த மண்ணை கோரி கரையில் நின்ற சந்தனத்திடம் கொடுத்துக் கொண்டேயிருந்தான். குண்டுக்குள் சலுங்கி மறிந்த மண்ணின் மணத்தோடு அருகில் நின்றிருந்த அயனி, புளியமரங்களின் சிறு வேர்கள் வந்து தலைகாட்ட அவையும் அறுந்து வேர் மணமும், மண்மணமுமாக மூக்கு வழியாக அவன் உணர்வுக்குள் இறங்கிக் கொண்டிருக்க... சற்று இளைப்பாறுதல் வேண்டும்போல் தோன்ற குழிக்குள்ளிருந்து வெளியே கரையேறினான் அப்பு. அவனது உடம்பு முழுவதும் மண் அப்பியிருக்க முகத்திலும், கண் இமையிலும் சிவந்த மண் வியர்வையோடு ஒட்டியிருக்க பசிப்பது போலிருக்க அவன் கண்கள் ரமணியின் வீட்டை இங்கிருந்தே பார்த்தன.

‘ஓய் அதுல குட்டிமணி காணும்... குடிச்ச கஞ்சிவெள்ளம் வேண்டியிட்டு வருமா?’ அப்பு சந்தனத்திடம் சொல்ல, சந்தனம் இங்கிருந்துகொண்டே குரல் கொடுத்தார்.

‘குட்டிமணியே கஞ்சிவெள்ளம் கிடந்தாகொண்டு வாடியே’

‘அவா வந்ததும் விரட்டி விடணம். அந்த ஆரோக்கியம் இதுல வந்தா குட்டியை அடித்தும் போடுவான்.’

‘அதுவும் சரிதான்.’ அதற்குள் குட்டிமணி தண்ணீருடன் வந்தாள். அவளோ அப்பு வெட்டிய கல்லறைக்குண்டைப்பார்த்தாள். ஒடுங்கித் தெரிந்த கல்லறைக்குண்டுக்குள் சாடி விட வேண்டும்போல் தோன்றியது. அதன் தனிமைக்குள் ஒளிந்துகொள்ள மனம் பிராயசப் பட்டது.

‘இதுக்குள்ள சாடியிட்டா போரட்டமில்ல... காட்டுக்குட்டியிண்ணு உள்ள விளியில்ல... அம்ம வேசியிண்ணு உள்ள அனக்கம் அறியாண்டாம்... ஊரும் ஒலகமும் விரட்டும் விரட்டலில்ல... இதுக்குள்ள சாடியிட்டா எல்லாம் முடிஞ்சிரும். அப்பு எனக்க மேலுல மண்ண வாரிப்போட்டுட்டா பின்ன காட்டுக்குட்டி இல்ல... சாடட்டா.’ குழியை ஊடுருவிப் பார்த்தவளை அப்பு கலைத்தான்.

‘குட்டிமணி என்னப் பாக்கிய?’

‘இந்தக் கல்லறக்குண்டு அழகா இருக்கு அப்புவே... இதுக்குள்ள சாடியிரட்டா நான்’ அவள் படாரெனக் கேட்க அப்பு ஆடிப்போனான்.

‘ஏன் மக்கா இப்பிடியெல்லாம் கேக்கிய? இதுக்குள்ள வரக்கு இன்னும் எவ்வளவோ காலம் கிடக்கு... நீயெல்லாம் என்னைப் பூத்தாண்டமா? அப்புக்கு ஒன்னையெல்லாம் விட்டா வேற யாரு உண்டு...’ அவன் கனிவாகக் கூறிக்கொண்டே அவள் தலையை வருடினான்.

‘இந்தக் குழி யாருக்கு அப்புவே...’ அவளின் இந்தக்கேள்வியால் அப்புவும், சந்தனமும் கலங்கிப் போயினர்.

‘சொந்த தவப்பனுக்க குழிய யாருக்க குழியிண்ணு கேக்கியாளே நான் என்னத்த செல்லியது?’

‘இது யாருக்குண்ணு சொன்னாலும் ஒனக்கு தெரியாது மோளே...’ அப்பு தவிப்போடு கூற எதுவும் புரியாத குட்டிமணி... அடிமையின் கல்லறையின் மண்டபத்தில் அமர்ந்திருந்தாள். அவளும் பவளத்தின் கல்லறை மேட்டைப் பார்த்தாள்.

‘நல்லதுக்கும், கெட்டதுக்கும் சாவுக்கப்பிறகு பலன் கிடைக்கு முண்ணு சொன்ன நீ இப்ப எங்க இருக்கிய? மோச்சத்திலா... நரகத்திலா... அவன் அதான் முத்து சாவுவாண்ணு சென்ன இல்லா... அவன் இப்பவரை சாகவே இல்ல... அவன் எனக்க வீட்டுக்கு இப்ப

அடிக்கடி காறுல வாறான்... அவன் வரம்ப அம்ம பதறியா... எனக்கும் பேடி வருது... நீ சொன்னதுபோல அவன் செத்துப் போயிருந்தா எங்களுக்கு என்ன பேடி அவனால இருந்திருக்கும்?' அவள் பவளத்திடம் மனதார பேசிக் கொண்டிருந்தபோது அப்பு நின்ற கல்லறைக்குண்டில் எதோ சத்தம் கேட்க... அவள் எழுந்து அந்த குண்டின் அருகில் சென்றாள்.

'அப்பு...' என்று அழைத்துக்கொண்டு கல்லறைக்குண்டிற்குள் பார்த்த போது அங்கு அந்த மெல்லிய இருட்டில் அப்புவின் காலுக்கடியில் கிடந்த மண்டை ஓடு தெளிவாகத் தெரிய.

'அப்பு மண்ட ஓடு...' குட்டிமணி அலறினாள்.

'அது அப்பப்ப மண்ணுக்குள்ள மிதக்கிறதுதான்...' கரையில் மண் தட்டிக்கொண்டு நின்ற சந்தனம் இயல்பாகக் கூற குட்டிமணி பீதியோடு கல்லறைக்குண்டுக்குள் பார்த்தாள். சிறுவயதில் பவளத்தோடு கல்லறைத் தோட்டம் வந்ததுண்டு... எனினும் இந்த மாதிரி மண்டை ஓடுகள் கண்டதில்லை. சில எலும்புத்துண்டுகள் பொடிப்பொடியாக பவளம் தலைவலிக்கு உதவும் என்று எடுக்கின்ற போது பயந்து காய்ச்சல் வந்ததுண்டு.

'எப்பவோ யாரையோ இதுலப் பூத்திக்காணும்... அதான் மண்ட ஓடு மிதக்கியது.' அப்பு கூற குட்டிமணி தனது தலையில் கைவைத்தப் படியே அப்பு வெட்டிய குண்டுக்குள் பார்த்தாள். அப்பு அந்த உலர்ந்த மண்டை ஓட்டை தன் காலால் தட்ட மண்டை ஓடு பல்லை இளித்துக் கொண்டு மறிந்தது. குட்டிமணி கைகளை உதறினாள். அப்பு சிரித்துக் கொண்டே அதை மண்வெட்டியில் கோரி குட்டையில் போட்டு கரையில் நின்ற சந்தனத்திடம் கொடுத்தான். அவன் கொடுத்த மண்டை ஓடு சறுவிக்கொண்டு அப்புவின் தலையில் மீண்டும் விழ, அப்புவோ அதை கோபத்தில் மீண்டும் கோரி கொடுக்க சந்தனம் அதை வாங்கி கரைமண்ணில் தட்ட மண்டை ஓடு மலந்துப்போய் சரிய அந்த மண்டை ஓடை கண்மூடாமல் பார்த்து நின்றாள் குட்டிமணி.

குண்டுக்குள் இன்னும் பல எலும்புகள் மிதந்து வர அப்புவின் மூக்கில் புளித்த வெக்கை ஏற காலை தூக்கித் தூக்கி நின்றான். ஒரு மனிதன் பிணமாகி அழுகி உட்கிப்போன மண்ணுக்குள் நிற்க அவன் கால்கள் கூசிப்போனதுபோல இருக்கவே செய்தது... பொளு பொளுவென்று சாடிய மண்ணை கூர்ந்துப் பார்த்தான்.

'ஒரு மனுசனை முழுசா தின்னுட்டியே நீ... எப்பிடி அவனுக்க சதை நல்ல ருசியா இருந்தோ' கேட்டுக்கொண்டே எலும்புகளை

மண்ணுக்குள்ளிருந்து இழுத்து இழுத்து எடுத்தான். கை எலும்பு, கால் எலும்பு, விலா எலும்பென மண்ணுக்குள் மறிந்து மறிந்து வந்த எலும்புகளை கையால் பொறுக்கிப் பொறுக்கி குட்டையில் வைத்தான் அப்பு.

'என்ன பெயரோ? என்ன ஆளோ? எப்ப செத்தோ?கொண்டு பூத்தம்ப யாரெல்லாம் கரஞ்சுனுமோ? இதுல ஒத்தெய்ல வந்து விழம்ப சீவித ஆசையெல்லாம் முடிந்திருந்தோ... இல்ல இன்னும் வாழ்க்கை கடமை மிச்சமிருந்தோ என்னதோ? யாருக்கண்டா?' அவன் நினைத்துக்கொண்டே எலும்புகொண்ட குட்டையை கரையில் ஏற்றினான்... சந்தனம் அவற்றையும் வாங்கி கரையில் குவியல்போல் தட்ட பொல பொலவென்று சாடிய எலும்புகளையும் பார்த்து விழி தள்ளினாள் குட்டிமணி.

'கண்டியா எலும்புகளுக்க உறுதியை... நல்லா கிழங்கும் மீனும் தின்னு... அக்கானியும் கருப்பட்டியும் தின்னு வளத்த தேகமா காணும் அதான் இம்புடு உறுதி. இப்ப உள்ள ஆளுகளுக்க எலும்பெல்லாம் ஆறுமாசத்துக்குள்ள பஸ்பம்போல ஆயிரும். அண்ணத்த ஆளுகளுக்க எலும்புல இருக்கிய பலத்தைக் கண்டியா?' சந்தனம் அந்த எலும்புகளை வளைத்தும், நெளித்தும் இவளிடம் காட்டி பேசிக் கொண்டே குட்டைக்குள் கிடந்த எலும்புகளைத் தூக்கித் தூக்கிப் பார்த்தார்.

'இந்த எலும்புகளை மூடியிருந்த சதையெங்க போச்சி? அதுல இருந்த ஆசையும்... காமமும் எப்படி ஒணந்தோ... இதுல இருந்த பசியும், தாகமும் எப்படி வத்திப்போச்சோ?' நினைத்து நின்றாள் குட்டிமணி.

குண்டுக்குள் நின்ற அப்புவிற்கு வியர்த்து வழிந்தது. அவன் முகத்தில் புளித்த வாடை அப்பிக்கொள்ள உட்கிப்போன பிணத்தின் மிச்ச நாற்றம் எனப் புரிய தலை கனத்து வாந்தி வருவது போலிருக்க தலையை உலுக்கிக்கொண்டான். அவனது பாதத்தில் எவையோ ஒட்டிக்கொள்ள தன் காலை உதறிக்கொண்டு குனிந்தான். பாதத்தில் பிசு பிசுவென்று ஒட்டிய தவிடு போன்ற துகள்கள் பிணத்தின் துகள்கள் என்று புரிய காலை இன்னும் உதறினான். ஆனால் அவை கீழே விழாமல் இருக்க அப்பு இன்னும் அந்த மண்ணுக்குள் உற்றுப் பார்த்தான். அதில் பச்சை நிற பட்டுச்சேலைகளின் துண்டுகளும்... தலைமுடிகளின் கழிவுகளும் தெரிய... எதோ ஒரு பெண்ணை எப்போதோ புதைத்திருக்கிறார்கள் என்பது தெரிந்தது... வாய் ஊறி வந்த வெள்ளத்தை அந்தக் குழி மண்ணில் துப்பினான்... வியர்ப்பு வழிய சுதந்திரமாக மூச்சு வேண்டும் என்ற தோன்ற விறுவிறுவென கரையில் ஏறினான்.

குட்டிமணி கொட்டிய எலும்புகளையும், மண்டை ஓட்டையும் பார்த்துக்கொண்டே நின்றாள். முழுதாக உலவிய ஒரு மனிதன், பெயர் கொண்ட ஒரு மனிதன், ஆசையும், பசியும், ஏக்கமும்கொண்ட ஒரு மனிதன் அல்லவா அதோ தெரிகிறது. ஒரு முகமுண்ணுகொண்ட அமைப்பை கொடுத்த தலையில்லியா அந்நாக் கிடக்கு. இதுல இருந்த கண்களும், மூக்கும், காதும்... கன்னமும் எங்கப் போச்சி?

அந்த மண்டை ஓட்டுக்குள் இருந்த மூளையில் எவ்வளவு சிந்தனையிருந்திருக்கும்? எவ்வளவு ஆற்றல் இருந்திருக்கும்? எவ்வளவு திறமைகள் இருந்திருக்கும்... காதல் இருந்திருக்கும்... காமம் இருந்திருக்கும்... அழுகை இருந்திருக்கும்... தேடல் இருந்திருக்கும். அவையெல்லாம் இந்த மண்ணா தின்னுப்போச்சி. குளு குளுண்ணு இருந்த மூளையை இந்த மண்ணா தின்னளிச்சி? அப்ப எல்லாருக்க தலையும் இது போல காலி போணி ஆகுமா? எல்லாருக்க தலையும் இது போல வத்தி வறண்டு உருளுமா? அப்படியிண்ணா நான் எல்லாரையும் போய் கூட்டியிட்டு வரட்டா... எனக்க அம்மையக் வெறும் சதயா மட்டும் பாக்குற எல்லாரையும் கூட்டியிட்டு வந்து காட்டட்டா. சதை கள்ளம் அது மாயும்... காமம் காணாம போகுமுண்ணு சத்தம் போட்டு சொல்லட்டா. அந்த முத்து இருக்கியான் இல்லியா அவனும் இது போலதானே ஆவுவான்...' உறைந்து நின்று மண்டை ஓட்டைப் பார்த்து நின்றவளை அப்பு கலைத்தான்.

'என்ன மக்கா பாக்கிய? எல்லாரும் ஒரு நாளும் இதுபோல மாய்ந்து காணாம போயிருவோம். மூச்சிருக்கியது வரைக்கும் உள்ள சீவிதம் மட்டும்தான் உண்மை. அதைக் கூட நமக்கு தருனம் இல்லியே...' அப்பு கூறிக்கொண்டே தனது பாதங்களைத் தோய்த்துத் தோய்த்து நடந்தான். அவன் பாதத்தில் ஒட்டிய பிணத்துகள்கள் புற்களில் ஒட்டிக்கொண்டது.

அப்பு அடிமையிண்ணு உள்ள கல்லறைக் கூடாரத்தில் வந்து அமர்ந்து கொண்டான். அதில் சந்தனம் வைத்திருந்த தண்ணீரை வாயில் ஊற்றினான். தொண்டை உலர்ந்துப் போனதில் வெள்ளம் தடுமாறி அடைக்க அவன் சள்ளென்று இருமினான். அவன் வாயிலிருந்து வெள்ளம் தெறிக்க அருகே புதிதாக எழும்பி நின்ற கல்லறை மேடைப் பார்த்தான்.

இருபத்தியொரு வயதான விக்டர் என்ற இளைஞன் விபத்தில் இறந்துப் போக அடக்கம் செய்து மூன்று நாட்களே ஆகியிருக்க அந்த கல்லறையில போடப்பட்டிருந்த பூ மாலைகளில் ஈக்கள் வந்து விழுந்துகொண்டிருக்க அப்புவின் பார்வை ஆறடிக்குள் ஊடுருவியது.

இப்போது அழுகத் துவங்கியிருக்குமே பயலுக்க தேகம்... வண்டியில அடிச்சிப் பறந்துப் போறதைப் பாக்கணம்... இப்ப இதுலக் கிடக்கியானே? அப்பு பெருமூச்சு விட்டப்படியே மீண்டும் வெள்ளத்தை வாயில் ஊற்ற அவனுக்கு அந்த வெள்ளம் இறங்கத் தயங்கியது. தன் காலுக்குக் கீழே பல நூறு மனிதர்கள் அழுகியும், உலர்ந்தும் கிடப்பது நினைவில் வர அந்த வெள்ளத்தை தூண்ணு துப்பித் தள்ளினான்.

குட்டிமணியோ அந்த மண்டை ஓட்டையேப் பார்த்துக்கொண்டு நிற்க அப்பு மண்வெட்டியை எடுத்துக்கொண்டு மண்டை ஓட்டை நோக்கி நடந்தான்.

பற்களை இளித்து வாய் திறந்து காலியாகிப் போன மண்டை ஓட்டை மண்வெட்டியால் அடித்து நொறுக்க அந்த மண்டை ஓடு துண்டு துண்டாகச் சிவந்த மண்ணில் சிதறிப்போக அதில் ஒன்றிரண்டு துண்டுகளை சந்தனம் பொறுக்கினார்.

'கொழுந்தியாருக்க குட்டியிக்கி ஒரே மண்டவெட்டாம். ஒரவிப் போடக்குகொண்டு கொடுக்கணம்...' தீராத தலைவலிக்க மண்டை ஓட்டை அரைத்துப் போடுவதாக சின்ன வயதில் பவளம் கூறுவதும் குட்டிமணியின் நினைவில் வர, உடைந்துப் போன மண்டை ஓட்டைப் பார்த்துக்கொண்டே தன் தலையைப் பிடித்து நின்றாள்... அதில் மிச்சம் கிடந்த மண்டை ஓடுகளை எலும்புகள் வைத்திருந்த குட்டையில் சந்தனம் பொறுக்கிப் போட்டார்... அதில் தப்பிய சிலவற்றை அப்புவின் பட்டி மணத்தி மணத்தி நக்கிக்கொண்டிருந்தது.

16

மதியம். வெயில் சுள்ளென்று அடிக்க அதன் தாக்கத்தை தணித்து விடுவதுபோல் கொன்னை மரத்தைக் காற்று தொட்டசைக்க அந்தக் காற்று முகத்தில் அப்பிக்கொள்ள அதில் அயற்சியுடன் நின்ற ரமணி இதமாகக் கண்களை மூடினாள். காற்றின் வருடலில் அத்தனைக்கு அரவணைப்பு இருப்பதுபோல் தெரிய சுகமாக உயிர் நீந்தியதுபோல் இருக்க, ரமணி காற்றோடு பேசினாள்.

'நீயங்கிலும் என்னைக் காதலாக முத்தம் செய் காத்தே... பலருக்க காம முத்தம் வாங்கி வாங்கி ஒலர்ந்துப் போன எனக்க தேகத்தை நீ காதலா முத்து...' மனதார காற்றின் முத்தத்திற்கு தன்னை கையளித்துக்கொண்டிருக்க அடிவயிற்றுக்குள் எவரோ மண்வெட்டி வைத்துத் தோண்டுவது போன்ற வலி எடுக்க 'அம்மோ...' என வயிற்றைப் பிடிக்க வயிற்றுக்குள்ளிருந்து எவரோ உந்தித் தள்ளுவது போன்று வெளியே சாடியது துண்டு துண்டான ரத்தம்... அவள் கால் வழியே பாய்ந்த ரத்தத்தை உள்பாவடையோடு சேர்த்துப் பிடித்தும் ரத்தம் நிற்காமல் போக அயற்சி வருவதுபோல் தலைச்சுற்றிக்கொள்ள கொன்னை மரத்தினடியில் கிடந்த சப்பைக் கல்லில் சென்று அமர்ந்தாள். அவளைச்சுற்றிலும் ஈக்கள் மொய்க்கத்துவங்கின.

சற்று தள்ளினாற்போல் தெரிந்த மகளை பார்த்துக்கொண்டே இருந்தாள் ரமணி. விளைவேலியினருகே நின்றாள் குட்டிமணி. அவள் நவுடாக்கள்ளியின் பூக்களை வேதனையுடன் பார்த்து நின்றாள். வெயிலின் வெட்கையில் வாடிப்போய் நின்ற பூக்களின் இதழ்களில் போகிறோம் என்ற சேதி தெரிய அந்த பூக்களைச் சுற்றிய வண்டுகளைத் தேடினாள் குட்டிமணி.

இளமையும், வனப்பும், அழகும், பொலிவும் இருந்தபோது சுற்றிய வண்டுகள் ஏன் இப்போது வரவில்லை. மலரின் அத்தனை கனி களையும் உறிந்துவிட்டு இப்போது காணாமல் போய்விட்டனவே... பனித்துளிகள் இப்போது மலர்களில்லை... இளங்காற்று இப்போது மலர்களை வருடவில்லை... வெயில் போட்டு வாட்டி வாட்டி வறட்ட கடைசி நிமிடத்திலும் புன்னகைத்துக் கொண்டிருக்கும் மலர்களைப் பார்த்து அவள் மனம் வலித்தது.

சாகப்போகிற நேரத்திலும் போராடியிட்டே சிரிக்கும் பூக்களைப் பார்க்க பார்க்க தனது தாய் ரமணியின் நினைவு வர அந்தப் பூக்களை அருகில் சென்று உள்ளங்கையில் தாங்கினாள். தண்டு குழைந்து இதழ்வாடி, உள்நின்ற காம்பும் நலிந்து... வெண்பிசிறுகளும் கறுத்து இயன்ற மட்டும் தன்னை அர்ப்பணித்த இந்த மலர்களைப் போன்றவள் தானே என் அம்மா என்ற உணர்வு மேலேங்க அந்தக் காய்ந்த பூக்களின் இதழ்களில் முத்தம் வைத்தாள் குட்டிமணி. அதன் இதழ்களில் மரணமுடை எடுக்க தன் தாய் ரமணியைத் திரும்பி பார்த்தாள்.

கொன்னை மரத்தடியில் கல்லில் வைத்து எதோ துணி அலசிக் கொண்டிருக்கும் ரமணியின் முகத்தின் அயற்சியில் இந்தப் பூக்களின் அயற்சித் தெரிந்ததை குட்டிமணி கவனித்தாள்.

‘இந்தப் பூக்களைப்போல எல்லாரும் ஒரு நாளு வாடியேப் போவங்கா. இளமையும், பொலிவும் போகும் ஒரு நாளு வரும். அப்ப யாருமே தாங்க வரமாட்டாங்க. எனக்க அம்மையும் இந்தப் பூக்களைப்போல ஒரு நாளு வாடுவா... சென்னாளே எனக்க அம்ம வண்டுவா கள்ளமுண்ணு அதுபோல தான் இப்ப பயனற்றுப்போன இந்தப் பூக்களைத் தேடி வரேலியே... உடனிருக்கவில்லையே... இதுகளைப்போல எனக்க அம்மையும் ஒரு நாளு விழுவா... அண்ணு அவளை யாரு தாங்குவா?’ உள்ளங்கையில் தாங்கிய பூக்களை கீழே இட்டாள் தண்டு குளைந்து முகம் தொங்கிய பூக்களை விட்டுவிட்டு தாயிடம் போனாள்.

கோயிலில் மீண்டும் சாவுக்கு ஒலிக்க விடும் மணியின் சத்தம் கேட்க யாரோ என்று நினைத்துக்கொண்டு ரமணியின் அருகில் வந்தாள். அவள் அதில் வந்ததும் மீன் கழுவி ஊற்றும் போது எடுக்கும் எச்சில் மணம் மூக்கில் அப்ப கண்களை ஒடுக்கிக்கொண்டு என்ன நாறுகிறது என்பதைப்போல் மோப்பம் பிடித்துக்கொண்டு ரமணியைப் பார்த்தாள்.

ரமணியின் அருகில் இருந்த உடைந்த பச்சைநிற வாளியில் ஈக்கள் வட்டமடித்துக்கொண்டிருக்க அவற்றைத் துரத்தவும் செய்யாமல்

நின்றாள் ரமணி. அப்புவின் பட்டி அந்த வாளியைச் சுற்றிச் சுற்றி வர ரமணி அந்தப் பட்டியைத் துரத்தினாள்.

'போ பட்டியப்பறம். எள்ளுபோல நாற்றம் கேட்டாலும் வாலையையும் ஆட்டியிட்டு வந்துர வேண்டியது...' ரமணியின் முகத்தில் அயற்சி தெரிய குட்டிமணி அந்த வாளியை எட்டிப் பார்த்தாள். வாழ்க்கையில் பல தடவைகள் கேட்ட நாற்றமிது... எனினும் அதை உற்றுப்பார்த்தாள்.

ரமணி மகளை சட்டைசெய்யாமல் அந்த வாளியில் கைமுக்கி அதற்குள் வைத்த துணியைக் கசக்கிவிட்டாள். இவள் கைவிரல்கள் பிசைந்த வெள்ளத்திலிருந்து கட்டி ரத்தம் பினைந்து வெளியேறி வெள்ளத்துடன் கலங்கி கறுப்பும் சிவப்பும் நிறத்தில் தெரிய பீதியுடன் அந்த வெள்ளத்தைப் பார்த்தாள். கை விரல்களில் ஒட்டிப் போன ரத்தத்தை திருப்பி திருப்பி பார்த்தாள். அதன் பிசுபிசுப்பு கைகளில் ஒட்ட அவற்றை நக்கி எடுக்க முனைந்த ஈக்களை அதிர்வுடன் பார்த்தாள். வாளிக்குள் கட்டியாகத் தெரிந்த ரத்தத் துண்டுகள் நாளைய காலத்தின் ஒரு மனிதனாக உருப்பொருந்தி வரக்கூடிய சதை என்பது தெரிய விழி விறைக்க தன் மகளைப் பார்த்தாள். 'அன்று இதுபோல் அழிச்சி விடக்கு தெரிஞ்சிருந்தா இந்த குட்டிமணி காட்டுக்குட்டியாக உருவாகியிருக்க மாட்டா...'

'அம்மோ என்னத்தடி நாறுது...' குட்டிமணி கேட்க ரமணி எந்தப் பதிலும் கூறாமல் மீண்டும் ரத்த வெள்ளத்தைப் பார்த்தாள். அதற்குள்ளிருந்து 'அம்மோ.' என்ற அழைப்புடன் குழந்தை ஒன்று அலறுவது போலிருக்க மனம் துடித்துப் போனது.

'அது எப்படி எனக்கு துடிக்காம இருக்கும்? இன்னா கலக்கி வச்சிருக்கிய ரெத்தம். எனக்க வயித்துக்குள்ள பிள்ளையா வந்த குழந்தையில்லியா? எவனோ முட்டுன அவசரத்தில் முளச்சி வந்த குழந்தையை அல்லவா கொன்னு கலக்கி ரத்தமா வச்சிருக்கியேன்... முகவரியத்த விதையிக்க கொலைதான் இந்த வாளியில ரெத்தமா நிக்கி. இந்த ஒலகத்துல நானும் ஒரு மனுசண்ணு வாழ வேண்டியதை கொன்னுப்போடுறது எனக்கு புதுசில்லியே... இதைப்போல எத்தனையோ வாளி ரெத்த வெள்ளத்தை இதே கொன்ன மரத்துக்க மூட்டுல கலக்கி ஊத்தியிருப்பேன். இந்த மரத்துக்க மூட்டுக்கு அதற்குள் ஒளிந்துப் போன மனுச சதைகளும் உயிரும் எத்தனையிண்ணு தெரியும். ஒண்ணு பெத்ததுக்கே தவப்பன் வராம போக... இனி பெறியதுக்கு எப்பிடி வருவான்? இந்த ஒலகத்துல ஒதுங்கிப்போன காட்டுக்குட்டியளுக்க எண்ணிக்கை யாருக்குத் தெரியும்? அவசர காமம் பல காட்டுக்குட்டியளை உருவாக்குது.

அதுல சிலதுவா பெறந்து குப்பைத் தொட்டியில வீசப்படுது... பலது எவனோ ஒருத்தனுக்க இன்சியலுல வளருது... சிலது எனக்க மகளைப்போல பகிரங்க காட்டுக்குட்டியளா துரத்தப்படுது. மாப்பிளைகூட இருந்தும் அடுத்தவனுக்க பிள்ளைளுக்கு மாப்பிளையிக்க இன்சியலு போடுறதும் உண்டு. மறைக்கப்பட்டது அத்தனைக்கும் மரியாதை உண்டு.' ரமணி அந்த வாளியைப் பார்த்து நின்றாள். வாளியின் ஓரத்தில் மினுங்கிய ரத்த துளிகளை ஈக்கள் நக்கிக்கொண்டிருக்க குட்டிமணி அந்த வாளியை எட்டிப்பார்த்தாள். அதனுள் நின்ற ரத்தத்தைக் கண்டு நெஞ்சில் கைவைத்தாள்.

'எனக்க அம்ம பிள்ள அழிச்சியாளே.' ரமணியை அவள் முறைத்துப் பார்க்க, ரமணி குட்டிமணியிடம் வறட்சியாகப் புன்னகைத்தாள்.

'இது ஒன்னப்போல எனட்ட வந்த குழந்தை மக்கா... இத நான்தான் மருந்துகொடுத்துக் கொன்னேன். அழிச்சக்குள்ள மருந்து கொடுத்தவுடன எனக்க வயித்துக்குள்ள இந்த கரு ஓடுனத எனக்கு உணர முடிஞ்சி. என்னைக் கொல்லாதேண்ணு இது வச்ச ஒப்பாரும் கேட்டு... அம்மோ என்னைக் காப்பத்துண்ணு அலறுன அலறலும் கேட்டு... எங்கிலும் வேற வழியில்லாம கொன்னுட்டேன் மக்கா...' ரமணி கூறக் கூற குட்டிமணி அவளை குற்றவாளிபோல் பார்த்தாள்.

'அநியாயம் பிடிச்ச இந்த ஒலகத்துல அப்பன் நான்தாண்ணு பொறுப்பெடுக்க இல்லாத நிலையில நீ போயிருண்ணு நான்தான் இதை சாவுக்கு விட்டேன். இதுக்க மரண ஓலத்தைக் கேட்டும் இதை கொலை செய்தேன்...' கூறியவள் அவள் கலக்கி வைத்த ரத்தத்தின் முன் நின்று கைகூப்பினாள்.

'என்னை மன்னிச்சிரு மக்கா... நீ ஆணோ, பெண்ணோ எனக்குத் தெரியாது... நீ அழகோ, அய்யமோ எனக்குத் தெரியாது. என்ன ஆனாலும் எனக்க கருப்பையில ஒட்டிப்போன... ஆனா இந்த ஒலகத்துக்கு ஒன்னை நான் கொடுத்தா ஒன்னை ஓட ஓட எனக்க குட்டிமணியைப்போல விரட்டுவுனம். காட்டுக்குட்டி காட்டுக் குட்டியிண்ணு சொல்லி சூடு போடுவுனம். ஒருக்காப் பெத்த எனக்க குட்டிமணியிக்கே தவப்பனக்கொடுக்க முடியாத நான் ஒனக்கு எப்பிடி கொப்பனைத்தருவேன்? ஒரு மகளைக் காப்பாத்தவே விபச்சாரம் செய்யவச்ச ஒலகத்துல ஒன்னை வளக்க இன்னும் என்ன வழியத்தான் புதுசாத் தேடுவேன். வேண்டாம் மக்கா, இந்த ஒலகம் ஒனக்கு வேண்டாம். இந்த ஒலகத்துல நீ முகம் காட்டுனா ஒனக்குண்ணு எந்த மனுச மாண்பையும் ஒருத்தரும் தர மாட்டுனம். அதுனால அம்மைய மன்னிச்சிட்டு நீ மண்ணுருட்டுக்குள்ள சாடிப்போயிரு பிள்ளே. ஏண்ணா நீ காதலுல வந்த கரு இல்ல.

எவனோ ஒருத்தனுக்க முட்டுன காமத்துல வந்த பிள்ள நீ.' உதடு நடுங்க, கைகள் விறைக்க தன் முன் கலக்கி வைத்த ரத்த வெள்ளத்திடம் கைகூப்பி நின்றவளின் கண்ணீர் வெள்ளம் ரத்த வெள்ளத்தில் விழுந்தது.

பெண்ணை வெறும் உடம்பாகப் பார்ப்பவர்கள் கொடுக்கும் அவசர குழந்தைகளின் எண்ணிக்கையைக் கணக்கெடுத்தால் இந்த உலகம் வெட்கம் கெட்டுப்போய்விடும். காட்டுக்குட்டிகளை பெற்றெடுக்கும் உரிமை மட்டும் இருந்திருந்தால் இவ்வுலகில் மற்றப்பிள்ளைகளை விட இவர்களின் எண்ணிக்கையே அதிகம் எனலாம். அந்த உரிமை இல்லாத காரணத்தால் இதுபோல் பல பல காட்டுக்குட்டிகள், அவசர காமத்தின் விதைகள் முகவரியற்று மண் இருட்டுக்குள் ரத்தமாக ஊற்றப்படுகிறார்கள். காட்டுக்குட்டி கொடுக்கும் எவருக்கும் இந்த கொடிய அவலம் தெரிவதற்கு வாய்ப்பில்லை. அறிந்தாலும் கூட்டத்தோடு நின்று விடுகிறார்கள்.

முதுகு வலிக்க மரத்தில் சாய்ந்து நின்ற ரமணிக்கு பவளத்தின் வார்த்தைகள் நினைவில் வந்தது.

'அடிக்கடி இப்படி பிள்ளை அழிச்சி விட்டா ஒன் ஒடம்பு என்னத்துக்கு ஆகும்? ஒனக்கு அவசியம் இல்லண்ணா எதுக்கு அந்த கர்ப்ப பாத்திரத்தை வச்சிருக்க? அதை எடுத்துத் தள்ளு. அத வச்சிட்டு இப்பிடி பிள்ள அழச்சித் தள்ளுனா ஒனக்க ஒடம்பு கெட்டுப்போகும். கெர்ப்ப பாத்திரத்துல கேன்சறு வரும்' அவாச் சென்னது சரிதான். ஆணுக்கு கர்ப்ப பாத்திரமுண்ணு ஒண்ணு இல்லாம போனதுனால அவனவன் தப்பியிட்டு இருக்கியான். அது மட்டும் இல்லாட்டா நானும் தப்பியிருப்பேன்' அவள் சிந்தனையைக் கலைத்தபடி மீண்டும் அப்புவின் பட்டி வாளியின் அருகே வர மீண்டும் அதைத் துரத்தினாள். ஆனால் அந்த பட்டி போனதுபோல் காட்டிக் கொண்டதே தவிர அது போகவில்லை.

குட்டிமணியோ ரமணியைத் தீவிரமாப் பார்த்தாள். கண் வெளிறி, முகம் அரண்டு, தலைமுடி பறந்து பரிதவித்த பாவம்போல் நின்றவளின் முகத்தைப் பார்த்தபடியே ரமணி தன் துணிகளைக் கழட்டி வைத்த வாளியை எட்டிப் பார்த்தாள். அதில் கட்டியாகத் தெரிந்த ரத்தம் அவளுக்கு பீதியைக் கொடுக்க, எதையும் பொருட் படுத்தாதவள்போல் வாளியில் ஊறிய துணியை எடுத்து உதறினாள் ரமணி. உதறிய துணியிலிருந்து தெறித்த ரத்தச்சாரல் குட்டிமணியின் முகத்தில் தெறிக்க அவள் மூக்கில் இன்னும் நாற்றம் ஏற ரமணியை கோபமாகப் பார்த்தாள். அருகே நின்ற அப்புவின் பட்டியின்

முகத்திலும் அந்த வெள்ளம் தெறிக்க இயன்ற மட்டும் அது தன் நாவைச் சுழட்டி அந்த ரத்தத்தை நக்கியது.

நாளைய காலத்தில் எதோ ஒரு சாதனையாளனாய் இந்த உலகத்தில் முகம் காட்டக்கூடிய முழு மனிதனை ரத்தமாக்கி வாளியில் வைத்திருக்கும் ரமணியின் அருகே நெருங்கிச் சென்றாள் குட்டிமணி.

'நீ பா..வி... நீ கொலைக்காரி...' கண்ணில் கோபம் எழுப்பிக் கூறிய மகளை வேதனையுடன் பார்த்துச் சிரித்தாள் ரமணி.

'நான் பாவிதான் மோளே... நான் நல்லவா இல்ல. நான் செத்துப் போயிட்டா பவளம் செல்லிய நரகத்துலதான் எனக்கு இடம் கிட்டும். கொம்ம நல்லவா இல்லண்ணு ஒனக்குத் தெரியாதா?'

'நீ பச்சயா மனுசன கொலச் செய்யுறவா...' கண்களை உருட்டி தன் மகள் மீண்டும் எகிற.

'அம்ம ஒன்னைக் கொல்லாம விட்டுருக்கியேன் இல்லியா...'

'என்னைக் கொல்லாண்டாமுண்ணு ஒனட்ட யாரு சென்னா? இது போல என்னையும் கொன்னு கலக்கி ரத்தமா இந்த கொன்ன மரத்துக்க மூட்டுல ஊத்தியிருந்தா நானும் மண்ணுக்க இருட்டுக் குள்ள ரெத்தமா போய் சாடியிருப்பேன் இல்லியா?'

'அண்ணு ஒன்னை அழிச்சித்தள்ளக்குள்ள வெவரம் பத்தேல மோளே... ஆக பதினஞ்சி வயசுல என்ன எழவுத் தெரிஞ்சிருக்கும்? ஊத்து வந்த வயித்துல கொழந்தை இருக்குண்ணு ஆறு மாசம் கழிச்சிதானே தெரிஞ்சி... அதுக்கப்பிறகு எனக்கு என்ன செய்ய முடியும்?'

ரமணி கூற குட்டிமணி அவளை வியப்போடும், வேதனையுடனும் பார்த்தாள்.

'அப்ப ஒனக்கு வெவரமும், வாய்ப்பும் இருந்திருந்தா என்னை அழிச்சி விட்டுருப்பியா? இது போல ரெத்தமா கலக்கித்தள்ளியிருப்பியா?' குட்டிமணி உதட்டில் ஈரமற்றுக்கேட்டாள்.

'ஓ... தள்ளியிருப்பேன்.' ரமணி அழுத்தமாகக் கூற தன்னை ஒடுக்கிக்கொண்டு அவளைப் பார்த்தாள்.

'அப்ப ஒனக்கு வெவரம் தெரியாத ஒரே காரணத்துனால நான் பிறந்துருக்கேன். எதோ காலம் தப்பிப்போனதுனால வேண்டா வெறுப்பா வந்து பிறந்தவளா நான்... யாருக்க எதிர்பார்ப்பும், வரவேற்பும் இல்லாம பிறந்த குட்டியா நான். விங்கென்ற சங்கடத்தில் தாயைப் பார்த்தாள்.

‘ஆக கூடி யாருக்கும் வேண்டாதவளா என்னை எதுக்குடி பெத்தெடுத்த?’ மனம் உடையக் கேட்டாள் குட்டிமணி.

‘காமமா? காதாலாண்ணு தெரியாத வயசுல ஒருத்தனுக்க அணப்புலப் பெறந்த நீ அண்ணு புதிராத்தான் வந்துப் பெறந்த? ஆனா நீ பிறந்து வந்தப் பெறகு ஒனக்க கையும், காலும் ஒனக்க பேச்சும் வாக்கும் கண்டு கண்டு அதை உயிர் போல எனக்குள்ள வச்சி ஒன்னக்காதலா வளத்தேன் மோளே... எனக்க அறியாத் தப்பு ஒன்னை இந்த கெதி கேட்டுக்கு தள்ளியிட்டுண்ணு உள்ள குற்றஉணர்வுல ஒவ்வொரு நிமுசமும் துடிச்ச துடிச்ச ஒன்ன அன்பு செய்தேன்... வாழ்க்கையில ஒரே ஒரு தடவை ஏனக்காக என்னை இழந்துப் போன நான் ஒனக்கு ஒரு அப்பனுக்கு வேண்டி பின்னும் பல தடவை தோத்துப்போனேன். போனா போட்டுண்ணு எனக்க உயிர விடக்கு எனக்கு எவ்வளவு நேரம் ஆகும் செல்லு? ஆனா ஒனக்கு வேண்டி அந்த உயிரைப்பிடிச்சி வச்சிட்டு இருக்கேன். இந்த ரமணியம்மையிக்க மனசையும், உயிரையும் பிளந்துப் பாரு அதுக்குள்ள நீ தான் இருப்ப மோளே. இந்த ஒலகத்துல என்னை வேற யாருக்கும் தெரியாது. ஆனா ஒனக்கு என்னைத் தெரியணம்... அம்மையிக்க கிட்ட வந்து அம்மையிக்க நொம்பலத்த பாரு மோளே... அம்மையிக்க வேதனைகளுல முத்தம் தா மோளே...’ முகத்தில் வியர்வை வடிய கண்ணீர் மினுங்கச் சொன்னவளைப் பார்த்து மனம் குமுறினாள் குட்டிமணி.

‘அம்ம ஒனக்கு ஒரு கொலைக்காரி போல தெரியுறேன் இல்லியா? அம்ம இப்ப இதை அழிச்சிவிடாட்டா இதுக்கும் அப்பன் கிட்டமாட்டான். இதுவும் ஒன்னைப்போல காட்டுக்குட்டியாத்தான் வளரும்...’ ரமணி கூற தனக்குள் நெருப்பு கொட்டியதுபோல் எரிந்து கொண்டு அந்த ரத்த வெள்ளத்தைப் பார்த்தாள்.

‘நாளையிக்கி என்னைப் போலவே காட்டுக்குட்டி, காட்டுக் குட்டியிண்ணு விளிக்கப்பட்டு... எல்லாரும் வெறுத்து ஒதுக்குற அப்பனத்த பிள்ளையைதான் அம்ம கலக்கி வச்சிருக்கியாளா?’

‘நான் மட்டும் இப்பிடி அளிச்சி விடியதா நீ நினைக்கிறியா?’ கேட்ட ரமணி பரிகாச சிரிப்பை உதட்டில் பொருத்தினாள்.

‘மானங்கெட்ட ஒலகம் மக்கா இது. காமத்துக்க ஓட்டை பொத்துக்கிடந்தாலும் அழிஞ்சிப்போற ஒடம்புக்கு பரிசுத்தம் எழுதி பாக்கத் துடிக்கிற அயோக்கிய ஒலகம் மக்கா இது. காட்டுக்குட்டி கொடுக்கிறவனே அப்படிபட்டவளை கல்லெறியிற ஒலகத்துல இன்னும் இன்னும் காட்டுக்குட்டி பிறக்க வைக்க எவளும் ஆசைப்பட மாட்டா. அகப்பட்டுப் போன பல பெண்ணுங்கா இப்ப

இந்த நிமுசம் கூட மூலை மூலையா பிள்ள அழிச்சிட்டுக்காணும் மக்கா. அறியாமலோ அறிஞ்சோ முறையான தகப்பனில்லாத பிள்ளை உருவான ஒவ்வொரு பெண்ணும் ஒலகத்துக்க மறைப்புல நின்னு இது போல பிள்ள அழிக்கிறா மக்கா...' ரமணி கூறக் கூற கண்களை விரித்துப் பார்த்தாள் குட்டிமணி.

'பதினைந்து வயசுல பிள்ளப்பெத்து கக்கூசு குண்டுலப் போட்ட சிறுமிகள் உண்டு. காதலன் என்கிற அறியாமையில பிள்ளை வேண்டியிட்டு மறஞ்சி நின்னு பிள்ள அழிக்கிறவா உண்டு... வெறிப்பிடிச்ச பலருக்க அத்துமீறலுல பிள்ள வேண்டியிட்டு அழிக்கிறவா உண்டு. கர்ப்ப பாத்திரம் கிடச்சிட்ட ஒரே காரணத்து னால அறியாமையில பிள்ள வேண்டியிட்டு பலரும் அதை அழிக்கிறது குத்தமுண்ணு இருந்தா... அவா வாழ்க்கையை இந்த ஒலகம் கறைப்படுத்தியிரும். சாகுறதுவரைக்கும் குற்றவாளியா துணி உரிஞ்சிட்டே இருக்கும். வெறும் சதை கேட்டு அவளைத் துரத்தியிட்டே இருக்கும். அதனால அவாவா மாட்டிப்போம்ப அழிச்சி விடுறா... அதிலேயும் தப்புறத மறஞ்சிப் பெத்து தெருவுல எறியிறா. இந்தக் காட்டுக்குட்டிகள் பெறந்து வருவதற்குக் காரணமான எந்த ஆணையும் இந்த ஒலகம் தேடாது, அவனை வேசையன் என்று சொல்லவும் செய்யாது.' ரமணி கூறிக்கொண்டே போக குட்டிமணிக்கு முகம் வியர்த்தது.

'ஒவ்வொரு ஆஸ்பத்திரிக்குண்டுக்கு இல்லியோ தெரியும் அதுக்குள்ள எவ்வளவு மனுச கருவுகள் போய் சாடியிருக்குண்ணு. ஒவ்வொரு ஆஸ்ப்பத்திரி மூலையில எவ்வளவோ பெத்தவங்கா மறஞ்சி நிப்பாங்கண்ணு தெரியுமா ஒனக்கு? தங்கள் மகளின் அறியாத கருவை கலைக்க கையில பணக்கற்றைகளை வச்சிட்டு மறஞ்சி நிக்குனம் மோளே. இந்த ஒலகத்துல பாயுற ஆத்துவெள்ளத்தை விட பிள்ளயள அழிச்சி விட்ட ரத்த வெள்ளத்துக்க பெருக்குத் தான் அதிகம் காணும்... கொலையிண்ணு கணக்கெடுத்தா கருக்கொலைகள்தான் அதிகமா காணும் இந்த ஒலகத்துல... சுத்திச் சுத்தி கரு குழந்தையளுக்க மரண ஓலம்தான் கிடக்குது... சுத்தி அதுகளுக்க ரத்த நெடிதான் கேக்குது... ஆனா அதை உணரக்குள்ள மன ஆழம் மட்டும் யாருக்கும் இல்லை... நான் இதுபோல அழிச்சி விடாட்டா இதுக்கும் கொப்பன் வர மாட்டான் மோளே.'

ரமணி சொன்ன வார்த்தைகளால் தனக்குள் தவிடுபொடியாகி மறிந்தாள் குட்டிமணி. அவள் மனதிற்குள் பல நூறு குழந்தைகளின் மரணஓலம் கேட்டதுபோல் இருந்தது. எங்களைக் காப்பாத்துங்கள் என்று அவைகள் அலறியதுபோல் கேட்டது. சற்றும் வெளிச்ச மில்லாத இருட்டுக்குள் கைகால் முளைக்காத கருப்பிண்டங்கள்

நெளிந்துகொண்டு ஒளியைத் தேடி அலைவதுபோல் இருக்க அவள் மனம் துடித்துக்கொண்டது. அப்பா என்ற முகவரியற்ற குழந்தைகள் எங்களுக்கு மீட்பே இல்லையா? என்று கேட்பது போலிருக்க வெப்புராளம் மூண்டவளாக ரமணி கலக்கி வைத்த ரத்த வாளியைப் பார்த்தாள். அதற்குள் ஒன்றிரண்டு ஈக்கள் மிதந்தன.

கொன்னை மரத்தின் தடிமத்தில் சாய்ந்துப் போன ரமணி... மகளின் முகத்தைப் பார்த்தாள்.

'நீ என்னத்துக்கு இப்பிடி வெறச்சிட்டு நிக்கிய? இந்த ஒலகத்துக்க நியதியைத்தான் நான் சொன்னேன். எல்லாரும் வெறுக்கிற நிலையில ஒரு குழந்தை வளந்தா அது பின்னாளுல ஒரு குற்றவாளியாகூட மாறிப் போகலாம் இல்லியா மோளே. தன்னை நேசிக்காத இந்த ஒலகத்த அது பழிவாங்குலாம் இல்லியா? இல்லண்ணா எல்லாருக்க வெறுப்பையும் வாங்குற பிள்ளை சமூகத்துக்கோ... தனக்கோ ஒரு வியாதியா மாறிப்போகலாம் இல்லியா. அப்பிடிப்பட்ட ஒரு வியாதியை அழிக்கிறது குத்தமா மோளே? பாசத்துல விதைக்காத எந்த விதையும் உருவாகி வரம்ப அது நல்லதா வராது. அது விசமாத்தான் வரும்... அப்பிடி ஒரு விசத்தைத்தான் நான் அழிச்சேன். மனுசனுக்க அரவணைப்பைப் பெறாம, எந்த மதிப்பும் மரியாதையும் இல்லாம வளரப்போற ஒரு மனவியாதிப் பிள்ளையைத்தான் அழிச்சேன். அம்ம தப்பு செய்யேல மோளே...' ரமணி குலுங்கிப் போக குட்டிமணி ரமணியின் ரத்தக்கறை படிந்த விரல்களைப் பிடித்தாள்.

'அம்மா நான் வியாதியா? நான் விசமா?'

'இல்ல எனக்க பொன்னு மோளே... எனக்க குட்டிமணி எனக்க காதலுலப் பிறந்தவா... அறியா வயசா இருந்தாலும் அப்பனத்த எனக்கு ஒரு அன்பைக் காட்டுனவன நம்பிப்போனதுல பிறந்த மொவா நீ... அவனுக்கு காமம் இருந்தோ... இல்லை காதலும் இருந்தோ எனக்குத் தெரியாது. ஆனா எனக்க காதலுல பிறந்தவா நீ... ஆனா இன்னா கலக்கி வச்சிருக்கிய ரெத்தம் எவனோ ஒருத்தனுக்க காமம்...'

ரமணி கூற 'அம்மோ' என தன் தாயைக் கட்டிக்கொண்டாள். காட்டுக்குட்டி, காட்டுக்குட்டி என்று சுத்திச் சுத்தி பலர் அழைப்பது போல் மனபீதி ஓலமிட தாய் கலக்கி வச்ச பச்சை உயிரான கருவின் மடிதலை உள்வாங்கிய ரத்தத்தைப் பார்த்தாள்.

'இது வளந்தா என்னைப்போல் பலராலும் தள்ளப்பட்டு, அன்புக்கா தவிச்சிப்போய், அப்பனுக்க சினேகம் கேட்டு ஏங்கிப்போய்,

காதலின்றி வாடிப்போய் எல்லாரும் வெறுத்து ஒதுங்கிப்போய் வாழும். அப்படி ஒரு வாழ்வு ஒனக்கு வேண்டாம்... முறையான அப்பனில்லாம நீ இந்த ஒலகத்துல வராண்டாம். லட்சியமில்லாம, காதலே இல்லாம காமத்துல மட்டும் உருவான நீ இந்த ஒலகத்துல முகம் காட்டாண்டாம்... போ மண் இருட்டுல போய் ஒளிச்சிரு... எந்தக் காலத்துக்கும் வர ஒக்காத அந்த இருட்டுக்குள்ள சாடியிரு... காட்டுக்குட்டியிண்ணா கடவுளுக்க குட்டியிண்ணு பவளம் செல்லுவா... ஆனா அப்படி ஒண்ணும் யாரும் பாக்கேல. பாவியாக்கி வெறுத்து ஒதுக்குது... அதுனால நீ போயிரு...' வாளியைப் பார்த்தவள் அதைக் கையில் எடுத்தாள்.

ரமணி அவளை ஆச்சரியமாகப் பார்த்தாள். அவள் பார்த்துக் கொண்டே நிற்க பதையும், நுரையுமாக கலங்கி நின்ற ரத்த வெள்ளத்தை கொன்னை மூட்டில் சல்லென்று வீசினாள் குட்டிமணி. பரபரவென்று மண்ணில் சாடிய அந்த ரத்த வெள்ளத்தில் ஈக்கள் போய் உறிய, கண்களில் பீதி தள்ள வெள்ளம் சாடுன இடத்தைப் பார்த்து நின்றாள் குட்டிமணி. மண் உறிந்துகொண்ட அந்த வெள்ளத்தின் எச்சி முடையில் மனிதப் பிணம் நாறியது போலிருக்க தன் மீதும் அந்த சாரல் தெறித்துப்போக... வாளியை கீழே இட்டுவிட்டு ரமணியை கட்டிக்கொண்டாள்.

'போட்டும்மா. அருகதையற்றதுவா போட்டு...'

ரமணி மகளின் தோளை தட்டிக்கொண்டே மகள் ஊற்றிய ரத்த வெள்ளத்தின் தடத்தைப் பார்த்தாள்... அந்த வெள்ளம் ஊற்றிய இடத்தை அப்புவின் பட்டி பறண்டி பறண்டி மணத்திக்கொண்டே அந்த ஈர மண்ணை நாவால் நக்கியது.

17

கல்லறைத்தோட்டத்திலிருந்து வந்த அப்பு, கொன்னை மரத்தின் நிழலில் வந்தபோது அவன் காலில் சளுக்கென்று சகதி ஒட்டிக் கொள்ள குனிந்து பார்த்தான். பட்டி அந்தச் சகதியை முகர்ந்து கொண்டிருக்க அவன் நாயை துரத்திக்கொண்டே காலில் ஒட்டிய சிசு ரத்த ஈரத்தை பக்கத்தில் கிடந்த கல்லில் தோய்த்தான்.

தன் உடம்பில் ஒட்டிய வியர்வை மண்ணை அழுக்குத் தோர்த்தால் தடடிக்கொண்டே ரமணியையும், குட்டிமணியையும் பார்த்தான்.

‘செத்தது யாருண்ணு தள்ளையிக்கும், மொவுளுக்கும் தெரியுமோ என்னதோ. எப்படி ஆனாலும் கொஞ்ச நேரம் கழிஞ்சா யாருண்ணு அறிஞ்சிருவுனம். அப்ப ரமணி என்ன நினைப்பாளோ? குட்டிமணி என்ன நினைப்பாளோ?’ நினைத்துக்கொண்டே இருவரையும் பார்த்தான்.

‘செத்தது யாரோ? கோயிலுல சாவு மணி அடிச்சிக் கேட்டுதே’ ரமணி கேட்க அப்பு பதிலின்றி நின்றான்.

‘ஒனக்க மொவுளுக்க தவப்பன் என்று நான் எப்பிடி சொல்ல ஒக்கும்? பதினஞ்சி வயசுல ஒன்ன நடாத்துல விட்டுட்டுப்போனானே அவன் தாண்ணு எப்பிடிச் சொல்லுவேன் எனக்க ரமணியே… சிமுந்தேரியில ஆறடிக்குண்டு தோண்டிப்போட்டது ஒரு காலம் நீ சினேகசிச்சவனுக் காக்குமுண்ணு எனக்க வாய்க்கொண்டு எப்பிடிச் சொல்லுவேன்?’

தலைகுனிந்து மரத்தின் கிளையைப் பற்றிக்கொண்டு நின்றவனை, தளர்ந்துப் போய் தலைமுடி கலைந்தும் குலைந்தும் போன நிலையில் இருந்த ரமணி புதிதாகப் பார்த்தாள்.

'செத்தது யாருண்ணு கேட்டா இப்பிடி மிண்டாம, பேசாம நிக்கியான்' அவள் நினைத்த அந்த நேரம் அதில் சத்தம் எழுப்பிக்கொண்டு வந்தார் சந்தனம்.

'லே நீ இதுலா வந்து நிக்கிய? ஆரோக்கியம் காறு பீறுண்ணு சத்தம் போட்டுட்டுக் கிடக்கியாம்பல... பிணத்த குளுச்சப் ஊத்தப் போவுனுமாம்... தம்பியார எதோ நம்ம கொன்னதுபோல பயலுக்கு நம்மளைக் கண்டா கடிச்சித் தின்னக்கு இல்லியா வாறான். ராயனுக்கு நேத்து காலத்த பயங்கர நெஞ்சுவேதனை வந்துருக்கு. ஆசுத்திரியிக்கிக் கொண்டு போனா பிளசரு தலைக்கி ஏறியிட்டாம்... ஓர்ம நிக்கிய கடைசி நேரத்துல எனக்க ஊருக்குக் கொண்டு போங்காண்ணு சொன்னானாம்... செத்துப்போவானுண்ணு தெரிஞ்சிதான் இதுல கொண்டு வந்துருக்கு... இங்க நாரோலுல எதோ ஆசுத்திரியிலக் கொண்டு இட்டு அரைமணிக்கூறுல செத்துப் போயிருக்கியான். இது எதோ நீயோ, நானோ கழுத்து நெரிச்சிக் கொன்னதுபோல நம்மளக் காணம்ப தமையன் நிக்கிய நிலையைக் கண்டியா?' சந்தனம் சொல்லச் சொல்ல மாறிப் போகும் ரமணியின் முகத்தைப் பார்த்தான் அப்பு. சொல்லாதேயும் என்று அப்பு கண்ணால் சைகை செய்தும் எதுவும் புரியாத வெகுளித்தனமாக சந்தனம் சொல்லிக் கொண்டேயிருந்தார்.

'நம்ம எதோ ஊருலண்டு அடிச்சி விரட்டுனதுபோல போக்கத்தவன் சொல்லியிட்டு கிடக்கியான். அவந்தானே எனக்கு அவளைத் தெரியாதுண்ணு செல்லியிட்டு ஒளிச்சிப்போனான். குத்தம் செய்தவனை அவனுக்க தள்ளையும், தவப்பனும், ஒடப் பெறந்தவியளும் ஒளிச்சி இல்லியா விட்டுனம். அவனுக்க சித்தியாரு மெட்டுராசுல இருக்கியா இல்லியா... அங்க கொண்டுவிட்டு அவனும் அதுலே தங்கி வீடு, வேலை, பெண்டாட்டி குடும்பமுண்ணு ஆகி நல்லாதானே இருந்திருக்கியான். தீனம் வந்து இப்ப செத்துப் போயிருக்கியான். அதுக்கு நாம என்ன பண்ணுணோம்? நீ வால, நான் முன்ன அதுலப் போறேன்' சந்தனம் அனைத்தையும் கூறியபடியே போக, ரமணிக்கு எல்லாமே புரிந்தது. தன் மகளின் தகப்பன் செத்துவிட்டான் என்ற உண்மை மறைவின்றி அவள் முன் விரிந்தது... தன்னருகே சாய்ந்து நிற்கும் மகளைப் பார்த்தாள். மனதில் தீப்பற்றி எரிவது போன்ற அலறல் நிகழ்ந்தது.

'எனக்க மோளே ஒனக்க கொப்பனாக்கும் செத்துருக்கு. கோயிலுல கேக்கிய சாவு மணி ஒனக்க கொப்பனுக்கு மோளே... ஒனக்கோ எனக்கோ இப்ப அந்த இடத்துல போக முடியாது. ஒனக்க அப்பாண்ணு அவனப்போய் எனக்கும் காட்டித்தர ஒக்காது. அவன் உயிரோட இருக்கம்பே இதை ஏத்துக்கல... இனி செத்தப்பிறகு,

அவன் பிணமான பிறகு எழும்பி நின்னு இது எனக்க மொவாண்ணு சொல்லவாப் போறான். நீ இது அறியாண்டாம். கொப்பனுண்ணு சென்னா இப்பவும் ஒன் மனசுல ஒரு இருட்டு மறைபொருளா காணும் இல்லியா... அது அப்பிடியே இருக்கட்டு. ஒனட்ட சிரிச்சவோ பேசவோ செய்யாத ஒரு பிணத்தை ஒனக்க அப்பனா நீ பாக்க வேண்டாம் மோளே...' நினைத்துக்கொண்டே மகளின் தலையை இதமாக வருடினாள். மனம் கனக்க அப்புவைப் பார்த்தாள்.

'எனக்க மொவுளுக்க அப்பன் செத்தும் நீ எனட்ட ஏன் செல்லேல அப்புவே... எனக்க மொவுளுக்க தவப்பன் இப்ப செத்துருக்கப் பிடாது. எனக்க மொவா அவனுக்க முகத்தைப் பாக்கிறதுவரைக்கும் அவன் உயிரோடு இருந்திருக்கணம். அவனைப்பாக்க ஆளு சீரத்து, அன்புக்கும், அரவணைப்பும் ஏங்கிப்போய் ஒரு துளி சினேகம் கேட்டு அவன் உயிரு வரைக்கும் வறண்டுப் போய் கிடக்குற ஒரு காலம் வரும் வரைக்கும் இவன் கெடந்துருக்கணம். யாரும் பாக்காத காலம் அவனுக்கு வரம்ப எனக்குத் தெரியாதுண்ணு சென்ன எனக்க மொவா அவனுக்கு ஒரு கிளாசு வெள்ளம் குடிக்கியது வரைக்கும் அவன் உயிருக்கிடந்துருக்கணம். எனக்கும் மொவுளுக்கும் செய்த துரோகத்தை நினச்சிஅவன் மனசு வருத்தப்பட்டு கண்ணு கலங்கி கண்ணீர் வாற அந்தக் காட்சியை நானும், எனக்க மொவளும் பாக்குறது வரைக்கும் அவன் உயிரோடு இருந்திருக்கணம் அப்புவே...' நினைத்துக்கொண்டே அப்புவைப் பார்க்க அவள் பார்வையைச் சகிக்க இயலாமல் தலையை கீழேப் போட்டான் அப்பு.

'மோளே அம்மையிக்கி தலச்சுத்துது... கஞ்சி வெள்ளம் கிடந்தா அதுல உப்பிட்டு கலக்கி எடுத்துட்டு வா...' உடம்பும், மனமும் வெடவெடவென்று ஆடியபடியே ரமணி கூற, குட்டிமணி ரமணிக்கு வெள்ளம் எடுக்க வீட்டிற்குள் சென்றாள்.

'அப்புவே...' ரமணி அழைக்க அப்பு அவளைப் பார்த்தான்.

'எனக்க மொவா இதைப்பற்றி எதுவும் அறியாண்டாம். செத்துக் கிடக்கிய ஒரு பிணத்தைக்காட்டி இதுதான் ஒனக்க கொப்பனுண்ணு முத முதா ஒரு குழந்தையிட்ட காட்டுனா அதுக்க மனசு ஒடஞ்சிப் போயிருமே அப்பு. அதுனால அவா எதுவும் அறியாண்டாம்...' அப்பு அதை ஆமோதிப்பதுபோல் தலையை ஆட்டினான்.

'எனக்கு அவனைக் காணணும் அப்புவே...' அவள் படக்கென்று கூற அப்பு அதிர்ச்சியாகினான்.

'பத்து இருபது வருசத்த கதையை அவனுட்ட செல்லணம் எனக்கு. இந்த ஒலகத்துல பரியெட்ட பரியெடு செல்லணம் எனக்கு...

ஒத்தெய்ல நான் பட்ட எல்லா வேதனையும் எனக்கு அவனுட்ட செல்லணம் அப்புவே...' கண்களை உருட்டி அவள் கூறக் கூற அதில் தெரிந்த தீவிரம் அப்புவை உலுக்கியது.

'இந்த மரத்துக்க மூட்டுல, குருசுக்க மூட்டுலண்ணு செல்லி செல்லி வச்ச சங்கடங்களையும் அவன் வேண்டித்தந்த புளிச்சி முட்டாயும், கல்கோனா முட்டாயும் கயத்துப்போன உண்மையும் எனக்கு செல்லணம் அப்புவே... அதுனால எனக்கு அவனைக் காணணும்...'

அவள் கண்கள் அவனைப் பார்க்க வேண்டும் என்ற தீவிரத்தில் சுழல்வதைக் கண்ட அப்பு ஆடிப்போனான்.

'ஒனக்கு ஏதாவது வெவரம் இருக்கா? தமையன் எனட்ட என்ன நிலை நிக்குறாண்ணு தெரியுமா ஒனக்கு? ஒன்னையையோ குட்டிமணியையோ அவன் கண்டா கொன்னு போடுவான். அவனை நீ கண்டதெல்லாம் மதி. செத்தவன் குண்டி தெக்கயா அது வடக்காயண்ணு செத்துப்போனவனுக்குத் தெரியாது. இப்ப நீ அதுலப்போய் பிணமாக் கிடக்கிறவனுட்ட எது பேசினாலும் ஒனக்க எந்தக் கேள்விக்கும் அவனால பதில் தர முடியாது. ஏண்ணா அவனுக்கு கேக்காது... அவன் பிணம்?' அப்பு கூறிக்கொண்டே மனம் கனக்க நடந்தான்.

வெப்புராளம் பிடித்தவள்போல் அதில் நின்றாள் ரமணி. அவள் மனதில் சூறாவளியின் இரைச்சல் ஒலிக்க தலைசுற்றுவது போலிருக்க தலையைப் பிடித்துக்கொண்டு அப்படியே தரையில் இருந்தாள்.

குட்டிமணி' அம்மோ' என்று அழைத்துக்கொண்டு ரமணியிடம் ஓடினாள்.

தன்னருகே வந்து வெள்ளம் கொடுக்கும் மகளைக் கும்பிட்டாள் ரமணி. அதில் உனக்குரிய அப்பாவை காட்டித்தர முடியவில்லை என்ற பாவமன்னிப்பு எழும்பி நின்றதை அறியாத குட்டிமணி ரமணியின் கைவிரல்களைப் பற்றினாள்.

அப்பு இறந்த வீட்டில் நின்றான். பிணம் குளிப்பாட்டுவதற்காக நீட்டிக் கிடத்தப்பட்டிருந்தது. பிணத்தின் அருகே ஒரு பெரிய கடவத்தில் செத்துப்போனவன் பயன்படுத்திய சில பொருள்கள் இருந்தன. பழைய சட்டை, மூடிய போர்வை, பயன்படுத்திய காலணி எனப் பலதும் தெரிந்தன. அப்பு அந்தக் கடவத்தைப் பார்த்து சந்தனத்தைத் தட்டினான். அவன் தட்டுவதற்கான காரணத்தைப் புரிந்து சந்தனம் அந்த கடவத்தைப் பார்த்தார்.

இறந்தவர்களைப் புதைப்பதோடு அவர்கள் பயன்படுத்திய சில பயன்பாட்டுப் பொருள்களை எரிப்பது வழக்கம். இறந்தவர்கள்

பயன்பாடற்றவர்கள் என்று அவர்கள் பயன்படுத்திய துணிமணிகளை, இன்னும் சில பயன்பாடற்ற பொருள்களை தள்ளுபவர்களுக்கு அவர்களது சொத்தையோ, நகையையோ, வண்டி வாகனங்களையோ எரிக்கக் கொடுப்பார்களா? அவர்கள் இருவரும் அப்படியே பலவற்றை நினைத்துக்கொண்டிருக்க அதில் ஆரோக்கியமும் இன்னும் சிலரும் வந்தார்கள். சிலர் சந்தனத்தால் ஆன சவப்பெட்டியை எடுத்து பெஞ்சில் வைத்தார்கள். குளிப்பாட்டி முடிந்ததும் எடுத்து வைப்பதற்கு வசதியாக பெட்டியும், பூமாலையும், புதிய துணியும், புதிய செருப்பும், வாசனைத் திரவியங்களும், பவுடரும், பன்னீரும் என ஏகப்பட்ட பொருள்கள் அங்கு தெரிய அப்பு எல்லாவற்றையும் சுற்றிச் சுற்றிப் பார்த்தான். மண்ணுக்குள்ள தள்ளிவிடுறவனுக்கு இதெல்லாம் என்ன எழவுக்கு? அவன் மனதில் ரமணிதான் வந்துகொண்டிருந்தாள். நீட்டிக் கிடத்தப்பட்ட பிணத்தின் முகத்தைப் பார்த்தான்.

'அவளுக்கு ஒன்னைக் காணணுமாம்... இந்தக் கதை நல்லா நடக்கும் இல்லியா?' அவன் நினைக்க ஆரோக்கியம் அவனைக் கலைத்தான்.

பிணமாகிக் கிடந்த ராயனின் கழுத்தில் கிடந்த தங்கமாலையைக் கழட்டி எடுக்க உடன் நின்றவர்கள் பிணத்தின் கழுத்தை தூக்கிக் கொடுத்தார்கள். ராயனின் நடுவிரலில் கிடந்த செங்கட்டி வடிவ மோதிரத்தையும் உருவி எடுத்துக்கொள்ள அப்புவின் உதட்டோரம் இளக்கார சிரிப்பு வந்து நின்றது.

'பாசமும், பந்தமும் கல்லறையிக்க வெளியில மட்டும்தான். மூச்சி நின்னுப்போன பிறகு எவ்வளவுதான் பாசமுள்ள ஆளானாலும் ஒரு கிராம் நகைகூட போட்டு விட மாட்டுனம். கல்லறைக்க வெளி வரை மட்டும்தான் பாசமும், நேசமும்...

பிணத்தைக் குளிப்பாட்ட சித்தப்பா, பெரியப்பா மக்கள் என்று பலர் கூடினார்கள். அப்புவும், சந்தனமும் அவர்களிடையே நின்றார்கள். பிணம் குளிப்பாட்டுவதற்கு இறந்தவர்களின் சொந்த பந்தங்கள், நண்பர்கள் என்று பலரும் நிற்பார்கள். அவர்களுடன் அப்புவைப் போன்றவர்களையும் விட்டுருப்பார்கள். பிணத்தின் துணி அவிழ்க்க, பிணத்திற்கு சோப்பிட என்று எடுபிடியாக இவர்களும் நிறுத்தப் பட்டிருப்பார்கள்.

'பாத்துட்டு நிக்க நேரமில்ல. அப்புவே முகத்து முடிய மழிக்கணம்' கூட்டத்தில் ஒருவன் கூற, அப்பு பிணத்தின் முன் சென்று அதன் மேல் மூடியிருந்த துணியை உருவினான். சுர்ரென்று வந்த துணியை உதறி எடுத்தப்போது அதிலிருந்து பவுடர் பொடிகள் பறந்து அதில்

நின்றவர்களின் மூக்கில் நுழைய அப்புவோ அந்த பொடியால் அச்சியம் என தும்மினான்.

மூடல் துணியை எடுத்தபோது அதில் கிடந்த ராயன் ஒட்டுத்துணியும் இல்லாமல் பலர் பார்க்க கழுதையாகக் கிடந்தான். தாயின் வயிற்றிலிருந்து வெளியேறும்போது எப்படி கழுதையாக வந்தானோ அதேப்போல் கிடந்தான். பிறக்கும் போது தெரியும் கழுதையில் காமம் இருக்காது. உறுப்புகளில் விகாரம் இருக்காது. பரிசுத்தம் என்ற அழகியலில் பலரும் கொண்டாடும் கழுதையை இறக்கும்போது கொண்டாடுவதில்லை. எனக்க மானம் என்ற துடிப்போடு ராயனின் கரங்கள் மானம் காக்க எழும்பவும் இல்லை இப்போது. இந்த உலகம் முழுவதும் என்னைப் பார்த்தாலும் எனக்கு வெட்கமில்லை என்பதுபோல் பலருக்கு முன்னிலையில் தான் கழுதையாகக் கிடப்பது தெரியாமலே கிடந்த ராயனைப் பார்த்து அப்புவின் மனம் துடித்தது.

'எனக்க ரமணி முத முதா கண்டா ஒரு ஆணுக்க ஒடம்பு இல்லியோ இன்னாக் கிடக்குது. அவா தனக்க காதலையும், நம்பிக்கையையும் கண்ட தேகமில்லியோ இன்னாக் கிடக்கு... எத்தனை நாளு இந்த உடம்பை முத்தம் செய்தாளோ... எத்தனை நாட்கள் இந்த தேகத்தோடு அணஞ்சிருந்தாளோ... ஆனா எனக்க குட்டிமணி பிறக்க காரணமாகி காமம் கொண்ட உடம்பு இந்நா கழுதையாக் கிடக்கு. இப்ப இந்த உடம்புக்க காமம் எங்கப் போய் ஒளிச்சோ?' அப்பு நிற்க வலுற்றவனாக அவனது மன உணர்வுகள் அவனைக் குத்தி குடைந்து கொண்டிருந்தான். ராயனின் உடம்பை உற்றுப்பார்த்தான்.

ராயனின் உடம்பில் சற்றுக்கூட சதைப்பிடிப்பில்லாமல் கம்புபோல் கிடந்தான். அவனது கழுத்தெலும்புகள் தள்ள, கன்னம் ரெண்டும் பொட்டி, முன்னத்தப்பற்கள் தள்ள, கண்ணுக்குழியும் தாழ்ந்து... கண்கள் பாதி திறந்து தெரிந்தன... அப்புக்கு அவனைப் பார்த்து மனம் பதறியது.

'இவன் எப்பிடி இருந்தான்? என்ன அழகா இருந்தான்? கிப்பித்தலை முடி காத்துல பறக்க சிரிச்சிட்டு நடந்தா பார்க்க அவ்வளவுக்கு சந்தமா இருப்பான். உடம்புல சதைப்பிடிப்பு சளியாம இருக்கும். ஆனா இப்ப இப்பிடி ஆயிட்டானே...' நினைத்துக்கொண்டே சந்தனத்தின் காதில் கிசுகிசுத்தான்.

'அப்பச்சியே இவன் பாக்க எவ்வளவு சந்தமா இருப்பான் இல்லியா? இப்பக் கெடக்கியதைப் பாரும்... அவனுக்க சங்குப் பொட்டுனது போல கிடக்கியதைப் பாரும்...'

‘சும்மா பிறு பிறுண்ணு ஒண்ணும் செல்லாம நில்லு. தமையன் இன்னும் கைய,கால நீட்டியிரப் போறான். லே இவனைப் பாத்தா இவனையும் எதோ வருத்தம் போட்டு படாதபாடு படுத்தியிருக் குண்ணு தோணுது...’

‘ம்... பெரிய வருத்தம் போவீரா ஓய்...’

‘சங்கடம் இருந்துருக்கும்பல... அவன் மனசப்பூட்டியிட்டு இதுலண்டு தப்பி ஓடுனாலும் மனசாட்சியிண்ணு ஒண்ணு ஒவ்வொருத்தருக்கும் உண்டு இல்லியா... வெளியில பலருட்ட நல்லதா நடிச்சாலும் அவனுக்க உள் உணர்வு அவனைப் போட்டு கொன்னுருக்கும்பல... யாருக்கு துரோகம் செய்தாலும் உள்மனசு சாவது அப்புவே... மனசாட்சியிக்க கூர்முனை குத்திக் குடஞ்சி வாழம்பே கொன்னுரும்...’ சந்தனம் அப்பறம், இப்பறம் நிற்பவர்கள் காதில் விழாதபடி நசுக்கிப் பிதுக்கி மெதுவாகக் கூற... தலைமுடியெல்லாம் நரைத்து, வாய் பிளந்து, பாதி கண் திறந்து பாவம்போல் கிடந்த ராயனைஅப்பு பாவம்போல் பிணத்தைப் பார்த்தான்.

‘அப்பிடியா ஒன் உள் மனசு எனக்க ரமணிய நினச்சி கரஞ்சுதா? குற்ற உணர்வுல நீ துடிச்சியா? அப்படி ஒனக்குத் தோணியிருந்தா நீண்ட இருபது வருசம் கிடந்து இல்லியா? ஒரு நாளு அதைப்பார்த்து செஞ்சிப்போன பாவத்துக்கு எனக்க ரமணியிக்க கையைப்பிடிச்சி ஒரு சொட்டு கண்ணீர விட்டுருந்தா போதுமே... அதுக்க மனசும் எள்ளு போலயாவது ஆறிப் போயிருக்குமே. ஒன் ஒருத்தனுக்க துரோகத்துல இப்ப வரைக்கும் தனக்க சதையை விக்கிய விபச்சாரியாகிப் போனா... ஒருக்கா அவளப்பாத்து ஒனக்கு பேசியிருக்கப்பிடாதா? இனி ஒரு தடவை பிறந்து வந்து அவளுட்ட ஒனக்குப் பேச முடியுமா? கல்லற இருட்டுக்குள்ள போய் விழுந்தப்பிறகு என்னத்தடே பேச முடியும்? சாவு வந்து நிக்கம்ப, சீவிதத்துக்க கடைசி மூச்சை விடக்கூடிய நேரத்துல, மனசு ஆவேசப்பட்டு துடிக்கம்ப, ஒண்ணே ஒண்ணு தோணணும்... நான் யாருக்காவது துரோகம் செய்தேனாண்ணு தன்னைத்தானே கேக்கணம்... சாவம்ப அடுத்தாளுக்கு துரோகியா செத்துப்போப்பிடாது... எவ்வளவு தான் துரோகம் செய்தாலும், அதுல சம்மந்தப்பட்டவங்களை அணுகி மன்னிப்பு கேட்கிற அளவுக்கு மனசுக்கு தைரியம் வரணம். தப்பு செய்தா அதை ஏத்துக்குற தைரியம் வேணுமே... ஒரு நாளாவது அவளுட்ட வந்து ஒனக்க கண்ணீரைக் காட்டுனியா நீ? என்னத்தடே நீ’ நினைத்தவன் தன் கையில் முகச்சவரத்தின் சாதனங்களை எடுத்தான்.

பற்கள் நீட்டி, வாய் பிளந்துக்கிடந்த பிணத்தின் முகத்தருகே குனிந்த போது பிண வாயிக்குள்ளிருந்து குப்பென்ற வாடை எடுத்தது... ஈ ஒன்று இவன் வாயருகே வந்திருக்க அதை விரட்டுனான்.

‘கோ, சாமனத்துக்கு இருக்க வேற இடமே கிட்டேலியே...’ பிண முகத்தில் வெளுத்தும், கறுத்தும் போன முடிகளை இளைக்கும் போது பிணமுகத்தின் விகாரம் ஆடிப்போக நெட்டிப்போனான் அப்பு. முகம் வியர்க்க நிமிர்ந்த அப்புவின் அருகில் வந்தார் சந்தனம்.

‘ஏம்ப்ல முகம் வேர்க்குது. இதெல்லாம் நமக்கு புதுசா என்ன? இது போல எத்தனைப்பிணங்களை கண்டுருப்பம்? ஒரு மனுசனுக்க கடைசி வரை யாரோண்ணு ஒரு கேள்வி உண்டு. ஒரு மனுசனுக்க கடைசி வரைக்கும் நம்மளைப்போல பிணம் பூத்தியும், வெட்டியானும்தான்...’ சந்தனம் கூற அப்புவின் மனம் அதிகமாக வலித்தது.

‘செணம் முடிச்சணம்...’ ஆரோக்கியத்தின் குரல் கேட்க அனைவரும் துரிதமாயினர்.

அருகே பெரிய குட்டுவத்தில் குளிர்ந்த வெள்ளம் எடுத்து வைத்திருக்க அப்பு அந்த தண்ணீரை பாத்திரத்தில் கோரி கழுதையாக கிடந்த பிணத்தில் ஊற்றினான். கட்டைப்பிடித்த உடம்பில் வெள்ளம் ஒட்டிக்கொள்ளாமல் சிதறிப் போக அந்த வெள்ளம் சுற்றி நின்றவர்கள் மீதும் தெறித்தது..மீண்டும் மீண்டும் வெள்ளம் எடுத்து ஊற்ற ஊற்ற கட்டை உடலில் வெள்ளம் ஒட்டிக்கொள்ளத் துவங்கியது.

குளிர் நீரின் சில்லிப்பு இறங்காத உடலில் சோப்பிட துவங்கினார்கள்.

பேணி வளர்த்த உடம்பில் மணம் மிக்க சோப்பிட சோப்பிட வெண்நுரையோடு, அழுக்கு நுரையும் சேர்ந்துகொண்டது... பிணத்தோடு ஒன்றி நின்று சோப்பிட்ட அப்புவின் மூக்கில் பிணவாடை ஏறியது. பிணத்தை சிலர் ஒருக்களித்துக் கொடுக்க அங்கே வெள்ளம் ஊற்றிய போது பிணத்தின் பின்புறம் கலைந்துப் போகாத கடைசி பீ தெரிந்தது. எவ்வளவு தைரியசாலியானலும், சட்டம் போடும் கொம்பனாலும், பணத்தில் பலதும் ஆண்டவன் ஆனாலும் மரணத்தின் இருளில் சாடும் போது கடைசி பீயும், மோளும் சாடியேத் தீரும். தாயின் வயிற்றிலிருந்து வரும்போது உலகைக்கண்டு வரும் முதல் காட்டுப்பீபோல் மரணத்தின் வாயுக்குள் போகும்போது கடைசி பீயும் வரும்.

கூடி நின்றவர்களில் பலர் வெள்ளம் அடிக்க அடிக்க உடைபடாமல் போன மலத்தை அதிர்ச்சியோடு பார்த்து நின்றார்கள். அப்புவோ வேறு வழியின்றி பிணத்தின் பின்புறத்தில் கை வைத்து தள்ளி விட கட்டிப்பீயும் வெள்ளத்தோடு கலங்கிப் போக அப்புக்கு விங்கென கண்ணீர் பெருகியது. மனதிற்குள் குட்டிமணி வந்தாள்... ‘எனக்க குட்டிமணியிக்க தவப்பனில்லியா இவன்...’ அப்புவின் மூக்கில்

ஏறிய பிணவாடையும், மலவாடையும் ஓங்காளத்தைக் கொடுக்க அடிவயிறு கரித்துக்கொண்டு துப்பல் ஊறி வர அதை விழுங்கவும் முடியாமல், துப்பவும் முடியாமல் நின்றான்.

எல்லாம் முடிந்தது... குளிப்பாட்டி, சோப்பிட்டு, முகச்சவரம் செய்து, பிணத்தை துடைத்தும் ஆகி விட்டது... அவன் சுத்தப்படுத்தப்பட்ட பிணத்தைப் பார்த்தான்.

'எவ்வளவோ புதுசு புதுசா சாதனங்களை வாங்கி வச்சிருக்கு. இனி செத்தவனை அலங்கரித்து இதெல்லாம் போட்டு ஏரோப்பிளையினுல ஏத்தி அழிவில்லாத ஒலகத்துக்கா விடுவுனம். அழிஞ்சிப்போற மண்ணுக்குள்ள தான். எனக்க ரமணியிக்கி செய்த துரோகத்துக்க கணக்க மண்ணுக்குள்ள போயா இவன் தீப்பான். வாழம்ப கொடுக்காததை சாவுக்குப் பிறகு கொடுக்க ஒக்காதே, அதற்குள் சொந்தம் பந்தம் என்று நின்றவர்கள் சுத்தப்படுத்தப்பட்ட பிணத்திற்கு புதிய ஆடை, புதிய செருப்பு, புதிய பூமாலை, பவுடரைத் தட்டினார்கள், வாசனைத் திரவியத்தை பீச்சினார்கள். எல்லாம் போட்டு அவனை அழகான குட்டப்பனைப் போலாக்கி சவப் பெட்டிக்குள் வைத்தார்கள். கடைசி யாத்திரையும், கடைசி ஒருக்கமும் இது. இனி இந்தப் பிணம் எழும்பி உயிர்கொண்டு இந்த உலகில் வராது... இதன் கால்கள் பூமியில் நடக்காது... இதன் குரல் இனி கேட்காது... இனி இது பிரபஞ்சத்தின் மறைபொருள் ஆற்றலாக மறைந்தே நிற்கும்.

பிணத்தை அலங்கரித்தவர்கள் வீட்டின் முன்பக்கம் ஆட்கள் பார்வைக்கு வைக்க அதற்குரிய பெஞ்சுகளைப் பரப்பி போடப் போனார்கள். அப்புவும் சந்தனமும் அழுக்கு கழிவு என்று வைத்திருந்த கடவத்தின் துணிகளை எடுத்துக்கொண்டு வெளியே வந்தார்கள். சந்தனம் கழிவுத்துணிகள் இருந்த கடவத்தை இடுக்கிக்கொண்டு கல்லறைத் தோட்டம் நடந்தார்.

பிணமுடுக்கத்திலிருந்து வெளியில் வந்த அப்பு வெளிக்காற்றை ஆசுவாசமாக இழுத்து விட்டான். அப்புக்கு நெஞ்சில் எரிச்சல் வர வயிற்றிலிருந்து உருண்டு வந்த ஓங்காளத்தை வாய்த்திறந்து துப்பினான். அவன் துப்பி விட்டு நிமிரும்போது அங்கு அடர்ந்து நின்ற செம்பருத்தி செடியின் கிளைமறைவில் தெரிந்தவளைப் பார்த்து அதிர்ந்தே போனான். இன்னும் அந்த உருவத்தை தீர்க்கமாகப் பார்த்தான்... 'அது ரமணியில்லியா? அய்யோ கண்டா கொன்னுப் போடுவுனுமே' நெஞ்சில் கைவைத்துக்கொண்டு அவளிடம் ஓடினான்.

ரமணியிடம் ஓடி வந்தவன் அவளிடம் கடுகடுவென்று நின்றான்.

‘நீ இப்ப எதுக்கு இதுல வந்த? கண்டா சும்மா ஒண்ணும் விடமாட்டுனுவா... ஆளாளுக்கு ஒனட்ட கர்விட்டு நிக்கியானுவா... மரியாதையா இதுலண்டு போயிரு.’ ரமணியை அடித்து விடுவார்களோ என்ற வெப்புராளத்தில் அப்பு துடித்தான்.

‘செத்துக் கிடக்கியவனை எழுப்பி விட்டு, என்னை இனி கல்யாணம் செய்யவா போறானுவா. அவனுவளப் போகச் செல்லுவியா? எனக்க ஈரக்கொலையில அவனுட்ட பேசக்குண்ணு கொஞ்சம் வேளங்கள் கிடக்கு. அதை அவனுட்டத்தான் கேக்க ஒக்கும். நீ அறடிக்குண்டுக் குள்ள அவனைப் பூத்துனப்பிறகு எனக்கு அவனுட்ட எதுவும் பேச முடியாது அப்புவே...’

‘நீ என்ன பேசுறேண்ணு தெரிஞ்சிதானா பேசுறியா? அவன் எனக்க குறுக்குலப் போட்டு சவுட்டுனதப் பாரு...’ அப்பு தனது முதுகை காட்டிக்கொடுக்க அதில் வரிபோல் சில தழும்புகளும், சிராய்ப்பு களும் தெரிய தனக்குள் நொந்தாள்.

‘ஒன்னப்பத்திய வாக்குவாதத்துக்கு அவன் என்னையே இப்படி செஞ்சா ஒன்னை என்ன செய்ய மாட்டான்? அதுனால போயிரு ரமணியே. ஒரு தடவை குளுச்ச வெள்ளத்துல மறுபடியும் குளிச்ச முடியாது. ஓடி பாயுற வெள்ளத்துல ஒரு தடைவ முங்கியிட்டு மறுபடியும் அதுல முங்க தேடுனா கிட்டுமா ரமணி. சீவிதம் போனது போனதுதான்’

‘நான் அவனைக் கண்டு அய்யோண்ணு விளிச்சி கரையப் போறேண்ணு நினச்சியா? அதே அன்புல உருகிப் போய் அவனுக்க கூட சாவக்கு வந்து நிக்றேண்ணு நினச்சியா? அன்புல எப்ப துரோகம் வருதோ அதுக்கப்பிறகு அந்த அன்புல ஏது உயிரு?அன்பு செய்ற வங்கள இயன்ற வரைக்கும் விட்டுரப்பிடாது அப்புவே... விட்டுட்டா அதுக்கப்பிறகு அந்த அன்பு உயிரோடு திருப்பி கிட்டாது...’ அவள் கூறியதை நிராசையுடன் மனதில் பரவ விட்டான் அப்பு.

‘நானும் ஒனட்ட வச்சிருக்கிய அன்புக்க உயிரை நீ எங்க அறிஞ்ச...’ அவன் நினைத்துக்கொண்டு நிற்க, அவள் பிணம் குளிப்பாட்டி வைத்திருக்கும் பெரை மறைவுக்குள் நடந்தாள்.

‘ரமணியே’ அப்பு பதறிக்கொண்டு அழைக்க.

‘எனக்கு அவனைக் காணணும் அப்பு...’ கூறிக்கொண்டு அந்த பெரை மறைவிற்குள் போனாள் ரமணி. அப்பு மிகவும் பயந்தவனாக அவள் பின் ஓடினான்... உறவினர்கள் அனைவரும் முன் முற்றத்தில் நிற்பது தெரிந்தது... சில நிமிடங்களில் மீண்டும் பிணத்தைத் தூக்க வருவார்கள். அப்போது ரமணி மாட்டுவாள்... என்ற தவிப்போடு இங்கும், அங்கும் பார்த்து நின்றான் அப்பு.

அதற்குள் குளிப்பாட்டி பெட்டியில் வைத்திருக்கும் தனது முன்னாள் காதலன், தன் மகளின் தந்தையின் முன் நின்றாள் ரமணி...பிணமுகம் பார்த்தவள் தனக்குள் அதிர்ந்தாள். அவனது உருவமாற்றம் அவளை அதிசயிக்க வைத்தது. காலம் அவனது பழைய சாயலை அழித்திருப்பதைக் கண்டு வியந்தாள்.

'அண்ணு பதினஞ்சி வயசு குட்டி இல்லியா நான்... ஒனக்கு அப்பளே விவரம் உண்டு, பிராயம் உண்டு. அப்பனத்த எனக்கு, அப்பனுக்க ஆதரவத்த எனக்கு ஒனக்க எல்லா பாசமும் எப்பிடி நல்லாப் பிடிச்சி... ஒனக்க மாருலக் கிடக்கம்ப இந்த ஒலகத்துல நான்தான் பெரிய பணக்காரி போல தெரிவேன். கட்டிப் பிடிச்சி எனக்க முகத்துல முத்துன முத்தத்துல எம்புடோ மகிழ்ந்த பெண்ணு நான். ஒனக்க தலைமுடி நெருக்கத்துல பல நாளு பேனு பாத்து சந்தோசப் பட்டுருக்கேன் நான். நீ வேண்டி தாற கல்கோனா முட்டாயும், புளிப்பு முட்டாயும் வேண்டி தின்னிய என்னை தடவி தடவி அணச்சி அணச்சி கெட்டிப் பிடிச்சதெல்லாம் அண்ணு சுகமா இருந்து. ஆனா இப்ப எனக்கு கயத்து இல்லியோப் போகுது. இந்நா நீ வேண்டி தந்த புளிச்சி முட்டாயும், கல்கோனா முட்டாயும் எனக்க சீவிதம் தா' உள்ளங்கையில் மறைத்து வைத்த ஒன்றிரண்டு முட்டாய்களை பிணப்பெட்டியில் வைத்து தனது வாழ்வு கேட்டவளை அப்பு துடித்துப்போய் பார்த்தான்.

'நானும் பவளம் மாமியும், அப்புவும் ஒனக்க இதே வீட்டு முத்தத்துல வயித்துல ஆறு மாச பிள்ளையோட வரம்ப எனக்கு அவளைத் தெரியவே தெரியாதுண்ணு நீ சொன்ன அந்த வேளங்களால எனக்க மனசுலண்டு பாய்ந்த ரெத்தம் இப்ப வரைக்கும் நிக்கவே இல்ல. ஒனக்க குழந்தையை எனக்க வயித்துல சுமந்து பெத்த ஒரே காரணத்துக்காக இந்த ஒலகம் எனக்கு விபச்சாரி எங்குற கதாப் பாத்திரம் தந்தது ஒனக்குத் தெரியுமா? என்னை மறுதலிச்சிட்டு வேற ஒருத்திய கல்யாணம் பண்ணியிட்டு அவா கூடக் கிடக்கம்ப எனக்க ஏதாவது ஓர்மை வந்துதா? ஒரு குழந்தைப் பிறந்து இன்னா ஒனக்க தலைப்பிள்ளையிண்ணு குடும்பக்கார தரம்ப எனக்க காட்டுக்குட்டி மொவா ஒனக்க ஞாபகத்துல வந்தாளா? நானும் நீயும் ஒரே தப்பைத் தானே செய்தோம்? ஒனக்க தேகமும், எனக்க தேகமும் செஞ்சது ஒரே தப்புண்ணா ஏன் எனக்கு மட்டும் இந்த ஒலகம் தண்டனை தந்து? எனக்க ஒடம்புல கெர்ப்பபாத்திரம் கிடச்சதுனால நான் மாட்டுனேன் இல்லியா? ஒனக்கு இது போல கர்ப்பபாத்திரம் கிடச்சி அதுல என் வழியா ஒனக்கு குழந்தை கிடச்சி நான் உன்னைத் தெரியாதுண்ணு விட்டுட்டுப் போயிருந்தா எனக்க வேதனை ஒனக்கு தெரிந்திருக்குமோ... ஒன்னைப் போல உள்ளவங்களுக்கும் கர்ப்ப

பாத்திரம் வைக்கணம். அப்பதான் காட்டுக்குட்டி பெறுற வேதனை தெரியும். அப்பதான் பிள்ளை அழிக்கிற வேதனை தெரியும். அப்பதான் தெருவுல எறியிற பிள்ளையளுக்க வலி தெரியும். இந்த ஒலகத்துல அரவணைப்பைத் தாங்கண்ணு கேட்டு ஓடி ஓடி களச்சிப் போனேன். இப்ப எதுவும் தெரியாம ஓம் பாட்டுலக்கிடக்குதியே...' நினைத்துக்கொண்டே பிண முகத்தைச் சீறினாள். தனது வாழ்வு மொத்தம் தொலைத்து விட்டவன் என்ற வெப்புராளம் பொத்து சாட பிணத்தின் கன்னங்களில் ஓங்கிப் பளார் பளார் என அறைந்தாள்.

'இப்ப எதுவும் செய்யாததைப் போல கிடக்குதியே... எழும்பு. எனக்கு நியாயம் செல்லு. குட்டிமணியிக்கி நீதான் அப்பாண்ணு செல்லு. ஒன்னால இழந்த எனக்க சீவிதம் தா. இந்த ஒலகத்துல நல்லதா வாழ எனக்கு ஆசையா இருக்கு. வேச இல்லாத அடையாளத் தோடு வாழ ஆசையா இருக்கு. மொத்தமா ஒடஞ்சிப் போன எனக்க சீவிதம் தா.'

கைகள் நீட்டி பிணத்திடம் சீவிதம் கேட்டு, சவப்பெட்டியில் கிடப்பவனை அடித்து கத்தும் ரமணியிடம் பீதியிடம் வந்து அவள் கைகளைப் பிடித்தான் அப்பு.

'அப்புவே இவந்தான் எனக்கு காட்டுக்குட்டி தந்தவன். இந்நா கிடக்கிய இந்த தேகம்தான் எனட்ட சல்லாபிச்சி. இந்த சுண்டுதான் என்னை முத்திச்சி. இந்தக் கைதான் என்னை அணச்சி. இந்த வாய்தான் எனட்ட பேசிச்சி... இவன் இவந்தான் எனக்க சீவிதம் தகர்த்தான் அப்புவே...' ஆவேசத்தில் அவள் சத்தம் எகிறிப்போக சுற்றிலும் நின்றவர்கள் ஓடி வந்தார்கள்.

ஆரோக்கியம் கோபத்தில் துருத்திக்கொண்டு வர அப்புவின் உயிர்வரை பதறியது. அவன் ரமணியின் கையைப்பிடித்துக்கொண்டு வெளியே ஓடினான்..செம்பருத்தி செடியருகே வந்தவன் அவளிடம் கத்தினான்.

'இதுக்குத்தான் சொன்னேன் வராதேண்ணு... இதுலண்டு ஓடியிரு. கையிலக்கிடச்சா சதச்சியேக் கொன்னுப்போடுவுனம். குட்டிமணியிக்க சீவிதம் ஒன்னால இன்னும் கெட்டுப்போப்பிடாது... ஓடியிரு...' அவன் கண்கள் சிவக்க அவளிடம் கூறிய நேரம் ஆரோக்கியம் அதில் வந்தான். அவன் முகம் கோபத்தில் எரிந்தது. அப்பு அவனிடம் கைகும்பிட்டான்.

'சீவிதம் நசுப்பிச்சி போன வேதனையில அவனப்பாக்க வந்திருக்கியா... மனசுக்குள்ள கிடந்த நொம்பலங்களை செல்ல வந்துருக்கியா... அவளை ஒண்ணும் செய்யப்படாது. விட்டுருங்கா...'

அப்பு கையெடுத்துக் கும்பிட அவனோ மிதித்துத் தள்ள அப்பு சுருண்டுப் போய் தரையில் விழுந்தான். விழுந்தவன் ரமணியைப் பார்த்து கத்தினான்.

'ரமணியே ஓடுடியே...' அவன் சத்தம் எழுப்ப ரமணியும் ஓடவே செய்தாள்.

'பலருக்க கூட போற பலவட்டற அப்பவே எங்குடும்பத்தை குலைச்சது போதாதுண்ணு இப்பவும், அவஞ் செத்தப்பிறகும் வரணுமங்கி எம்புடு கொழுப்பு இருக்கணம். அந்த தேவிடியாளப் பிடியிங்கல... எனக்க தம்பிய பூத்தக்கு முன்ன அவளைப் பூத்தணம்...'

ஆரோக்கியம் கொலை வெறியில் கத்தி, ஒன்றிரண்டு பேருடன் அவளைத் துரத்தத் துவங்கினான். கண் முன் கிடந்த கற்களை எடுத்து அவளை நோக்கி வீசி எறிய... ரமணியின் பின் கழுத்திலும், முதுகிலும் ஒன்றிரண்டாக கற்கள் விழுந்தன.

'அம் மோ ஓ...' என்று அலறிக்கொண்டு ரமணி ஓ..டி..னா..ள்... அப்புவோ தரையில் கிடந்தபடியே ஓடியவளைப் பார்த்தான்.

ஓடி ஓடி வந்தவள் கோயில் முன் பக்கம் நின்ற கற்சிலுவையருகே வந்து அந்த சிலுவையின் மீது சாய்ந்தாள்... கல்லடியும், சொல்லடியும் அவளைக்குத்திக்கிளற கரடு முரடு சிலுவையைப் பற்றிக்கொண்டு அந்த கறுத்த சிலுவையை வெறித்தாள்.

'உங்களிடம் பாவம் இல்லாதவன் முதல் கல்லை இவள் மேல் எறியுங்கள் அப்பிடிண்ணு அண்ணு ஒனக்க காலத்துல விரட்டியிட்டு வந்த வேசயிக்கி வேண்டி பரிந்துப் பேசுனியாமே... இண்ணு எனக்கு வேண்டிப் பேச எந்த பய இருக்கியான்? என்னை விரட்டுற எவனுட்ட குத்தமில்ல? எல்லா பயலுகளுக்க குத்தங்களும் அவனவன் அந்தஸ்த்துக்குள்ள பத்திரப்படுத்தி வச்சிட்டு பிடிபட்டுப் போன காரணத்துனால குத்தவாளியாக்கி என்னை விரட்டிய அம்புடு பேரும் குற்றவாளிகளே... எல்லாரும் மறச்சி வச்சிருக்கிய அயோக்கியத்த வெளிச்சப்படுத்திக் காட்ட நீ இன்னும் ஒருக்கா பிறந்து வரப்பிடாதா?' மனம் ஏங்கிப் போக கற்சிலுவையில் சாய்ந்தாள். மனதில் பல பல ஆத்திரங்கள் முட்ட தன் இயலாமையை வெளிக்காட்ட வழியின்றி கற்சிலுவையில் தன் தலையை முட்டிக்கொண்டாள். முன் நெற்றி கசிந்து வந்த வந்த ரத்தம் சிலுவையில் ஒழுகியது.

18

வீட்டிற்குள் நின்ற குட்டிமணிக்கு பாலுராசியின் வாகனம் வெளியே போகும் சத்தம் கேட்க வாசலில் வந்தாள். அவன் போன திசையை ஆவலாக பார்த்துக்கொண்டிருந்த நேரம் அந்த வழிபாதையில் வழிப்போக்கர்களாக ஒரு தந்தையும், அவரின் மூன்று வயது மகளும் தெரிந்தனர்.

அருகில் உள்ள பாலர்வகுப்பிலிருந்து தன் மகளை தோளில் ஏற்றி வைத்துக்கொண்டு செல்லும் தந்தையை ஏக்கமாகப் பார்த்தாள்.

'எனக்கும் இப்படி ஒரு அப்பன் இருந்திருந்தா அவனுக்க தோளுல என்னையும் ஏத்தி இருத்தி வளத்தியிருப்பானே! நானும் ராணி போல அப்பனுக்க தோளுல இருந்திருப்பேனே!' நினைத்துக்கொண்டு அவர்களைப் பார்த்தாள்.

தந்தையின் தோளில் இருந்த குழந்தை அவரின் முகத்தை தன் பிஞ்சுக் கைகளால் அடிக்க அதை சிரித்துக்கொண்டே தந்தை ஏற்றுக் கொள்ள... தனது விரல்களால் அவரது மீசையை குழந்தை பிடித்து இழுக்க அதில் வலித்தபோதும் குழந்தையை கீழிறக்கி அதன் கழுத்து வாக்கில் முத்தம் வைத்து கிச்சுகிச்சு மூட்ட, குழந்தை கிச்சிலில் மகிழ்வாய் சிரிக்க... தந்தையின் முத்தப் பெருமையில் இந்த உலகை அந்தக் குழந்தை துச்சமாகப் பார்த்தது போன்றிருக்க தனக்குள் துடித்துப் போனாள் குட்டிமணி. தனது கைவிரல்களை ஏக்கமாகப் பார்த்தாள். தனது கன்னங்களை வேதனையுடன் தடவினாள்.

'எனக்க அப்பன் பிடிக்காத விரல்கள்... எனக்க அப்பன் முத்தாத கொவுடுவா. எனக்க அப்பனுக்க தோளுல ஏற்றியிருத்தப்படாத நான். அப்பா எனக்கும் இருந்திருக்கணம். நானும் அவருக்க மடியில,

தோளுலண்ணு ஏறியிருந்துருக்கணம். அப்படி ஒரு அப்பா கிடைச்சிருந்தா எனக்கு இந்த உலகம், இந்த வாழ்வு எவ்வளவு சுகமா இருந்துருக்கும். எனக்க அப்பாயிக்க கையைப் பிடிச்சிட்டு நடக்கம்ப எனக்கு எவ்வளவு தெம்பு கிடைச்சிருக்கும். நானும் வளமான குட்டிமணியா வாழ்ந்திருப்பேனே...' மனதளவில் ஏங்கியவளின் கண்ணில் நீர் பெருகியது.

'அ...ப்..பா...' அவள் உதடு முனகிக்கொண்டது... இதுவரை வாழ்வில் அழைத்திராத அந்த வாழ்வியல் ஆற்றலான வார்த்தையை தனக்குள் முனகிக்கொண்டபோது அவள் மனதுக்குள் ஒரு இருட்டே வந்து நின்றது.

'குட்டே காட்டுக்குட்டி...' அவள் மென்மையான வாழ்வியல் உணர்வை சிதைத்துக்கொண்டு அவளை முறைத்துக்கொண்டு வீட்டின் முன் நின்றாள் றீத்தா.

'ஒனக்கும் கொம்மையிக்கும் சாவப்பாதாட்டி. கொம்மையிக்கி பழி கேட்டு இந்த ஊருலண்டு போன நல்லோரு மனுசன் அதான் அந்த ராயன் செத்துப்போய் அந்நா சிமுந்தேரியிக்கிப் பூத்தக்கு கொண்டு போயிருக்கு. செத்துப்போன பிறகும் ஒனக்க கொம்ம அந்த பிணத்துட்ட போயிருக்கா... ஒங்குளுக்கெல்லாம் சுண உண்டாட்டி?'

றீத்தா கடுப்புடன் கத்த குட்டிமணியின் மனம் சுழன்றது. கோயிலில் வேகமாக ஒலிக்கும் மணி தனது தகப்பனின் அடக்கத்தின் செய்தியை ஊருக்குக் கூறுவது போலிருக்க, அவள் மனம் படக் படக்கென அடிக்கத் துவங்கியது. 'எனக்க அப்பனாச் செத்தான்? அந்நா கோயிலுலக் கேக்கிய மணிச்சத்தம் அப்பனுக்க அடக்கத்துக்குள்ள சத்தமா?' றீத்தாவின் அடுத்த வார்த்தைகளை கேட்க குட்டிமணி அதில் இல்லை. அவள் கால்கள் கல்லறைத் தோட்டம் ஓடின.

●

கல்லறைத் தோட்டத்தில் ராயனை அடக்கம் பண்ண பலரும் கூடி நின்றார்கள்.

'இனி யாராவது முகம் பார்க்க உண்டா?' கூட்டத்தில் சத்தம் கேட்க அப்புவின் மனதில் குட்டிமணி வந்தாள்.

'எண்ணு இனி தவப்பனுக்க முகம் பார்ப்பா...'

'பெட்டி மூடுலாமா?' சந்தனம் கேட்க. ராயனின் மகன் தகப்பனின் அருகில் வந்து குமுறினான். பலர் அவனை ஆறுதலோடு அணைத்தார்கள். பகிரங்க பிறப்பில் மட்டுமே ஆறுதல் உண்டு. அரவணைப்பு உண்டு. உரிமையில்லாத அத்தனை உறவுகளும் கள்ள உறவுகள் என்ற வட்டத்தில் அசிங்கமாகிப் போனதால் பல உறவுகள் இருட்டுத்தாண்டி

முகம் காட்டுவதில்லை. உயிர் போன்ற பாசமானாலும், அந்த பாசத்திற்கு சமூகத்தில் காட்ட அடையாள உறவுகள் இல்லாமல் போனால் அந்தப் பாசங்கள்கூட பாவங்களாகி விடுகிறது... ரமணிக்கு இதில் வர தன் மகளின் தந்தையைக் காட்டிக்கொடுக்க அடையாளம் என்ற உரிமை இல்லாத காரணத்தினால் அவர்கள் பாவி என்று வெளியில் நிறுத்தப்பட்டிருக்கிறார்கள்.

அப்பு பெருமூச்சி விட்டுக்கொள்ள அவன் சட்டையிடாத உடம்பில் ஒன்றிரண்டான வெள்ளத்துளிகள் விழ, அருகில் சாமியார் நின்று பிணத்தையும், சுற்றி நின்றவர்களையும் செபம் செய்து தீர்த்தம் என்ற தூய வெள்ளம் தெளித்துக்கொண்டு நின்றார். அப்புக்கு அது ஒருவித இளக்கார சிரிப்பையே தந்தது.

'இம்புடு வெள்ளமும் பட்டவுடன செஞ்ச பாவமெல்லாம் தீருமா? செய்து போன பாவங்களுக்கு பிராயசித்தம் ஒண்ணுதான் பரிகாரம். பாதிக்கப்பட்டவங்களுக்கு அவங்க இழந்த சீவிதம் கொடுக்கிறதுதான் புண்ணியம். செய்த தப்புக்கான ரணம் வாழம்ப மனசுக்குள்ள நடக்காம... செத்தப்பிறகு என்ன மன்னிப்பு?'

பாதி திறந்த சவப்பெட்டியின் மேல்மூடியை அப்பு கையில் எடுத்தான். வெளியே கிடந்த வெண்துணியை எடுத்து சந்தனம் மூட சுற்றி நின்றவர்களிடமிருந்து அழுகை கசியும் சத்தம் கேட்டது.

செத்தவனுக்கு மூச்சில்ல, அதுனால பிணம். நாளை சாகப்போகிற வங்களுக்கு மூச்சிருக்கு, அதனால் மனிதன். மற்றப்படி எல்லோரும் பிணங்களே.

அப்புவிற்கு மேல் மூடி வைத்து ராயனின் பிண முகத்தை மறைக்க கைகள் நடுங்கியது. குட்டிமணி இனி என்று பார்ப்பாள்? என்ற பெருமல் நெஞ்சை அமுக்கி கொடுத்தது. எனினும் வேறு வழியின்றி மறுபாதியை பெட்டியின் மேல் வைத்துக் கொழூத்தினான்.

முடிந்தது ஒரு மனிதப் பயணம்... ஆடுனதும், பாடியதும் நிறைவுற்று ஆறடிக்குண்டுக்குள் கை,கால் நீட்ட முடியாத சவப்பெட்டிக்குள் அடங்கிப் போகிறது. இனி சில நாட்கள் பலரின் நினைவில்... பல நாட்களில் மறக்கப்பட்ட மனிதனாக வெறும் கல்லறை மேடு மட்டும் நிற்கும்.

ராயனின் சவப்பெட்டியைச் சுற்றி கயிறுகட்டி ஆறடிக்குண்டுக்குள் இறக்கியபோது பெட்டியின் ஓரங்கள் சுவரில் சரக் சரக்கென சத்தம் எழுப்பிக்கொண்டு இறங்கியது... அற்றம் பெட்டி சேர்ந்ததும் கயிறை உருவிக் கரையில் எடுத்தார்கள். சுற்றி நின்றவர்கள் பூக்களை வாரி பெட்டிக்குள் எறிந்தார்கள். அதன் பின் கரையேற்றிய மண்ணை

ஒவ்வொரு பிடியளவு வாரி குண்டுக்குள் பெட்டியின் மேல் எறிந்தார்கள். அது பொடோர் பொடோர் என சத்தம் எழுப்பிக் கொண்டு இருக்க... பெட்டி மூட மூட அந்த சத்தம் குறைந்தது.

வந்தவர்கள் கலைந்துபோய்க்கொண்டேயிருந்தார்கள். அப்பு குழி நிரத்த நின்றான். இன்னும் ஒன்றிரண்டு பேர் நின்றார்கள். ஆரோக்கியம் சந்தனத்திடம் குழி வெட்டும் கூலியை தர்க்கம் வைத்துக் கொடுத்துக்கொண்டிருந்தான்.

'அப்பச்சியே பைய்சா வேண்டாண்டாம். குட்டிமணியிக்க தவப்பனுக்கு ஓசுல வெட்டிக் கொடுக்கிய கடமை எனக்கு உண்டு...' அப்பு அப்படிக் கூறியதும் அவன் வழக்கத்தைவிட பணத்தை சந்தனத்திடம் கொடுத்துவிட்டு அவனை முறைத்துக்கொண்டு போனான்.

கல்லறை மண் மேடால் உயர்ந்து வந்துகொண்டிருக்க சற்று இளைப் பாறுதலுக்காக அடிமை என்ற கல்லறைக்கூடாரத்தின் நிழலில் அப்பு அமர்ந்திருக்க எவரோ பின்னால் இருப்பதுபோல் தெரிய, அவன் திரும்பினான். ஆங்கே தூணின் பின்னால் ரமணி கண் மூடிச் சாய்ந்திருந்தாள். அவளைக் கண்டதும் அப்புக்கு பகீர் என்றானது. இன்னும் எவரோ ஓடி வருவதைப்போல் ரப்பர் சருகுகள் சத்தம் எழுப்ப அதே திகிலோடு பார்க்கும்போது குட்டிமணி அங்கு மூச்சிரைக்க வந்தாள். மகள் ஓடி வரும் அரவம் கேட்டு கண்களைத் திறந்த ரமணி எழுந்து அவளிடம் சென்றாள். முகம் முழுவதும் வியர்வையுடன் நின்றவளின் முகத்தை தனது சேலை முந்தாடியினால் துடைத்துவிட்டு இதமாகச் சிரித்தாள். அந்தச் சிரிப்பில் கிலோ கணக்கில் வலி தொங்கியது... செத்துப் போனவனை அப்பா என்று காட்டிக்கொடுக்க அடையாளம் இல்லாமல் போனதால் சொந்தத் தந்தையை மகளுக்குக் காட்டிக்கொடுக்க இயலாத வருத்தத்தில் நெளிந்தாள்.

'அம்மோ... அப்பா... எனக்கு... மு..கம்... பாக்க..ணம்' சொன்ன மகளின் உதட்டை தன் கையால் அமுக்கி வார்த்தைகளை தடுத்தவள் தனது மகளின் கண்ணீர் முகத்தை முத்தம் செய்தாள்.

'எனக்க மொவுளுக்கு கொப்பன் இல்ல மக்கா... நீ கடவுளுக்க பிள்ள. மதத்துல வந்த மகானுக்கெல்லாம்... ஏன் இயேசு நாதருக்குக் கூட ஆண்டவருதான் அப்பா மோளே. ஆண்டவரத்தான் தந்தையேண்ணு விளிச்சாரு. அதுபோல ஒனக்கும் கடவுளுதான் கொப்பன். இந்த பிரபஞ்சம்தான் நீ சாஞ்சிக் கெடக்குற அப்பன்... ஒனக்கு அப்பன் இல்ல மோளே...' கூறிய ரமணி குலுங்கிப் போனாள்.

தாயின் வார்த்தைகளில் குமுறிப்போன குட்டிமணியின் முகத்தில் தந்தையைத் தேடும் தேடலின் தீவிரம் தெரிய மகளைக் கட்டி அணைத்து அழுதாள் ரமணி... இரு பெண்களும் உலகம் படிக்க இயலாத பெரும் வேதனையில் தவிக்க உயர்ந்து தெரிந்த ராயனின் பிணத்தை மூடிய மண்மேட்டை வெறித்தான் அப்பு. ஆறடிக்குள் எதுவும் உணர இயலாத பிணம்போல் இந்த உலகமும் இருக்கிறதே என்ற வலியில் தன் முன் குமுறும் பெண்களைப் பார்த்தான் அப்பு.

•

உள்பக்கம் சாத்தப்பட்டிருந்த தன் வீட்டு செற்றைக்கதவை வெளிப் பக்கம் கொன்னை மரத்தடியின் சப்பைக்கல்லில் அமர்ந்து வெறித்துப் பார்த்துக்கொண்டிருந்தாள் குட்டிமணி. அவளுக்கு அந்தக் கதவை தள்ளித் திறந்துகொண்டு உள்ளேபோய் அதற்குள் இருக்கும் தன் தாயுக்கும், அவளோடு இருக்கும் எவனோ ஒருவனுக்கும் கன்னத்தில் பளார் பளார் என அறை விட வேண்டும்போல் தோன்றியது. எப்போதோ எலிகள் துளைத்த கதவின் ஓட்டையில் துணிகள் வரைக்கும் வைத்து அடைக்கப்பட்டிருந்தால் உள்ளே எவனோ இருக்கிறான் என்று குட்டிமணிக்குத் தெரிந்து விடும்.

சொந்த அப்பாவிடம் சொந்த அம்மா நெருக்கமாக இருப்பதைப் பார்த்தால்கூட பொறுத்துக்கொள்ள இயலாத பிள்ளைகள் இருக்கும் போது, தன் தாயை பலருடன் பார்த்த வேதனை இந்த குட்டிமணிக்கு எவ்வளவோ இருக்கும். அதன் காயங்கள் உளவியல் ரீதியாக எவ்வளவோ வலிகளைக் கொடுத்திருக்கும்? சாத்தியக் கதவைப் பார்க்க பார்க்க மனதில் ரமணியின் மீது எரிச்சல் வந்து குவிந்தது.

'அம்மோ எனக்க அம்மோ பெரை மறைவுல நீ பலருக்கக் கூட சல்லாபிச்ச சத்தம் எனக்குக் கேட்டதுண்டு. அங்கண்டு வாற மூணலுச் சத்தம் என்னை ஒலகத்துக்க கடைசி இருட்டுல் கொண்டு தள்ளுனதுண்டு. எனக்க இந்த வேதனைகளையெல்லாம் தாங்கி யிட்டு ஒத்தெய்ல எத்தனையோ இருட்டுகளுல இந்த குட்டிமணி தவிச்சதுண்டு தெரியுமா? பாசமத்து வாற ஆணுங்களுட்டண்டு நீ எப்ப வருவ?' மீண்டும் அந்தக் கதவை வெறித்துக்கொண்டே எழுந்தாள். அதை தள்ளித் திறக்க ஆவேசப்பட்டு அதை தள்ளவும் கதவு எவற்றோடோ முட்டிக்கொள்ள உள்பக்கம் நிறைகுடம் இருந்தது. கதவைத்த ள்ளிய குட்டிமணியின் கைகள் தளர்ந்தன.

அவள் மனத்திரையில் தனது குட்டிக்காலம் நினைவில் வந்தது. தனது சின்ன வயதில் இதேப்போல் பூட்டிக்கிடந்த கதவைத் தள்ளியபோது தனது தாய் பாத்திரக்கடைக்காரனுடன் ஒரே பாயில் படுத்துக்கிடந்தது நினைவில் வர கதவைத் தொட்ட கைகளை படக்கென்று எடுத்தாள்.

19

முதல் வகுப்பிற்கு பவளம் குட்டிமணியைக் கொண்டு விட்டகாலம். மதியத்திற்கு மேல் வயிற்றுக்குச் சரியில்லையென்று வீட்டுக்கு வந்த போது இதேபோல் சாத்திக்கிடந்த கதவை தள்ளித் திறந்து நுழையும் போது ரமணியுடன் படுத்துக்கிடந்தான் ஒருவன். யாரது? அவனது கறுத்த உருவம், சாடிய தொப்பை, சிவந்த கண்கள், பாசமற்ற முகம் அரண்டுப் போனவள் திறந்த கதவு வழியே வெளியே ஓடி கொன்னை மரத்தைப் பிடித்துக்கொண்டு நின்றாள். மகள் தன்னைக்கண்ட கோலம் கண்டு பதைத்துப் போன ரமணி சேலையைச் சரி செய்து விட்டு வெளியே வந்தாள். தாயைக்கண்ட குட்டிமணிக்கு அன்று தன் தாய் அதி மகா துரோகிபோல் தெரிய வெறுப்புடன் அவளைப் பார்த்தாள். ரமணி செத்துப்போவதற்கு ஆசைப்பட்ட நாளது. துடிக்கத் துடிக்க மகளருகே சென்றாள்... குட்டிமணி அதிலிருந்து விலகி முள் வேலிச் செடிகளினருகே சென்றாள்.

'நீ அய்..யம்...' தாயைப் பார்த்து கூறினாள்.

'இல்ல மோளே... நான் அய்யமில்ல. அம்மையிக்க கிட்ட இருந்தது யாருண்ணு தெரியுமா? அது ஒனக்காக அம்ம வேண்டுன அப்பா. ஒனக்குப் பள்ளிக்குப் போம்ப ஒரு அப்பா வேணுமில்லியா? அதுக்காக அம்ம வேண்டுன அப்பா மோளே அது...' ரமணி கூற அவள் அப்பா என்று காட்டியவனைப் பார்த்து குட்டிமணியின் குட்டி இதயம் அருவெருப்பில் தொங்கியது.

'இவன் எனக்க அப்பனா? இவன் எனக்க அப்பனுண்ணா என்னைக் கண்டதும் பபியிக்க அப்பா அவ்வியளை எல்லாம் தூக்கி எடுக்கியது

போல என்னையும் எடுத்து முத்தியிருக்கணம். இவன் எனக்க அப்பா இல்லை. இவன் எனக்க அம்மையப் பெரை மறைவுல மட்டும் தேடி வாற மோசக்காரன். அவன் எப்ப வந்தாலும் அம்ம பெரைக்குள்ள போணும்... போவாட்டா அம்மைய அடிப்பான். அவன் இந்த வீட்டுல வாற ஒவ்வொரு நாளும் எனக்க நரக வேதனையும், காரிருள் போன்ற இருளும் இருக்கும்... என்ன காரணமோ என்னவோ போக போகப் அம்மையிக்கும் அவனுக்கும் சண்டை நடக்க அவனும் கால மாற்றத்துல அம்மைய விட்டுட்டுப் போயிட்டான். அவன் போன காலம் எனக்கு விறுவிறுப்பும் இருட்டும் இல்லாத காலங்களா இருந்து... அம்ம வீட்டுல முக்கு முக்கா மூலை மூலையா இருந்து கரைவா... அவாக் கரச்சியக் கண்டாலும் எனக்கு அம்மையிட்ட இரக்கமே வராது. அவன் திரும்பி வரவே கூடாதுண்ணு நான் பல நாளுல குருசு மூட்டுல செவம் செய்ததுண்டு. அவனும் வரவே இல்ல... ஆனா பின்னும் காலம் போம்ப பாலுக்காரருண்ணு ஒருத்தன் வந்தும் போயும் அம்மையிட்ட பழகி அதே பெரைக்குள்ள போக்குத் துடங்குனான்... அவனை சித்தப்பாண்ணு எனட்ட சொல்லித்தந்தா... அவனும் எனட்ட அன்பற்றவனாக இருந்தான். அவனும் இந்த வீட்டுலண்டு போயிட்டான். அதுக்கான காரணத்தை இப்ப நினச்சாலும் நெஞ்சு நோவத்தான் செய்யுது.'

தன்னை உதறிக்கொண்டு நிமிர்ந்தவளின் மனத்திரையில் சித்தப்பா என்று அறிமுகப்படுத்திய பாலுக்காரனின் களங்கமுகம் நினைவில் வந்தது.

காய்ச்சல் என்று குட்டிமணி வீட்டில் படுத்திருந்த ஒருநாள் அவன் இவளருகில் வந்து படுத்துக்கொண்டே அரவணைத்தான். அதுவரை அவளைத் தொடவோ, அன்புக்காட்டவோ செய்யாதவனின் அரவணைப்பு அவளுக்கு அருவெருப்பையும் பயத்தையும் கொடுக்க பயந்துப்போய் அலறியவளை அவன் வலுக்கட்டாயமாக அணைக்க அவள் சத்தம் கேட்டு வீட்டின் பின் பக்கம் நின்ற ரமணி அதிர்ந்தாள். அவன் செயல் அவளுக்கு ஆத்திரத்தையும், வேதனையையும் தர அவனிடம் சீறினாள்.

'வேலியே பயிரை மேயுறதுபோல இல்லா இருக்கு... நீ எனக்க மொவுளுக்கு ஒரு அப்பனா இருக்க வேண்டியவன் இல்லியா... நீயே இப்படி ஆயிட்டியே...' கதறிக்கொண்டே தன் தலையை சுவரில் மோதி அழுதாள். அவனோ இரக்கமற்று அவளிடம் மறுபதிலால் குதறினான்.

'ஒனக்க மொவுளுக்கு நான் எப்பிடி கொப்பன் ஆவுவேன். நீ காமம் முத்திப் பெத்ததுக்கு நான் தவப்பனா இருக்க வேண்டிய அவசியம்

இல்ல. ஒனட்ட வாற ஒருத்தனும் ஒன்னைக்கண்டு இனி வர மாட்டுனம்... மொவா வளர வளர அவளைக் கண்டுதான் வருவுனம். பாத்துக்கா ஒரு காலம் வரம்ப ஒனக்க இடத்துல ஒனக்க மொவாதான் இருப்பா...' அவன் தீர்க்கமாகக் கூற ரமணிக்கு ஆத்திரம் வர சன்னலில் தென்பட்ட காய்கறி வெட்டும் கத்தியை எடுத்து அவனை நோக்கி வீசினாள். அவன் தோளோரம் கத்தி ஏற்படுத்திய உரசலில் கனிந்த ரத்தம் கண்டு அவனுக்குக் கோபம் வர ரமணியின் தலை முடியைப் பிடித்து சுவற்றில் மோதி மோதி அடிக்க பயந்துப் போன குட்டிமணி 'அய்யோ அம்மய கொல்லுனுமே' என்று சத்தம் போட பவளம் அப்பு என்று ஓடி வர அன்று அதிலிருந்து இறங்கியவன் அதன் பின் வரவே இல்லை.

'ஒனக்குண்ணு ஒரு கொப்பனைத்தந்து, எனக்குண்ணும் ஒரு குடும்பம் இருக்கு யாரும் எனட்ட வராதீங்கண்ணு காட்ட நான் தேடித் தேடி தோத்துப் போறேன்' என்று அழுத தன் ரமணியை நினைத்தாள் குட்டிமணி.

'இப்படித்தான் எனக்க அம்மையிக்க சீவிதம் தலைக்குத்தி மறிந்துப் போனது. என்னை கல்யாணம் ஆகாமல் பெற்றது... அதன் பின் எனக்கொரு அப்பனைத் தேடி ஏமாந்தது என ஊரறிய பலருக்கும் அவள் அப்பட்டமாக மாட்டியதால் அவளின் நல்லவள் என்ற கதாபாத்திரம் கிழிந்துப் போச்சி... எனக்கும் ஒரு குடும்பம் இருக்குண்ணு காட்ட அம்ம எடுத்த ஒவ்வொரு முயற்சியும் அவள பின்னும் பின்னும் பாவியாக்கி விட்டுது... எண்ணு இந்த ஓட்டம் நிக்கும்...'

நினைத்துக்கொண்டே அப்புவின் வீட்டுத்திண்ணையைப் பார்க்கும் போது அவன் அதில் படுத்துக்கிடப்பது தெரிந்தது.

'எனக்க அம்ம இந்த அப்புவ எனக்கு ஒரு உறவு முறையும் செல்லித் தரேல... ஆனா நான் ஒரு தடவை'அப்புவ ஏம்மா எனக்கொரு சொந்தமா நீ காட்டித்தரேல'ண்ணு கேட்டேன்... அவா அதுக்கு பல் காட்டாம சிரிச்சா... அந்தச் சிரிப்புல அப்புட்ட அவளுக்கு ஒரு அன்பு இருக்குண்ணு புரிஞ்சி'

'அப்பு ரொம்ப நல்லவன். கொம்ம கெட்டுப்போனவா... எனக்க சின்ன வயசுல எனக்கிருந்த முக்கியமான கூட்டுக்காரன் அப்பு... ஒரு தடவை அறியாம இடறுனேன். மறு தடவை பலருட்ட எனக்க சீவிதம், குடும்பம் கேட்டேன்... அவங்க எல்லாம் அதைத் தராம போனது அப்புக்குத் தெரியும்... அவனா இண்ணு வரைக்கும் இதப்பத்தி பேசல. இப்ப எல்லாம் அப்படி தோணவும் இல்ல...

கெட்டுப்போனவா எப்படி அவனுட்ட சீவிதம் கேக்க முடியும்? சீவிதத்துல நிக்க இடமத்து அல்லோலபடம்ப அவனா எனட்ட எதையும் சொல்லாம நான் என்ன சொந்தமுண்ணு ஒனட்ட சொல்லி தரக்கு?' எப்போதோ சிறு வயதில் ரமணி சொன்ன வார்த்தைகளை நினைத்துக்கொண்டு அப்புவை முறைத்தாள்.

ரமணி சொன்னதை நினைத்துக்கொண்டு நிற்க தன் வீட்டுக்கதவு திறக்கும் சத்தம் கேட்க திரும்பினாள். வீட்டுக்குள்ளிருந்து சிகரெட் குடித்தபடி ஒருவன் வெளியேறினான். அவன் முகத்தைப் பார்த்த குட்டிமணி பதறினாள். அவள் மனம் அருவெருப்பில் நெளிந்தது.

'யப்ப, இந்த ஒலகம் பூராவும் எழுதித் தாறேண்ணு சென்னாகூட இவனுட்டண்டு ஒரு உம்மாகூட வாங்க முடியாத அளவுக்கு இருக்கிறவனுக்க கூட அம்ம இவ்வளவு நேரமும் காசுக்காக கதவப் பூட்டியிட்டு கிடந்துருக்கியா...' அய்யோ என அவள் மனம் பதறியது.

வெளியில் வந்தவன் குட்டிமணியைப் பார்த்தான். அவன் பார்வை தன் மீது மேய்வதைக்கண்டு தனக்குள் நெளிந்துப்போனாள். அவனோ அவளருகில் வந்து தனது சிகரெட் புகையை அவள் மீது ஊதினான். தன் கைகளால் அந்தப் புகையை தடுத்துக்கொண்டு அவனைப் பீதியுடன் பார்த்து நின்ற குட்டிமணியை வெளியில் வந்த ரமணிக் கண்டு பதறிக்கொண்டு மகளிடம் ஓடி வந்து அவளை அணைத்துக் கொண்டு அவனை முறைத்தாள்.

தாயின் அரவணைப்புக்குள் காமமுடையும், ஆண் மொச்சையும் எடுக்க தன்னை அவளிடமிருந்து உதறிக்கொண்டு ரமணியைச் சீறினாள். ரமணியோ அவனை சீறினாள்.

'ஒனக்கு எனட்ட தான் சோலி. அது முடிஞ்சி அதுக்குள்ள பைய்சாய நீ எனட்ட தந்துருக்கிய... ஒனக்கு இனி இதுல என்ன வேலை?'

'ஏன் மொவுளுட்ட புது சோலி தொடங்குனா கயக்குமா என்ன?' அவன் படாரெனக் கேட்க துடித்துப்போனவள் அவனை முறைத்தாள்.

'ஒனக்க மொவா நல்ல லெச்சணம் உண்டு. இனி இவள நம்பிதான் பலரும் வருவுனம். அதுனால பழக்கி வச்சட்டா?' அவன் பல்லை இளித்துக்கொண்டு கேட்க குட்டிமணி அச்சத்தில் அப்புவை நோக்கி ஓடினாள். அவனோ இடைமறித்து அவளைத் தடுத்தான்.

இங்கு கேட்ட அரவத்தில் அப்பு திண்ணையிலிருந்து எழும்பினான். கண் அயர்ந்துப் போனதில் அவன் வாயில் பாய்ந்த சளுவை கன்னத்தில் பாய்ந்திருக்க எழும்பியவன் தனது தோள் துண்டால்

வாயோரத்தை துடைத்துக்கொண்டு அவர்களிடம் நடந்தான். அவன் முதுகு முழுவதும் மண் ஒட்டியிருந்தது. அச்சத்தில் நின்ற குட்டிமணியை அனுசரணையாக அணைத்துக்கொண்டு அவனை முறைத்தான்.

'எதுக்கு இதுல வந்து வெகளம் வச்சிய? நீ போ இதுலண்டு' அப்பு அவனிடம் கூற அவன் பரிகாசமாக சிரித்தான்.

'நீ சென்னவுடன நான் போணுமாக்கும். அப்படி நீ செல்லி நான் கேக்க நீ என்ன உறவு இவளுகளுக்கு? இவளுவா வேலியத்த பயிருகளைப் போல யாருக்கு வேணுமுண்ணாலும் பறிச்சுலாம்... தின்னுலாம். பொது சொத்துப் போல படச்சி விடப்பட்டவியா...' அவன் அப்படிக் கூற ரமணி தனக்குள் சுருண்டாள்.

'எவ்வளவு நிசாரமா சொல்லியான் இவன். தாலியத்தப் பெண்ணும், வேலியத்த பயிரும் ஆளாளுக்கு விளையாடும் பொது சொத்தா?'

'இங்கேரு நீ இதுல பெருசா பேசாண்டாம். ஏண்ணா நீ பெரிய யோக்கியன் இல்ல. நீ தள்ளையையும், மொவளையும் வச்சிட்டு இருக்கியண்ணு இந்த ஊருக்கேத் தெரியும். ஒனக்கு பைய்சா கொடுக்காம ஓசுல எல்லாம் நடக்குண்ணு எனக்குத் தெரியும்...'

அவன் அப்படி அசிங்கமாக கூற அப்புக்கு கோபம் வந்து தன் கனத்த கையால் அவன் கன்னத்தில் பளாரென அறைந்தான். அப்புவின் எதிர்பாராத அடியால் தடுமாறிப்போனவன் மூர்க்கம்கொண்டவனாக அப்புவைப் பிடித்துத் தள்ளிவிட்டான். அப்புவும் தடுமாறி தரையில் விழுந்துப்போனான். கீழே விழுந்த அப்புவிடம் ஓடி அவனைத்தூக்க முயன்றாள் குட்டிமணி. ரமணி அவனின் அருகில் சென்று காறி உமிழ்ந்தாள்.

'நீ உருப்பட மாட்ட.... என்னை முழுசா தந்தும் பசி அடங்காம எனக்க மொவளையும் தின்னக்கு நிக்குதியே நீயெல்லாம் நீக்கம்பு வந்துதான் சாவுவ...' இவள் சாபம் கேட்டு அவன் சத்தமாகச் சிரித்துவிட்டு பதிலுக்கு அவனும் காறித்துப்பிக்கொண்டு நடந்தான்.

அவன் துப்பலில் தன் உடல் முழுவதும் நனைந்தது போலிருக்க கூசிப் போனாள் ரமணி.

'நீ தந்த நூறு ருவாயிக்கி வேண்டி எனக்க கழுதையெல்லாம் கண்டியே... அதுக்கா காறித் துப்பியிட்டு போற...' பொறுக்க இயலா ஆத்திரத்தில் மனம் பொங்க தரையில் கிடந்த மண்ணை கையில் அள்ளி அவன் போன திசையில் எறிந்து சபித்தாள் ரமணி.

‘வா ஒனக்கெல்லாம் ஒரு காலம் வரும். பெண்ணுண்ணா வெறும் சதையாக்கிப் போட்ட நீயெல்லாம் பெண்ணைத் தேடுற ஒரு காலம் வரும். மனசு எரிஞ்சி ஒவ்வொரு பெட்டச்சியும் போட்ட சாபமும், கண்ணீரும், இந்த பூமியிலதான் நிக்கி. பெண்ணுக்க வேதனையும், வெப்புராளமும் கால தேவனுக்க காதுல விழம்ப அவனும் தேச்சியம் வந்து பெண்ண படச்சாம போற ஒரு காலம் வந்தா அண்ணு பெட்டச்சிய தேடி ஒவ்வொருத்தனும் கரைவான். ஆற்றலுக்கும், அரவணைப்புக்கும், அன்புக்கும் உள்ள பெட்டச்சியத் தேடித் தேடி நீயெல்லாம் கரையக்குள்ள காலம் வரும்...’ ரமணி கண்ணீரோடும் வேதனையுடன் சொல்லிக்கொள்ள, தரையிலிருந்து எழும்பிய அப்பு அவளைப் பார்த்தான். அவளைக் கையெடுத்துக் கும்பிட்டான். அந்த கும்பிடலில் இந்த உலக ஆண்கள் மொத்தம் சார்பான மன்னிப்பு எழும்பி நின்றது.

கும்பிட்ட அவனது இடது கை முட்டு உரசி அதிலிருந்து ரத்தம் வர அதை தன் துப்பல் தொட்டு வைத்துக்கொண்டே அவளை அழைத்தான்.

‘ரமணியே, இப்பிடியெல்லாம் சொல்லாத. பெட்டச்சி இல்லாம போனா இந்த நிலத்துல ஒரு புல்லுகூட குருக்காது. காலச்சக்கரத்துல பெட்டச்சி எல்லாத்தையும் சதை கடந்து ஆளுகின்ற காலம் வருமுண்ணு சொல்லு. அப்ப இவனைப்போல உள்ளவனெல்லாம் பட்டிப்போல வந்து நிப்பானுவா. பிரபஞ்சம் ஒரு நாளும் பெண்ணை மறச்சி வைக்காது. காலதேவன் பெண்ணை படைக்காம இருக்க மாட்டான். ஏண்ணா பெட்டச்சி இல்லாட்டா இஞ்ச ஒண்ணுமே இல்ல...’ அவன் கூறிக்கொண்டே விழுந்து உரவிய காயத்தின் எரிவை சகித்துக்கொண்டு கொன்னை மரத்தினருகே சென்றான். அங்கே குட்டிமணியும் உர்ரென்று முகத்தை வைத்துக்கொண்டு இருந்தாள். மூவரின் அமைதியைக் கொன்னை மரக்காற்று கலைத்துவிட முயன்றுகொண்டிருந்தது. ரமணி குட்டிமணியிடம் சென்றாள். அமுக்கி வைத்த ஆத்திரம் பொட்டிச்சாட குட்டிமணி ரமணியிடம் கத்தினாள்.

‘செல்லியிட்டுப் போனதை கேட்ட இல்லியா? எனக்கும் ஒனக்க சீவிதம் தான் கிடைக்குமாம்.என்னை நீ எம்புடு பொத்தினாலும் ஒனக்க அதே வாழ்க்கைத்தான் எனக்கு கிடைக்கும். ஒனக்கு வேசயிண்ணு கிடச்ச அதே அடையாளம்தான் எனக்கும் கிடைக்கும். காலம் போம்ப எனட்டயும் நூறு அம்பதுண்ணு தந்துட்டு வரத்தான் போறானுவா, ரேசன் வேண்டக்கும், மரக்கறி வேண்டக்கும், அந்த சக்கறம் ஒதவத்தான் போகுது’

குட்டிமணி ஆத்திரத்தில் கக்கிய வார்த்தைகள் ரமணியின் இதயத்தைப் பிளந்துகொண்டு விழ, ஆவேசத்தில் மகளின் கன்னத்தில் பளாரென்று அறைந்தாள்.

'பிடிச்சாத ஒருத்தனுக்க தேகத்துக்கு கூட தேவிடியா ஆட்டம் ஆட ஒனக்கு களியுமா? களியுமாண்ணு கேக்கிறேன். மனசுக்குப் பிடிச்சவன் கூட இருக்கிறதுக்கும், பிடிக்காதவன் கூட இருக்கிறதுக்கும் வித்தியாச முண்டு.' அதே ஆத்திரத்தில் ரமணியும் நிற்க இருவரையும் திகைப் புடன் பார்த்தான் அப்பு.

'ஏன் அடிக்கிற? ஒரேயடியா என்னைக் கொல்லு. ஒன் ஒருத்தியால எனக்க சீவிதமும் கழுதைப் போல ஆகுது. ஏன் இந்த நாட்டுல எவ்வளவோ சோலிக்கிடக்கு. அதுல ஒண்ணு செய்து என்னை வளத்தியிருக்கணம். இல்லண்ணா கொன்னுருக்கணம். எதுக்கு இப்பிடி ஒரு சீவிதம்? என்னால முடியல்ல. எனக்கு சாகத் தோணுது...' குட்டிமணி கத்திய சத்தம் கேட்டு கொன்னை மரக்காற்றும் அமைதியானது. ரமணி மகளை ஆச்சரியமாகப் பார்த்தாள். அப்புவும் அவளை வியப்பாகப் பார்த்தான்.

'குட்டிமணி அம்மைய குத்திக்கிழிக்காத, என்னை மாதிரி நீ ஆகப்பிடாதுண்ணு எனக்க பிராணன் துடிச்சிய துடி தெரியாம பேசாத.... எனக்க மனசுல ஒரு சொட்டுக்கூட ரெத்தம் இல்ல மோளே... யாரு என்னைப் பறஞ்சாலும் இப்ப மரத்துப்போன மனசு நீ பறஞ்சா நோவும்...'

'நீ எதுக்கு இப்படி ஆன? ஒருக்கா ரெண்டு தடவையிண்ணு சீவிதம் தடம் புரளம்ப ஒன்னை ஒனக்கு மாத்திக்கிடுலாம் இல்லியா... இல்லண்ணா செத்துப்போயிருக்குலாம் இல்லியா?'

குட்டிமணி ரமணிக்கு புதிதாகத் தெரிந்தாள். தன் வாழ்வும் தாயைப் போல் சிதைக்கப்படுமோ என்ற அச்சத்தின் போராட்ட முகவரி அவளிடம் வெளிப்பட்டது.

'மாப்பிளையில்லாம பிள்ளப்பெத்தா அதுக்கப்பிறகு அவா எப்பிடி மற்ற ஆளுகளால நல்லதா பாக்கப்படுவா. இடறுன காலத்துலேயும் சரி... இப்பவும் சரி எந்தப் பின்புலமும் நமக்கில்லை... ஆளும் சீரும், வாய்ப்பும் வசதியும் இருந்திருந்தா இந்த இழிநிலை நமக்கு வந்திருக்காது. எந்த ஆதரவும் இல்லாத, சொந்த பந்தம் இல்லாத நான் எனக்கு முடிஞ்ச அளவுக்கு சீவித போராட்டத்துல நின்னுப்பாத்தேன்... ஆனா முடியல்ல... வாழ்க்கைப்பசிக்கு பணம் தேவைப்பட்டுது... உண்ணக்கும், உடுக்கக்கும் பணம் வேணும்... பெண்ணுக்க மனம் செத்தப்பிறகு ஏது உடம்பு... மரத்துப்போச்சி.

மனசுக்க பாசையெல்லாம் மறந்துப்போச்சி. அதோட தேகத்துக்க உணர்வும் செத்துப்போச்சி. இப்ப இந்த தேகம் வெறும் மிசியன்... தொழிற்கூடம்... பணம் வரவழைக்கிற ஆயுதம்... கூச்சமற்றுப்போன கூடு... ஒருத்தனுட்ட தோத்து, ரெண்டாமது ஏமாந்து அவா அதுக்குத் தாண்ணு எனக்க சீவித பிழைக்கொண்டு விட்ட இடத்துலண்டு தப்பிப்போக ஒரு வழியும் எனக்குத் தெரியாமப் போச்சி.' நினைத்துக் கொண்டே குட்டிமணியைப் பாசமாகப் பார்த்தாள் ரமணி. அவள் பார்வையை குட்டிமணி தவிர்த்தாள்.

'மோளே நான் எதோ ஆசைப்பட்டு போறேண்ணு நினைக்கிறியா? எனக்க ஆசையெல்லாம் ஒணந்துப்போச்சி மக்கா. காதலு இல்லாத ஒரு ஆணுக்க முத்தம் பெண்ணுக்கு எவ்வளவு அருவெருப்புண்ணு தெரியுமா ஒனக்கு? உரிமையோ, நம்பிக்கையோ இல்லாத ஒருத்தனுக்க அரவணைப்பு எவ்வளவு பெரிய ஓங்காளமுண்ணு தெரியுமா ஒனக்கு?' ரமணி கேட்க குட்டிமணியும், அப்புவும் நிமிர்ந்தனர்.

'எனக்க தேகத்தை உணர்வற்ற மரக்கட்டைமக்கா. வெறும் சக்கறத்துக்கு வேண்டி நடிக்கிற ஒரு நடிகை மக்கா எனக்க உடம்பு. ஒனக்கு ஒண்ணு தெரியுமா எனக்க மோளே... ஒரு பெண்ணுக்கு அவா மனசுக்குப் பிடிச்சவன் தொடம்ப மட்டுந்தான் ஆச வரும். இல்லண்ணா அருவெருப்புதான் வரும். ஓங்கொப்பன் மாருல மயங்கியிட்டு ஒரு சாயலு சாஞ்ச அண்ணு எனக்க தல குனிஞ்சி நின்ன ஓர்ம உண்டு... வெக்கமும்... சிணுங்கலும் அப்ப வந்தது... அதுக்கப்பிறகு இதுவரை இவா தேகம் அப்பிடி ஒரு சிலுசிலுப்பை அனுபவிக்கேல... பாசமத்து வாறவங்களுட்ட பெண்ணுடம்பு செத்துதான் கிடக்கும்...'

ரமணி கூற அப்புவும், குட்டிமணியும் பொடிப் பொடியாகச் சிதறினார்கள்.

'ஒனக்குத் தெரியாது எனக்க அண்ணத்த சூழ்நில. அம்மச் செத்த நேரம், நீ வயித்துல இருந்த நேரம், கொப்பன் விட்டுட்டுப்போன துரோகத்துக்க நேரம், ஊரெல்லாம் பரிகாசம் அடிச்ச நேரம்... ஆக எனக்க கூட நின்னது பவளமும் அப்புவும் மட்டுந்தான. பவளம் கத்தாழ இளச்சா, அப்பு முடி வெட்டி கல்லறக்குழி தோண்டுனாதான் அரை வயித்துக்கஞ்சி கிடச்சும். வறும, பட்டுனி, ஒழுகிப்பாயுற வீடு, உடுக்க துணியில்லாத நிலை... பவளத்துக்க தீனம்... பிடிச்சி நிக்க ஒக்கேல... உழைக்கப்போனா வரட்டா வரட்டாண்ணு கேட்ட துன்புறுத்தல்கள்... வீட்டுலக்கிடந்த ராவும், பகலும் ஏறிச் சாடிய காமப்பேய்கள் ஓடவே முடியல்ல... அப்பதான் ஒருத்தன எனக்குண்ணு வச்சிட்டா இதெல்லாம் கொஞ்சம் குறையுமுண்ணு

மாத்தி மாத்தி ஒண்ணுக்குப் பதில் பலரை ஏத்துக்கிட்டும் ஒருத்தனும் எனக்க கூட நிக்கேல. பின்னும் பழைய குருடி கதவைத்திறடியிண்ணு இதே போராட்டம்... வேற வழியில்ல... விழுந்துட்டேன் எனக்க மொவளே... எனக்கும் நிக்க ஆசையாத்தான் இருக்கு...' ரமணியை கண்கள் விரித்துப் பார்த்தாள் குட்டிமணி.

'ஒவ்வொரு வேசையிக்கப் பின்னும் ஒரு விழுதல் உண்டு மக்கா... மனுசங்களுக்க விழுதல்தான் வாழ்க்கைப் பாதையை மாற்றி விடுது. காதலே இல்லாத ஒருத்தனுக்க அணப்பு, பாசமே இல்லாத ஒருத்தனுக்க தேகம் ஓங்காளம். தாற சக்கறத்துக்கு வேண்டி கள்ளதா முத்தி, கள்ளதா சிணுங்குற தேவிடியா ஆட்டத்துக்க வலி ஒனக்குத் தெரியாது மோளே...' குமுறிவிட்டாள் ரமணி... குட்டிமணி அவள் வார்த்தையால் சில்லி சில்லியாக உடைந்தாள். அப்பு துடித்துப்போய் அவளிடம் ஓடினான்.

'ரமணியே போதும். நீ இதுக்க மேல பேசுனா என்னால தாங்க ஒக்காது...' அப்பு பதறிக்கொண்டு கூற அவனை ஆச்சரியமாகப் பார்த்தாள் ரமணி.

'எனக்க மொவா என்னை மனசுலாக்கணம். அவா கேக்குறா இல்லியா சாவாம ஏன் வளத்தேண்ணு... செத்துப் போக்கு ஏனோ இப்ப வரைக்கும் தோணேல... வாழ்க்கை கைநழுவிப் போகப் போக இன்னும் வரும் வருமுண்ணு தேடத்தான் தோணிச்சி. சாகுறதுக்கு முன்ன வாழ்க்கை எனக்கு வசப்படுமுண்ணு நம்பித்தான் ஒன்னையும் வளத்தேன்... என்னைப்போலத்தான் நீயும் ஆவுவண்ணு சவாலு விட்டுட்டு இருக்குற ஆளுகளுக்க மத்தியில ஒன்னை ஒருத்தன் கூட வாழ வச்சி ஒனக்குண்ணு ஒரு குடும்பம் அமச்சி வாழ்றதைப் பாக்க ஆசைப்படுறேன் மக்கா.' ரமணியின் கண்களில் நம்பிக்கை ஒளி வீசுவதை அப்பு கவனித்தான். குட்டிமணியும் அவளைப் பார்த்தாள்.

'நீ என்னை மனசுலாக்காமப் போனா நீ சொன்ன சாவு எனக்கு சுகம் போல இப்பத் தோணுது மோளே...'

'அம்மோ...' குட்டிமணி ரமணியை அழைத்துக்கொண்டு அவளிடம் ஓடினாள்... ரமணி மகளின் தலையை வருடினாள்.

'சீவிதம் நம்மளைப்போல உள்ளவங்களுக்குப் போராட்டம்தான் மக்களே... போராடாம நமக்கெல்லாம் வாழ முடியாது. நமக்க வாழ்க்கையும் மாறும்... அப்படி எல்லாம் மாறி வரம்ப சீவிதம் ருசியா இருக்கும். அந்த ருசியான வாழ்வுக்கு வேண்டி போராடத் தான் செய்யணம்... எல்லா ஏற்றத்திற்கும் ஒரு இறக்கம் உண்டு. தோலுக்க சுரணப் பொட்டிப்போறதுல கவலைப்படப்பிடாது.

மனசுக்க சுரண சாகாம பாத்துக்கணம். இஞ்ச பலருக்க மனச்சுரண செத்துப்போய்த்தான் கிடக்கு... உண்ம, நீதி, பாசம்ண்ணு உள்ள நல்ல நல்ல செயல்பாடுகளை இழந்துப்போய் மனச இரும்பாக்கிட்டு வாழுறவங்களுக்கு தோலுதான் புண்ணியமுண்ணு, மனசுக்க புனிதத்த வித்துட்டு வாழுனம்...' அப்பு ரமணியின் மன உரத்தைப் பார்த்து பிரமித்தான்.

'இப்ப எனக்க மனசை இவளுட்ட சொல்லியிரட்டா... ரமணியே எனக்கு ஒன்னைப் பிடிச்சுமுண்ணு செல்லியிரட்டா...' ரமணி தன் மகளை அணைத்துக்கொண்டு அப்புவைப் பார்த்தாள். அவன் கையின் உரவிலிருந்து வரும் ரத்தம் பார்த்து அவள் மனம் அவன் மீது பாகாய் உருகியது.

'அப்புவே நீ ஏன் எனக்க விசயத்துல ஒன்னை நுழைக்கிற? எனக்கு வேண்டி நீ பல இடங்களுல அவமானப்படுற. இனிமேல் எனக்க விசயத்துல நீ அதிகமா அக்கறைப்படாத. நான் ஒண்ணும் நல்லவா இல்ல...' அவள் அப்புவிடம் அப்படிச் சொன்னதும் அப்புக்கு தன் மனதுக்குள் காதல் வெள்ளம் பொங்கிப் பொங்கிச் சாடியது... இது தான் தன் காதலை வெளிப்படுத்த வாய்ப்பு என அவன் தன் வாயைத் திறந்தான்.

'எனக்கு வேண்டி அக்கறைபடாதேண்ணு செல்லுதியே? ஒனக்கு வேண்டி நான் ஒருத்தன்தான் அக்கறைப்பட முடியும். அப்ப எனக்க கையப்பிடிச்சிட்டு ஏலாக்கர, காட்டுக்குளமுண்ணு சுத்துறப்ப எனக்க மனசுல நீ எப்பிடி இருந்தியோ அதேப்போலத்தான் இப்பவும் இருக்குற. ஒனக்க விசயத்துல நான் ஆடாம இருந்தாலும் எனக்க சதை ஆடும். இந்த அப்பு பயலுக்க மனசப் பௌந்துட்டு பாரு... அதுல நீதாம்பட்டி இருக்கிய' கண்கள் சிவக்க, உதடு துடிக்க மனம் பொட்டிச் சிதற தனது பல வருடக் காதலை கொப்பளித்துவிட்டான் அப்பு.

அப்பு கொட்டி விட்ட வார்த்தைகள் ரமணியின் மனத்திரையில் சென்று முட்டிமோத, அவனை விழிவிரித்துப் பார்த்தாள். குட்டிமணியும் அவனை ஆச்சரியமாகப் பார்த்தாள்.

'நீ அப்படி பாக்காத ரமணி. நான் சொல்லியது உண்ம...' அப்பு அவளிடம் மீண்டும் கூற ரமணி வாய்த் திறந்து சத்தமாகச் சிரித்தாள். அந்த சிரிப்பு அப்புக்கு புதிதாக இருந்தது... குட்டிமணிக்கு புதிராக இருந்தது.

'அப்புவே ஒனக்கு பைத்தியமாப் பிடிச்சிருக்கு. நீ என்னை பரிகாசம் அடிச்சுதியா? போறான் இல்ல, பாசமாம் பெரிய பாசம்.'அப்புவை அவள் எடுத்தெறிந்தாள் வார்த்தையால்.

'நான் கள்ளஞ் செல்லேல...' அவன் சத்தமாகக் கூற ரமணி அவனை தீர்க்கமாகப் பார்த்தாள். அந்தப் பார்வையில் ஆத்திரம் இருந்தது, அழுகை இருந்தது... குட்டிமணியை தன் அணைப்பிலிருந்து விட்டுவிட்டு அப்புவிடம் நடந்தாள். அருகில் சென்று அவன் முகத்தைப் பார்த்தாள்.

'பல துரோகங்கள் கண்டு கொஞ்சம் கூட ஈரம் இல்லாம ஒணந்துப் போன எனக்க மனசுக்குள்ள காதலு சொல்லவா வாற? பல பயலுகளுக்க மனசுக்குள்ள எனக்க கழுதை பத்திரமா இருக்கும். அப்புக்கு நான் தர எனட்ட புதிய மனசில்ல, புதிய தேகமில்ல... இது இரண்டையும் தவிர எனட்ட ஒனக்குத் தர ஒண்ணுமில்ல. நான் வெறும் பழசு... அந்தப் பதினஞ்சி வயசுப் பிராயத்துல எனக்க கண்ணும் கொவுடும், நடையும், சிவப்பும் கண்டு ஒருத்தனுக்கு காதலு வந்து. அதுக்கப் பிறகு பலருக்கு இந்த முலையும், சதையும் கண்டு கண்டு மோகம் வந்து... அப்புக்கு எனட்ட என்னக் கண்டு சினேகம் வந்து?' அவள் கோபத்தில் கேட்ட விதம் அப்புவை வாரிச்சுருட்டிப்போட குட்டிமணி பீதியுடன் தாயைப் பார்த்தாள்.

'எனக்க மோளே அப்பு செல்லியதைக் கண்டியா? ஒனக்க கொம்மையிட்ட இவனுக்கு காதலாம் பெரிய காதல். அப்படி இவளுட்ட அவனுக்கு என்னப் பிடிச்சுமுண்ணு கேளு மோளே. பலருக்கு பெண்ணுக்க முன்னப்பாத்தும், பின்னப்பாத்தும், தோலு மினுக்கப் பாத்தும் பிடிச்சிட்டுருக்க இவனுக்கு எனட்ட என்னது பிடிக்குமுண்ணு கேளு மோளே? நீ கேட்டாலும் அவன் என்னத்த செல்லுவான்? இவனுக்கும் எல்லாரைப்போல எனக்க சதையும் பிடிச்சிக்காணும். எல்லாரும் பைய்சா தந்துட்டு வருனம். இவன் பாசம் காட்டியிட்டு வரக்குப் பாக்கியான்...' அவள் அப்புவை எடுத்தெறிந்து காயப்படுத்திப் பேச துடித்துப் போன அப்பு அவளை கண்கள் சிவக்கப் பார்த்தான்.

'ரமணி நீ என்னை மனசுலாக்காம பேசுற... நீ நினைக்கிறது மாதிரி நானில்ல. ஒனக்க எல்லா வேதனையும் மனசுல சுமந்து யாருக்கும் தெரியாம கல்லறத்தோட்ட இருட்டுல, குழி குண்டுல கரஞ்சி தீத்துட்டு திரியிறவன் நான். நீ மற்ற ஆணுங்களுக்க இடத்துல என்னையும் வச்சிப் பேசாத... அதை என்னால கேக்க முடியேல... ஒனக்க சதைதான் எனக்கு முக்கியமுண்ணா அதை நான் எப்பவே அடஞ்சிருக்கலாம்...'

'அது தான் இப்ப காதலுண்ணு உள்ள பேருல கேக்குறியே...' ரமணி சத்தம் போட்டு கூற... அப்புக்கு கோபம் பொங்கியது.

‘ஒனக்கு மட்டுந்தான் மனசு இருக்குண்ணு நினச்சியா நீ? எனக்கும் அது இருக்குட்டி. ஒலகத்துல எல்லா ஆணுங்களும் வெறும் சதைக்கி அலந்தவங்கண்ணு நீயா எப்படி முடிவெடுக்கலாம். நீ நல்லவங்களப் பாக்கல... பாத்தாலும் கண்டுப்பிடிக்கேல. எனக்கு ஒன்ன சதைதாண்டி பாக்க முடியும். ஆக கூடி இரண்டு மாசம் எனக்க கூட சீவிச்சவா கூட ரெண்டு நாளு கூட நான் சதையோட வாழ்ந்திருக்க மாட்டேன். ஆனாலும் இண்ணு வரைக்கும் பெண்ணுக்க சதையிண்ணு நான் ஓடேல... எனக்க எல்லா ஒணர்வும் இருட்டுக்குள்ள கெடக்கு. கற்பும், காதலும், மனசும் எனக்கும் இருக்கு... சும்மா ஒன்ன ஏமாத்துன ஆணுங்களுக்க வருசையில என்னையும் விட்டு குற்றவாளியாக்காத... எனட்ட உள்ள மனக் கருவறைக்குள்ள நீ ஒரு குழந்தையாட்டே இருக்கியிட்டி பாவி மட்ட’ அவன் உதடு துடிக்க உணர்வு பொங்கக் கூறும்போது ரமணி தனக்குள் சுருண்டு மறிந்தாள். குட்டிமணி அப்புவை ஈரமாகப் பார்த்தாள். ‘அம்மையிட்ட இவ்வளவு பாசம் வச்சியும் அவளுட்ட அதைக் காட்டாம வாழ்ந்துட்டியே’ என்ற வேதனையில் அப்புவைப் பார்த்தாள்.

‘எதோ பிடிக்கும் பிடிக்குமுண்ணு செல்லுதியே... இத்தனக் காலம் நீ எங்கப்போன?’ அவள் தெளிவாகக் கேட்க அப்பு அவளை தீர்க்கமாகப் பார்த்தான்.

‘வழியிலப் போனவங்கள குட்டிமணியிக்க அப்பாண்ணு காட்டிக் கொடுத்த இல்ல... என்னை அவளுக்கு என்ன சொல்லிக் கொடுத்த? அடுத்தாளுட்ட நம்பிக்கை வச்சி அவங்ககூட வாழ முடிவெடுத்த ஒனக்கு என்னை ஒன் கண்ணுல காணேலியே அது ஏன்?’ பதிலின்றி அவனைப் பார்த்தாள். ‘கெட்டுப்போனவள் என்று ஆன நான் உன் முன் வந்து நிற்க வலுவில்லை... நீயாக ஏன் வரவில்லை? என்ற கேள்வியுடன் அவனைப் பார்த்தாள்.

‘நான் கட்டியவளுக்கு என்னைப் பிடிக்கவில்லை. அழகற்றவன் என்ற அடையாளம் பெற்றவன், நீயும் ஒருநாள் என்னை காதல் பார்வையில் பார்க்கவில்லை - உனக்குப் பிடிக்காமல் நானாக வந்துக்கேட்டால் தரம் தாழ்ந்துப் போனதால் இவன்கூட என்னைக் கேட்கிறானே என்று நீ நினைத்து விடக்கூடாதே என்ற உன் மதிப்பு இருந்து... உள் பேடி இருந்து அதுனால நீயா வருவேண்ணு உள்ள எதிர்பார்ப்புல இருந்தேன் நான்.’ அப்பு நினைத்துக்கொண்டு நிற்க...

‘அம்மா அப்பு கொள்ளாண்டி...’ குட்டிமணி சொல்ல, தன் மகளை கண் உருட்டிக்கொண்டு பார்த்தாள் ரமணி.

'காலம் கடந்துப் போய் கிடைக்கிற நீதி கூட அநீதி மக்களே, வெள்ளம் தவிச்சம்ப கொடுக்கணம். இப்ப கொம்மையிக்க தவிச்சேல... வெள்ளம் வேண்டாம்... மனசெல்லாம் செத்துப்போச்சி மோளே... இவனுக்கு ஒனக்க கொம்மையப் பத்தி ஒண்ணுமே தெரியாது...' ரமணி முடிப்பதற்குள் அப்பு வெடித்தான்.

'எனட்ட ஒனக்கு என்னதுப் பிடிக்குமுண்ணு திமிராக் கேட்ட இல்ல. இந்த ஒலகம் காணாம ஒளிச்சி வச்சிருக்கியே ஒரு மனசு எனக்கு அது பிடிச்சும். மனசு முட்டிக்கிட்டா அது பாட்டுக்கு சேருற ஒடம்புல கடவுளுக்க காதலு இருக்குண்ணு நான் நினைக்கிறேன். பெண்ணுக்கு மட்டுமில்ல ஆணுக்கும் மனசுதான் பிரதானம். வாழ்க்கை முழுவதும் தப்பானவங்களைப் பாத்துட்டு என்னையும் அதுபோல பாக்காத... அண்ணு எனக்க கூட திரியம்ப வாய் மூடாம சிரிப்பியே சிரிப்பு அந்த சிரிப்ப காண என்ன ஆசையா இருக்குண்ணு தெரியுமா ஒனக்கு... அந்த சிரிப்பு சிரிச்ச காலத்துல ஒனக்குள்ள ஒரு அழகான, சுதந்திரமான மனசிருந்து. அந்த மனசை இப்ப நீ வேணுமுண்ணே ஒளிச்சி வச்சிருக்க... சீவிதப் போராட்டத்துல அதை யாருக்கும் காட்டாம வச்சிருக்கிய அந்த மனசுல ஒரு இயல்பு கிடந்து... சிரிப்புக் கிடந்து... அதுதான் எனக்குப் பிடிச்சும்...' தனது முன்னத்தப் பற்கள் உலர்ந்துப் போக, கண்களில் தீவிரம் காட்டிச் சொன்ன அப்பு ரமணிக்கு முற்றிலும் புதியவனாகத் தெரிந்தான். அவளிடம் தன் மனதை திறந்து காட்டியவன் அதே வேகத்தில் திரும்பி நடக்க குட்டிமணி அவன் பின்னே ஓடினாள்.

'அப்பு..வே...' அவள் அழைக்க அழைக்க அவன் பாட்டுக்கு போய்க் கொண்டிருக்க அவன் கை உரசலிலிருந்து ரத்தம் கனிந்துருகுவது தெரிய அருகே நின்ற முறியம்பச்சலை செடியின் ஒன்றிரண்டு இலைகள் பறித்து நசுக்கிக்கொண்டு அவனிடம் ஓடினாள்.

'அப்பு நில்லு...' அவன் கையைப் பிடித்து நிறுத்தினாள் குட்டிமணி. அவன் கண்ணில் கண்ணீர் பெருகி நிற்பதை குட்டிமணி துடைத்தாள்.

'விடு மக்கா... அவா அடுத்தாணுங்களுக்க புத்தியில என்னையும் வச்சிருக்கியா... என்னை அவா மனசுலாக்கேல. அவா பல ஆண்களால குடிச்ச கயப்புக்க அனுபவத்துல என்னையும் வச்சிருக்கியா. ஒருத்தருக்க குத்தம் பலர பாதிக்கிறது போல ஒண்ணு ரெண்டு ஆணுங்களுக்க குத்தம் மத்த ஆணுங்களையும் பாதிக்குது...' அவன் கூற அவன் கையைப்பிடித்து அதில் பச்சலைச் சாற்றை வடித்து ஊற்றினாள். காயத்தில் பச்சலை சாறு சுள்ளெனப் பிடித்துக்கொள்ள கையை உதறினான்.

'இது எல்லாம் பெரிய நொம்பலம் இல்ல மக்கா... மனசு தான் எரியுது...' கூறிக்கொண்டே நடந்தான். அப்பு நிராசையில் நடக்க அவன போன திசையில் பார்த்து நின்றாள் குட்டிமணி. ரமணியோ தனக்குள் மறிந்துகொடுத்தாள். அப்புவின் வார்த்தைகள் அவளை தடம் புரட்டிக்கொண்டிருந்தது.

'யாருக்கும் தெரியாமல் நான் மறச்சி வச்ச எனக்க மனச அவன் எப்பிடிக் கண்டான்? எங்கோட்டு கண்டான்? ஒரு பெட்டச்சி ஆணுட்ட எதைத் தேடுவா? ஆக கூடி அவாவா மனச புரியத்தானே ஆணுட்ட மன்றாடுவா... பெண்ணுக்க மனசப் புரிஞ்சுக்கிட்டவன் உண்டுண்ணா அவா என்னத்த சாதிக்க மாட்டா! எனக்க மனச அப்பு எங்கோட்டு கண்டான்? நான் மறச்சி ஒளிச்சி வைச்சிருக்கிய எனக்க மனசுக்குள்ள கிடக்கிய எல்லா உணர்வையும் அவன் எப்பிடிக் கண்டான்? சென்னானே ஒனக்க சிரிப்பக்கண்டு காலங்களாச் சிண்ணு... உண்ம தானே எப்ப ஒரு மனுசனுக்க உள்ளொளி அணைக்கப்படுதோ அதுக்கப்பிறகு அவனுட்ட ஏது சிரிப்பு? அதுக்கப்பிறகு சிரிக்கிறதெல்லாம் பொய்யான சிரிப்பு... இந்த ஒலகத்துக்காக சிரிக்கிற கள்ளச்சிரிப்பு. சாயக்கும், அரவணைக் கிறதுக்கும், ஒரு பாசத்தை தேடுனது இவனுக்கு இப்பவா கேட்டுது... எனக்க மனசுக்க நியாயமான எல்லா தேடலையும் பூத்தியிட்டு சீவித வண்டியை இழுக்கிற எனட்ட வந்து என் மனசப்பாக்க நிக்கியானே...' 'அம்மோ..ஓ...' குட்டிமணி அழைத்துக்கொண்டு வந்தாள்.

'ஏம்மா அப்பு கொள்ளாமில்லியா?' மகளுக்கு அவள் எந்த பதிலும் கூற வில்லை. அவள் அதிர்ச்சியாகி நின்றாள். இறுகிக் கட்டிப்பிடித்து உலர்ந்துப்போன அவள் மன உணர்வுகளில் அப்புவின் வார்த்தைகள் இறங்கிப்போக அவளின் இறுக்கப்பட்ட உணர்வுகளெல்லாம் உடைந்து சரிந்து கண்ணீராக வரத் தயாராக இருக்க தனது வீட்டிற்குள் சென்று வறுந்தரையில் படுத்துக்கொண்டாள். அப்புவின் வார்த்தைகள் அவள் செவிகளில் எதிரொலித்துக்கொண்டே இருந்தன.

20

இருள் தன் விரிப்பை மண் மடியில் போர்த்திக்கொள்ள வந்து கொண்டிருக்கும் மாலை நேரத்தில் வீட்டின் முன் பக்கம் கொன்னை மரத்தினடியில் அமர்ந்திருந்தாள் ரமணி. அவள் மகள் வீட்டிற்குள் இருந்தாள். வீட்டில் விளக்கும் கொழுத்தப்படாமல் இருவரும் இரு திசைகளில் இருந்தனர். பாண்டியாமூடு, கூட்டமாவு என்ற பகுதிகளில் உள்ள இந்துக்கோயில்களில் மாலை ஏழு மணிக்குரிய 'ஓம்'என்ற ரீங்காரம் சுற்றிச் சுற்றி காதில் வந்து விழ, அந்த நேர மிதமான இருளும், கொன்னை மரக்காற்றும் மனதின் வலிகளுக்கு ஒத்தடம் கொடுத்தது போன்றிருந்தது ரமணிக்கு.

ரமணியின் மனதில் அப்புவின் வார்த்தைகள் அலைமோதிக் கொண்டிருந்தது.

அவளைப்பொறுத்தவரைக்கும் அவன் சொன்ன வார்த்தைகளை சாதாரணாக தட்டி எறிய முடியவில்லை. வெறித்த பார்வையை இருட்டில் வீசிக்கொண்டிருந்தாள். அவள் கண்ணின் தொங்கலில் பல ஆண் சடலங்கள் மிதந்து நின்றது.

'அப்பு எனக்க கண்ணைப் பாத்தானோ? பாத்துருந்தா தெரிஞ்சுருக்கும் எனக்க கண்ணுல மிதக்குற ஆண் சடலங்களுக்க எண்ணிக்கை. பெட்டச்சியிக்க மனசுக்குள்ள போறதுக்கு ஆசைப் படுற ஆண் முதல்ல அவா கண்ணைத்தான் பாப்பான். அந்தக் கண்ணு வழியாத்தான் அவா உயிருக்குள்ள, மனசுக்குள்ள போக முடியும்... அப்பு எனக்க கண்ணை கட்டாயம் பாத்துருப்பான். எனட்ட செத்து மிதக்குற சடலங்களைத் தூக்கியெறிய ஆசைப்பட்டுருப்பான்.

அதுனாலதான் உரிமையாச் சொன்னான் ஒனக்க மனசப் பிடிச்சுமுண்ணு. இதுவரை எந்தப் பயலும் சொல்லாத வேளத்தை இல்லியா செல்லியிட்டான். எனக்கு ஒரு தோளு வேணும், ஒரு கையணைப்பும், சினேக முத்தமும் வேணுமுண்ணு கேட்டு ஏங்கிப்போன எனக்க உணர்வு அவனுக்குக் கேட்டுதோ? ஒடம்பத் தாண்டி எனட்ட இருக்கிய மனசுக்குகூட யாராவது பேசுங்காண்ணு நான் வச்ச ஒப்பாரு இவனுக்கு கேட்டுதோ. அப்பிடி அவனுக்குக் கேட்டு வாறாண்ணா அவனுக்க தோளுல சாஞ்சிரட்டா நான்! வாழ்க்கைப் பூராகொண்டு திரியிற வேதனைக்க கனத்தை அவன் மடியில இறக்கி வச்சி, ஓ..ண்ணு ஒப்பாரி வச்சிரட்டா... பலரும் வத்தி வறட்டிப்போட்ட மனசுக்குள்ள அன்புண்ணு உள்ள வெள்ளம் ஊத்தி எனக்க மன வளமையை செழுப்பாக்க நீ வாறியா அப்புவேண்ணு கேக்கட்டா... பாலைவனமாகிப் போய் கிடக்கிற மன வறட்சியில நிறச்சி பூவும், காயுமா விளைய வைக்க வாறியா அப்புவேண்ணு கேக்கட்டா... இதுவரை கூட்டிவச்சிட்ட சீவித கனத்தை வேண்டியிட்டு எனக்க சுமையைக் குறைக்க வாறியா அப்புவே அழச்சட்டா... எனக்க நொம்பலத்த வாங்கியிட்டு எனக்க கையப் பிடிச்சிட்டு நடக்க வாறியா அப்புவேண்ணு விளிச்சட்டா' ரமணியின் மனம் ஆடிப்போனது. அவள் தடுமாறிப்போக படாரென தனக்குள் நிமிர்ந்தாள். மாலைக்காற்றின் குளுமையை விரட்டியடித்ததுபோல் அவள் முகத்தில் வியர்வைத் துளிகள் மொட்டிட்டது. வாய் வறண்டுப்போக தன்னை இறுக்கினாள்.

'அட நீக்கம்பெடுத்த ரமணியே இது என்ன நினப்பு ஒனக்கு? சாஞ்சி நிக்கவும், பெலம் தரவும் நீ தேடி ஓடுன ஆணுங்களுக்க எண்ணிக்கை ஒனக்கு மறந்தாப் போச்சி? சினேகம் கேட்டு கெதிச்சி, அந்தஸ்த்துக் கேட்டு தவிச்சி, நீயா வாங்கியிட்ட ஆணுங்கள மறந்துட்டியா? குடும்பமுண்ணு சொல்றதுக்குள்ள நீ நிக்றேண்ணு காட்ட நீயா வேண்டுன ஆண்களுக்க ஓர்மயுண்டா ஒனக்கு? இன்னும் ஒரு ஆணை நம்பணுமா? இன்னும் ஓடணுமா? இன்னும் தோக்கணுமா? இன்னும் கரையணுமா? அட பேத்த ரமணி ஓடி ஓடி ஒங்காலு களச்சிப் போகல்லியா? எத்தனை தடவை தோத்த? வேண்டாம் அப்பு தூரமா நிக்கட்டு. அந்த தூரத்துலதான் அழகு... மனசுக்க கூட பேச ஒருத்தன் வந்தாண்ணு உள்ள நினப்ப மட்டும் சாவியது வரைக்கும் பத்திரமா வச்சுக்கா... காலத்தைப் புரட்டிப்போட்டு பாக்கம்ப எனட்டயும் ஒருத்தன் சதைகடந்து காதல் சொன்னாண்ணு உள்ள நிம்மதி இருக்கட்டும். இல்லாம அப்புட்ட எதுவும் தேடாத... மறச்சி வச்ச மனசு ஒனக்குள்ள பத்திரமா இருக்கட்டு. அதை இனி யாரும் பாக்காண்டாம்... இவ்வளவு காலம் தனியாதானே ரமணி

ஓடுனா... இனி இந்த ரமணிக்கு ஒரு தோளு வேண்டாம்... கண்ணீரு துடச்ச விரல்கள் வேண்டாம்... இவளைத் தாங்கிப்பிடிக்க இந்த பிரபஞ்சம் உண்டு. யாரும் யாருக்க வாழ்க்கையில வர முடியாது. எல்லாருக்கும் தனி வழிபாதைதான். பிறப்புண்ணு உள்ள தொடக்கப் புள்ளியிலிருந்து மரணம் எங்குற கடைசிப்புள்ளி இடுறதுவரைக்கும் சீவிதம் ஒரு பயணம். இந்தப் பயணத்துல வழியில பலர பல ரூபங்களுல பல உறவுகளா கண்டு சந்திக்கிறதும்... அதே வேகத்தில் பிரியிறதும்தான் வாழ்க்கை. யாரும் யாருக்கும் சீவிதம் கொடுக்க முடியாது. அன்பா பேசுலாம், ஆதரவு கொடுக்கலாம், மற்றப்படி சீவிதம் கொடுக்க முடியாது. ரமணியிக்க சீவிதத்தை இவா யாருக்க கிட்டேயும் தேட கூடாது. எனக்க குட்டிமணிய கல்யாணம் பண்ணிக் கொடுக்கணம்... அவா சீவிதத்துக்கு இந்த ரமணி துணியணம்... அப்புட்ட எதையும் தேடாத ரமணி... அவன் பாவம். அவனுக்க தோளுல ஒனக்க சீவிதத்தை இறக்கி வச்சி கரையக்கு ஆசைப்படாத...' தனக்குள் உறுதி கொடுத்துக் கொண்டு அதிலிருந்து எழுந்தாள்.

மனதிற்குள் புயல்போன்ற இரச்சல் இருந்தாலும், ஆழ்மனதுக்குள் வந்த தைரியம் அந்த இரைச்சலை அடக்க ஆற்றல் அளித்தது... வீட்டின் வாசலில் நின்றுகொண்டு வீட்டிற்குள் பார்த்தபோது வீடு இருண்டே கிடந்தது.

'மோளே குட்டிமணி... வீடு இருண்டுக் கிடக்கு ஒரு விளக்கு கொழுத்தி வச்சப்பாதா?'

'சீவிதமே இருண்டுதானே கிடக்கு. இனி இதுல என்ன புதுசா இருட்டு...' உள்ளிருந்து குட்டிமணி பதில் கொடுக்க ரமணிக்கு முகத்தில் லேசான வெளிச்சம் எட்டிப்பாய வீட்டிற்குள் நுழைந்து விளக்கை கொழுத்தி கையில் எடுத்துக்கொண்டு வீட்டுச்சுவரில் எப்போதோ நாளிதழ் காலாண்டரில் ஒட்டி வைக்கப்பட்ட இயேசுப்படத்தின் முன் இருந்த பலகையினருகே சென்றாள்.

அந்தப் படத்தின் முன் விளக்கு கரி அடர்ந்து கட்டிக் கறுப்பாகத் தெரிந்தது. புகை அடித்த பலகையில் ஏராளமான பொருள்கள் சிதறிக் கிடந்தன... கவரிங் மாலை, உடைந்த வளையல், பொட்டு, பவுடர் டப்பா, துண்டுக் காகிதங்கள் என ஏராளப் பொருள்கள் கவிழ்ந்தும் மறிந்தும் துறுமிக்கொண்டு தெரிய ரமணி அந்த இயேசுப் புகைப்படத்தின் பலகையின் அருகே சென்றாள்.

இயேசு படத்தின் கண்கள் வரை விளக்கு கரி அப்பிக்கொண்டு தெரிய, அந்தப் படத்தைப் பார்த்துச் சிரித்தாள். 'இந்த வீட்டுல கண்ட

காம கொடூரங்களக் கண்டு ஒனக்க கண்ணுலயும் வந்த சோகம்தான் இருட்டாக் கெடக்கோ' நினைத்துக்கொண்டு பலகையில் இருந்த உறையை கையெடுத்தாள். அதை தன் மகள் முன்கொண்டு வந்தாள்.

'சீவிதம் பூரா இருட்டுக்கிடக்குண்ணு சென்ன இல்லா... நமக்கும் வெட்டம் எல்லாம் வரும். இந்த பேப்பர் கூட்டுக்குள்ள ஒருத்தனுக்க போட்டா இருக்கு... பிடிச்சிருக்காண்ணு எடுத்துப்பாரு... காலத்த ஓட்டன் வந்து தந்துட்டுப்போனான். நானும் இன்னும் போட்டா படத்த பாக்கேல. அங்க நாரோலுக்க கிட்ட வீடு. நல்ல வசதியெல்லாம் உண்டாம்' ரமணி கூறிய சேதியைக் கேட்டு உதாசீனப்படுத்தியவள் பரிகாசமாகச் சிரித்தாள்.

'வசதியும் வாய்ப்பும் உள்ளவன் இப்ப ஓடி வந்து காட்டுக்குட்டியை கெட்டியிட்டுப்போவனுண்ணு நினச்சியா நீ...'

'இவன் கெட்டுவான்...' ரமணி உறுதியாக கூறினாள்.

'ஓ..ஓ நல்லா கெட்டுவான். பாத்துட்டே இரு... இதுபோல எவ்வளவு சம்மந்தம் மாறிப்போச்சிண்ணு ஒனக்குத் தெரியுமா? போன வருசம் ஒருத்தன் வந்துட்டு ஓடுன கதையை நீ மறந்தியா?' குட்டிமணி கூற ரமணியின் இதயத்துக்குள் பல நூறு முட்கள் சேர்ந்து குத்திக் குடைவது போலிருக்க அவள் மனம் அந்த கசப்பான நிகழ்வை நினைத்தது.

●

ஒரு வருடத்திற்கு முன் அப்பு வழியாக ஓட்டன் ஒருவன் வரன் கொண்டுவந்தான். பெண் பார்க்க மகளை ரமணி அழைத்து வருவதைக் கண்ட பையனின் தந்தை முகம் கடுக்க எழுந்துவிட்டார். எழுந்த வேகத்தில் அப்புவிடம் சாடி மோதுனான். கூடவே கல்யாணத் தரகரையும் திட்டினான்.

'எனக்க பயலுக்கு கல்யாணம் பண்ணி மக்கா குட்டியாண்ணு குடும்பமா வாழ பெண்ணப் பாருங்காண்ணு சொன்னேன். இப்படி ஒரு வேசயிக்க வீட்டுல வந்து பெண் எடுக்க வச்சா எனக்க குடும்ப மானம் என்னத்துக்கு ஆவும்? நாளையிக்கி இவளும் தள்ளையைப் போல போக மாட்டாண்ணு என்ன நிச்சயம்? து தூ பெண்ணு காட்டுறானம் பெண்ணு' தேள் கடித்துத் துடித்ததுபோல் மாப்பிளையின் தந்தை எழும்ப, பெண் பார்க்க வந்தவனும் ரமணியைப் பார்த்து முகம் சுழித்தான்.

ரமணி அதிர்ந்துபோய் அவர்களைப் பார்த்தாள். குட்டிமணி தன் கையில் வைத்திருந்த தேநீர் பாத்திரங்கள் நடுநடுவென ஆடுமளவுக்கு

வலுவற்று கூசிப்போய் நின்றாள். அப்பு அவர்களை சமாதானம் செய்துக்கொண்டே நின்றான்.

'எ..ன..க்க மொவா நல்...லவா... எனக்க சீவித தடுமாற்றம் என்னை இதுலகொண்டு விட்டதே தவிர நானும் கெட்டவளில்லை...' ரமணி கூற.

'கெட்டவா இல்லியாம் செல்லியா பரிசுத்தக்காரி. லே வாறியா நீ...' தன் மகனை அதட்டிக்கொண்டு அவன் வெளியேற... பெண் பார்க்க வந்த இளைஞன் முன் நின்றுகொண்டு கை கூப்பினாள் ரமணி.

'எனக்க மொவா நல்லவா... என்னைக் காரணம் காட்டி அவளை வேண்டாமுண்ணு செல்லாத... நீ நல்லாயிருப்ப எனக்க மொவளை ஏத்துக்கா...' அவள் மன்றாட அவன் தன் கீழ்கண்ணால் தகப்பனைப் பார்த்துவிட்டு மெதுவாக அவளிடம்.

'நானே ஒ..ன..ட்..ட வந்துருக்கேன்... போவியா நீயும் ஒனக்க மொவளும்...' அவன் எடுத்தெறிந்து பேசிய அந்த வார்த்தையின் வெம்மை குட்டிமணியைச் சுட்டுப்பொசுக்க அவள் தன் கையில் இருந்த தேநீர் பாத்திரங்களை தரையில் விட்டுவிட்டு ஓடினாள் பெரைக்குள்.

வெளிறிப்போன ரமணி உதட்டைக்கடித்து தனது கையறு நிலையை அமுக்கிப் பிடித்துக்கொண்டு அவனைப் பார்த்தாள்.

'போ இதுல..ண்..டு...' எதோ பீயை மிதித்துவிட்டு தப்பி ஓடுவதுபோல் தகப்பனும் மகனும் ஓட, அவர்கள் பின்னே அப்பு எதோ சொல்லிக் கொண்டே விரைய, தரகன் தலையைச் சொறிந்துகொண்டே வேறு வழி போக... ரமணி தப்பி ஓடியதுபோல் போகின்றவர்களை வெறித்தாள்.

'இருட்டுவாக்குல வந்து சாடியிட்டுப் போறவனுகளுக்க சயிசையும், முகத்தையும் ஓர்மையில வச்சிருக்க முடியுமா? பசி தீக்க வாறவனுட்ட பாசம் இருந்தா எதோ ஓர்மை இருக்குமுண்ணு சொல்லுலாம்...' இப்படி விலகிப் போன பல சம்மந்தங்கள் இருவருக்கும் இப்போதும் பல அதிர்வுகளையும், வேதனைகளையும் தரவே செய்கிறது.

●

பாலுராசி மட்டும் இந்த நேரம் என்னைப் புரிஞ்சிருந்தா அவனுக்க தோளுல நான் ஓடிப்போய் சாஞ்சிருப்பாளே...' நினைத்துக்கொண்ட குட்டிமணி தன்னை உலுக்கிக்கொண்டு ரமணியைப் பார்த்தாள்.

'எதுக்கு இந்த சம்மந்தம், மாப்பிளை அது இதுண்ணு பாக்குற? முடிவில எனக்கும் ஒனக்கும் பரியெடுதான் மிஞ்சும்.'

'இல்ல மோளே... இவன் அப்பிடிப் போக மாட்டான்.' ரமணி உறுதியாகக் கூற வியப்பு மேலிட குட்டிமணி நின்றாள்.

'இவன் ரெண்டாந்தரம் மக்களே, இவனுக்கு இயற்கனவே உள்ளப் பெண்டாட்டி செத்துப்போனா. இவனுக்கு ரெண்டு பிள்ளைங்கா உண்டு...' ரமணி தலையைக் குனிந்துகொண்டு கூற குட்டிமணி அவளை ஆத்திரமாகப் பார்த்துக்கொண்டு தன் கையிலிருந்த உறைக் குள்ளிருந்த இருந்த புகைப்படத்தை எடுத்துப் பார்த்தாள். அதில் தெரிந்த உருவம் எனக்கு ஐம்பது வயது ஆகப்போகிறது என்று கூறியது போலிருக்க புகைப்படத்தைக் கீழே எறிந்தாள்.

'அம்பது வயசுக் கிழவனுக்கா என்னைக் கெட்டிக்கொடுக்குற நீ? எடியே நான் சின்னக்குட்டியிடி. காட்டுக்குட்டியா என்னைப் பெத்து வளத்து சீவிதம் பூரா தந்த வேதனைப் போதாதுண்ணா இப்பிடி ஒரு கிழவனுக்கு என்னை ரெண்டாந்தரமா கெட்டிக்கொடுக்கப் பாக்குற?' குட்டிமணியின் கண்களில் கோபம் தகித்தது.

'அவனுட்ட மிச்சம் மீதிய இருக்குற காமத்தைத் தீக்கவும், அவன் பெத்துப்போட்ட குழந்தைகளுக்கு ஒரு வேலைக்காரியா நிக்க வைக்கவும் ஏன் ஆசைபடுற?' சாடி மோதுன மகளை அனுசருணையாகப் பார்த்தாள்.

'ஒனக்கு இதுலண்டு தப்பி போகாண்டாமா மக்கா. இதுலண்டு தப்பி போனா ஒருத்தன் தின்னுவான். இதிலேக் கிடந்தா பலரும் தின்னுவுனம். எனக்க நிலை ஒனக்கு வந்துருமோண்ணு ஒறக்கத்து லேயும் நான் பதறிப் பதறி எழும்புறேன். முத்து வேற உறுக்கி வச்சிருக்கியான். பணத்துக்கு வேண்டி பெரிய புரோக்கருளுட்ட வித்தா என்னைவிட மோசமான நிலை ஒனக்குக் கிட்டும். அதுனால தப்பிப் போயிரு மோளே, எவனோ ஒருத்தனுக்கப் பிறம நின்னுட்டு எனக்கும் ஒரு குடும்பம் இருக்குண்ணு காட்டுனா ஒன்ன அம்மையப் போல ஆக்க மாட்டுனம். அது கிழவனோ, குமரனோ நமக்கு பாதுகாப்பு வேணும்...'

'அப்படி ஒரு பாதுகாப்பு எனக்கு வேண்டாம்...'

'ஒனக்க வாழ்க்கைக்கி பின்ன வேற யாரு பாதுகாப்பு?'

'நான் நா..ன் மட்டும் தான் பாதுகாப்பு... எனக்கு நம்பிக்கையிருக்கு. ஒனக்க மோவா இந்த ஒலகத்துல நல்லதா வாழுவாண்ணு நம்பிக்கை இருக்கு... இருக்குண்ணா இருக்கு. சீவித தப்புதலுக்காக இந்த

கிழவனை நான் கெட்டிக்க மாட்டேன்...' விறுவிறுவென்று பேசிய குட்டிமணி முன் பக்கம் வந்து மரத்தினருகே நின்றாள்.

வெளி பாதையில் வாகனம் ஒன்று வரும் வெளிச்சம் கண்ணில் பட வேகமாக வீட்டிற்குள் ஓடினாள். ரமணியும் பதறிக்கொண்டு பார்க்க அந்த வாகனத்திலிருந்து முத்து வெளியே வந்தான். அச்சத்தில் இருவரும் செத்தைக் கதவைச் சாத்தி அதில் ஒன்றிற்கு இரண்டு நிறை குடங்களை வைத்து அடைத்தார்கள். வீட்டில் எரிந்துகொண்டிருந்த மங்கிய விளக்கையும் அணைத்துக்கொண்டு பெரைக்குள் நுழைந்து மூலையில் சுருட்டி வைத்த கோரம்பாயை பெரிதாக்கி அதில் இருவரும் நுழைந்திருந்தார்கள்.முத்து வெளியே வந்து கதவைத் தள்ளிய சத்தம் கேட்க இருவரும் தங்களை ஒடுக்கிக்கொண்டு இருந்தார்கள்.

'இதுதான் வீடு. இதுலதான் அவளும் மகளும் உண்டு... எப்ப வேணுமுண்ணாலும் வந்து குட்டிய தூக்கியிட்டுப் போங்கா... எனக்கு உள்ளதை அதுக்க முன்ன தந்துருங்கா...'

அவன் குரல் தெளிவாகக் கேட்க இருவரும் அச்சத்தில் உறைந்தார்கள். வீட்டைச்சுற்றி சத்தம் கேட்க அப்புக்க பட்டி குரைத்துத் தள்ளியது... அப்புவும் வீட்டில் உள்ள அரவம் கேட்கவில்லை... சிறிது நேரத்தில் வாகனம் புறப்படும் சத்தம் கேட்க ரமணி மெதுவாக எழுந்து சன்னல் வழியே பார்த்தாள்... அந்த வாகனம் ஏதோ சாத்தான் கூடாரம்போல் இருக்க அவளையுமறியாமல் 'அய்யோ ஓ...' என்று அலறினாள். அந்த வாகனத்திற்குள் தன் மகள் ஏற்றப்பட்டு ஏதோ இடம் தெரியாத இடத்தில் நான்கு சுவற்றுக்குள் அடக்கப்பட்டு பலப் பல ஆண்களால் கசக்கப்பட்டு வாழ்வின் இறுதியில் பயனற்ற பொருள்போல் அவள் உடல் தூக்கியெறியப்படும் அகோரத்தை நினைத்தாள். நிற்க இயலாமல் கால்கள் நடுங்கியது. உயிர் வரை அச்சம் பரவ தன் மகளைப் பார்த்தாள். பெரை மூலையில் கோரம் பாயுக்குள் ஒளிந்திருந்தவளிடம் சென்றாள்.

பெண் உடல் வெறும் பசியாற்றும் உணவுபோல் நினைத்து ஏற்றுமதி பொருள்போல் தினம் தினம் தினம் எத்தனையோ பெண்கள் வன்முறையாக கடத்தப்படுகிறார்கள். எத்தனையோ பெண் சதைகள் அனுமதியின்றி காமத்தின் அகோரத்தால் கிழித்தெறியப்படுகிறார்கள். குதற கதற பிறப்புறுப்பு கிழிக்கப்பட்டு வீசியெறியப்படுகிறார்கள்.

'அவன் குறி வச்சிட்டான் தேதி குறிச்சிட்டான். இதுலண்டு போயிரு... அம்ம காப்பாத்தி விடுற ஒரே வழி இந்தக் கிழவனுக்ககூட உள்ள கல்யாணம்தான்... போயிரு... தப்பியிரு மக்கா. அந்த வீட்டுக்க அடுக்களைக்குள்ள மறஞ்சி நில்லு. அவனுக்க தாலிய கழுத்துலப்

போட்டுரு. அவன் மக்களுக்கு அவுச்சிக்கொடுத்துட்டு அதுக்குள்ள மறஞ்சி நின்னுரு.' கதறினாள்.

'அம்மோ...'

'நல்ல மொவா இல்லியா போயிரு. நமக்கெல்லாம் அப்பிடி என்ன பெரிய ஆச மோளே, தின்னணம், உடுக்கணம், கிடக்கணம்... அம்படந்தானே... அந்த வீட்டுக்குள்ள ஒனக்கு வயிறு ஊக்க ஆகாரம் கிட்டும். உடுக்க சீலதுணி கிட்டும்... ஒறங்க ஒரு இடம் கிட்டும் அம்படம் போராதா? ஒரு பெண்ணுக்கு தாலி கொடுக்குற கல்யாணம் இதை தாண்டி அவளுக்கு வேறு என்னத்த கொடுக்குது? கட்டுப் பாடுள்ள எல்லா கல்யாணத்துக்குள்ளேயும் பெண்ணுடம்புடம், அவா உணர்வும் அடக்கப்பட்டுதான் கிடக்கு... அங்கேயும் வன்முறைதான் கிடக்கு... ஆனாலும் தப்பணுமே நீ, ஒரு வேசையிக்க மகளா அடையாளப்படுத்தப்பட்ட ஒன்ன நான் வேற எப்பிடி தப்ப வைப்பேன்? எல்லா குற்றங்குறைகளையும் மறைக்கிற பணம் மட்டும் இருந்திருந்தா முதல் தரத்துல ஒரு மாப்பிளை வேண்டியிருக்குலாம். அதுவும் நம்முளுட்ட இல்ல... எனக்க மக்களே எனக்க உயிரு நோவுது... அவன் கொண்டு போயிரு வாண்ணு எனக்க மனசெல்லாம் கலங்கிப் போகுது. விருப்பம் கெட்டு, காதலத்து தேகம் கொடுக்குற வேதனை கொடியது மக்களே... ஒன்னை அந்த நிலைக்கு என்னால விட ஒக்காது... இந்தக் கல்யாணத்துக்கு சம்மதிச்சிரு...' ரமணி புரண்டு மறிந்து மகளிடம் மன்றாட, மகள் மனதில் வலி சுருண்டு ஏறியது.

'எனக்க சீவிதம் ஒரு கிழவனுக்க கூட முடிஞ்சிப்போறதா?' நிராசையில் ரமணியின் முகம் பார்த்தாள். அந்த நேரம் பார்த்து மீண்டும் வீட்டுக்கதவு நெரிக்கப்படும் சத்தம் கேட்க, திகிலுடன் இருவரும் நிமிர்ந்தார்கள். மகளை மறைத்துவிட்டு சன்னல் துணியை விலக்கிப் பார்த்தாள். வெளியே கல்யாண ஓட்டன் நின்று கொண்டிருந்தான். ரமணி கதவைத் திறந்தாள்.

'நீ அந்த போட்டாய தா. அவனுக்கு இந்தக் கல்யாணம் வேண்டாமாம். இதுல யாருக்கிட்டேயோ அந்நளிச்சானாம்... இப்படி ஒரு வேசையிக்க மொவா வேண்டாமே வேண்டாம் அந்த போட்டாய வாங்கியிட்டு வந்துருண்ணு சென்னான். அதான் ராத்திரியிண்ணு பாக்காம வந்தேன். அந்த போட்டாய தா...' தரகன் கேட்க திக்கென நிமிர்ந்தாள்.

குட்டிமணி அந்தப் புகைப்படத்தை தரகனிடம்கொண்டு கொடுக்க, மகளை அதிர்ச்சியாகப் பார்த்தாள் ரமணி.

21

காலை எட்டுமணிக்குரிய இளவெயிலை அணைத்து அமுக்குவது போல் லேசான மழைச்சாரல் விழுந்துகொண்டிருந்தது. மழைத்துளிகள் மண்ணில் விழும்போது மூக்கைத் துளைத்துக் கொண்டு உயிருக்குள் போய்ச்சேர்ந்த மண் மணத்தால் பரவசமாகிப் போனாள் குட்டிமணி. தரையில் விழுந்து கிடந்த கொன்னை மரத்தின் மஞ்சள் பூக்களை மழைத்துளிகள் அழுத்தி அழுத்திக் காயப்படுத்திக்கொள்ள அந்தப் பூக்களை பாசமாகப் பார்த்தாள்.

மழையின் ஈரம் பட்ட வாசம் கலந்திருக்க ஈர மண்ணை கையில் வாரி மணத்தினாள். அதன் மணம் அவளை கிறங்க வைத்தது... தனது சிறுபருவம் அவளுக்குள் பீறிட்டு எழுந்தது.

'மண்ணில் வெள்ளம் குழச்சி செரட்டையில வாரி வச்சி கஞ்சி காச்சதும், அந்த மண்ணை பிலா நெட்டியில் வாரி வைத்து சோறாக்கித் தின்னதும், அப்படி வாரி வச்சி வாயில் போடுவதை பவளம் பல தடவைகள் கண்டுப்பிடித்து பறஞ்சதும் நேத்துப்போல இருக்கு. மண்ணு தின்னா பித்தம் வரும். சோவை வரும்... குடலு வீங்குமுண்ணு சொல்லிச் சொல்லி பேடி காட்டுவா... ஒரு தடவை பாக்கியம் கிழவியிட்ட வயித்தக்கீறி மண் எடுக்க கூட்டியிட்டுப் போய் பேடி காட்டுனா. அவளும் கறுச்சட்டிய கழூவி வச்சி பிய்யாத்தியும்கொண்டு வந்து எனக்க வயிறக்கீறி மண்ணு எடுக்க நிக்கம்ப.

'அய்யோ இனி மண்ணு தின்ன மாட்டேன்'ண்ணு அதுலண்டு ஓடுன ஓட்டத்துக்கப் பிறகு மண்ணுட்ட வந்த கெதிப்ப அடக்க என்ன பாடு

பட்டேன். பச்ச மண்ணுல வெள்ளம் குழப்பி அத வாயிக்குள்ள துப்பலுக்கக் கூட போட்டு நுணச்சி தின்னுறதுல என்ன ருசி இருக்கும்'

ஈர மண்ணை கையில் வைத்துக்கொண்டு கடந்த காலத்திற்குள் சென்றவளின் மனம் கனத்தது. மண்ணில் விளையாடி, மண்ணைத் தின்று, மண்ணில் தூங்கி, மரவள்ளிக்கிழங்கின் இலைகளை கழுத்தில் மாலையாக்கி, கம்மல் புல்லை கால் கொலுசாக்கி, பவளம் செய்து கொடுக்கும் குட்டியான ஓலைப்பெட்டியில் இரு பக்கமும் துணி கட்டி தோள் பையாக்கி, கொன்னை மரத்தின் இலைகளைப் பணமாக்கி, புளியம் இலைகளை நெத்திலி மீனாக்கி, கொய்யா இலைகளை சாளை மீனாக்கி, பலா இலைகளை தைய்யலாக்கி, ஆண் பெண் பேதமற்று, மண் மடியில் துள்ளி விளையாடுன குட்டிக் காலங்களை காலம் விழுங்கி விட்டதே... என்னதான் ஆனாலும் காலம் விழுங்கிக்கொண்ட தனது குட்டிக்காலங்களை இனி வாங்கிக் கொள்ள முடியாதே என்ற ஏக்கத்தில் நின்றாள்.

'ஏன் நான் வளந்தேன்? எனக்கு ஏன் சதை வந்து? என் மனசுக்க குழந்தைத்தனம் மாறும் முன்னே வந்த சதையால எனக்க சுதந்திரம் பாவமாகிப் போச்சி. எனக்க நியாயமான உணர்வுகள் என் சதையால அடக்கப்பட்டுப் போச்சி... இதுவும் எனக்கான உலகம். இதுல எனக்கும் கைவீசி நடக்க ஆச... எனக்கும் நடுராத்திரி நிலவ பாக்க ஆச... இந்தப் பூமி மடியில சுதந்திரமா நடக்க ஆச... சதையிங்குற பார்வை மாஞ்சிப்போறதெண்ணு? எனக்க மனசுக்க ஆசையெல்லாம் நிறைவேறியதெண்ணு?' மனம் சிந்திக்க நின்றவளின் கையிலிருந்த மண்ணிலிருந்து பய்ந்த ஈர வெள்ளம் கை முட்டில் வர அதை நக்கியெடுத்து சுவைக்க நாவு சுழன்றது... மண்ணின் ஈரத்தோடு வழிந்த வெள்ளத்தை அவள் மெதுவாக நக்கினாள்... அதன் சுவையை கண் மூடி விழுங்கினாள். உயிர்வரை உற்சாகம் பரவ இழந்துபோன வாழ்வின் ஒரு துளி சுவையைப் பெற்றதுபோல் மனம் துள்ளியது... அதற்கு இதம் சேர்ப்பதுபோல் மரக்கிளையை காற்று அசைக்க அதில் ஒட்டியிருந்த மழைத்துளிகள் அவள் தலையில் வாழ்த்துச் சாரல்களை கொத்தாகத் தெளித்தது.

மோட்டார் வண்டியின் சத்தம் கேட்க கண் திறந்தாள் குட்டிமணி. அங்கு அவள் வீட்டருகே வந்து நின்றான் பாலுராசி. அவன் வீட்டுமுன் வாகனத்தை நிறுத்தி அதிலிருந்து இறங்கி வருவதைக் கண்ட குட்டிமணி வியப்போடு அவனைப் பார்த்தாள்.

'எனக்க வீட்டுக்கு வாறானே! ஏன்?'

‘குட்டிமணி…’ அவன் அழைக்க வியப்பு கலையாமல் அவனைப் பார்த்தாள்.

‘ஏன் புதுசாப் பாக்கியது போல பாக்கிய? வீட்டுல அம்ம இல்லியா? அப்பு வீட்டுல இருக்காரா?’ அவனது விசாரிப்புகளின் அர்த்தம் புரியாமல் இன்னும் அப்படியே நின்றாள். பாலுராசியின் கையில் எதோ பொதி இருந்தது. மழையின் சிறு தூற்றலில் கொன்னை மரத்தின் தாழ்ந்து நின்ற கிளை குட்டிமணியின் தலையில் உரசி நிற்க அதில் பொதியலாக கூடு வைத்திருந்த மீத்தங்கூட்டிலிருந்து எறும்புகள் கலைந்து இவள் தலையிலும், கழுத்திலும் இறங்கி ஊரத் துவங்க குட்டிமணி அவற்றை தட்டி தள்ளுவதற்குள் அவை அவளை கடிக்கத் துவங்க அவள் பரபரவென துள்ளிக்கொண்டு இங்கும் அங்கும் ஓட பாலுராசி அதைப்பார்த்து சிரித்துக்கொண்டே அவளிடம் சென்றான்.

‘ஏய் குட்டிமணி நீ ஏன் சத்தம் போடுற? எறும்புதாண்டி… நில்லு.’ அவள் கையைப் பிடித்து நிறுத்தினான். குட்டிமணி. அவனின் கைப்பிடிக்குள் அசையாமல் நின்றாள். மனதில் பல கோடி சிறகுகள் முளைத்துப் பறந்ததுபோலிருக்க… நெருங்கி அவள் அருகே நின்ற அவன் அவள் முகத்தில் ஊர்ந்த எறும்புகளை, அவள் கழுத்தில் ஊர்ந்த எறும்புகளை தன் கையால் தட்டி தட்டி விட்டுக்கொண்டே இருக்க, குட்டிமணி பரவசமாகி அவனைப் பார்த்தாள்.

நெருங்கி நின்ற அவனின் ஆண் மணம் அவள் உயிரைத் தொட்டசைத்தது. அவன் மூச்சுக்காற்று அவளருகே சூடாக வெளிவர அவள் உடம்பு கூசிச் சிலிர்த்தது… அவனது முகத்து மீசையின் ஓரங்கள் இவள் முகத்தோரம் உரச அவள் பெண்மையை முழுவதும் எழுந்தது… திணறிப்போனாள் குட்டிமணி. காமம் எப்போது கொண்டாட்டம் பெறுகிறதென்றால் அது விருப்பமான காதலில்… சுதந்திரமான அன்பில்… மனதளவில் காதலித்து வந்தவன் தன்னருகே வந்தபோது அவளின் பெண்மை எழும்பிப் போனது.

‘சாய்ந்திடு… இவனுக்க தோளுலக் கிடந்துரு… கட்டிப்பிடிச்சிட்டு இவன் முகத்துல முத்தம் முத்தமா வச்சிரு… எழும்பிக் கெடக்குற பெண்மையை இவனுட்ட சாச்சிரு குட்டிமணியே…’ அவள் கைகள் அவன் உடலை கட்டியணைக்கப் பரபரத்தன… அவன் ஆண்மையை வாங்கிக்கொள்ள அவள் உணர்வுகள் துடித்தன… வெவரம் வந்தது முதல் மனதுக்குள் வைத்திருக்கிற காதலன் அருகில்… மிக அருகில் இருக்கும்போது அவளால் தன்னை அடக்க இயலாமல் மூச்சுத் திணறினாள். தன்னை மறந்து அவனை சுவாசித்து நின்ற அவளை அவன் கலைத்தான்.

‘ஏய் குட்டிமணி...’ அவனின் கனத்த சத்தம் கேட்டு தன்நிலைக்கு வர முயன்றவள் தன்நிலை மறந்தாள்.

தனது பெண்மை முழுவதும் எழும்ப தனக்குள் போரிட்டுத் தடுமாறினாள். சாயவும், முத்தம் வைக்கவும், கட்டிஅணைக்கவும், காதல் சொல்லவும் தோன்றி மறிந்த உணர்வுகளை அடக்க வழியற்று இயலாமையில் அவனைப் பார்த்தான். ரமணி மனதிற்குள் வந்தாள்.

‘பாவம் எனக்க அம்ம இதுபோல ஒரு காதல் வந்துதானே எனக்க அப்பன மணத்தியிருப்பா... அந்த லயத்துலதானே அவனுட்ட சாஞ்சியிருப்பா?’

‘ஏன் பேந்தப் போல என்னைப்பாக்குற? ஏன் ஒனக்கு என்ன ஆச்சி?’ அவன் கேட்க நெஞ்சம் மறிய அவனைப்பார்த்தாள்.

‘சும்மா பாத்துட்டே நிக்காத... நான் ஒரு நல்ல சேதியோட வந்திருக்கியேன்...’

‘என்ன சேதி? என்னை விருப்பம் அப்படி இப்படிண்ணு ஏதாவது சொல்லப்போறானோ?’ ஆர்வமாக அவன் முகத்தைப் பார்க்கும் போது தனது கையில் இருந்த பொதியலைப் பிரித்து அவள் கையில் கொடுத்தான் தனது கல்யாண அழைப்பிதழை.

‘எனக்கு கல்யாணம் குட்டிமணி...’ தன் காதலன் அவனுக்குரிய கல்யாண அழைப்பிதழை நீட்ட அவளுள் எழுந்த உணர்வுகள் அவளைப் பரிகாசம் செய்ததுபோல் இருக்க தனக்குள் கூசிப் போனாள்.

‘நான் சொல்றதைக் கேட்டு ஏன் உம்முண்ணு நிக்கிய? ஒனக்க முகத்துல சந்தோசமே வராதா?’

நெஞ்சம் கலங்க தனது சிரிப்பை வலுக்கட்டாயமாக உதட்டில் பொருத்திச் சிரிக்க முயன்றாள்.

‘கல்யாணச்சீட்டு முதல்ல ஒனக்குத்தான் நான் தாறேன். அம்ம பறைவாண்ணு நீ வராம இருக்கப்பிடாது. இனி எனக்க அம்ம ஒன்ன பறைய மாட்டா... அவா மனசுல இருந்த பேடியெல்லாம் போயிட்டு’ உதட்டைக் கடித்துக்கொண்டு சிரித்தவளின் மன இரைச்சல் அவனுக்கு கேட்கவே இல்லை. அவன் எதார்த்தமாக பேசிக்கொண்டே நின்றான்.

‘எனக்க மாமா பெண்ணு கீதாதான் எனக்கப் பெண்டாட்டியா வரப்போறா... அம்மையிக்கி அவாண்ணா பயங்கர இஷ்டம்... குட்டிமணியிக்கும் ஒரு கல்யாணம் நடக்கும்... இந்த ஊரே வியக்குற அளவுக்கு ஒருத்தன் ஒனக்கு மாப்பிளையா வருவான். நானும் ஒனக்க

கல்யாணத்துக்கு எனக்க கடையிலண்டு ஒரு மரபீரோ அம்மையிக்கி தெரியாம பாதி விலைக்கி தருவேன் இன்னா...'

அவனை நிராசையில் பார்த்தாள் பார்வை. அந்தப் பார்வை எடுத்து நீட்டிய வலியை, காதலை அவன் உணரவே இல்லை. இப்படித்தான் பல மனதுகளின் வார்த்தைகள் சம்மந்தப்பட்டவர்களை சென்றடையாமலே மௌனமாகிப் போகிறது.

'யாருக்கு வேணும் ஒனக்க மர பீரோ? யாருக்கு வேணும் ஒனக்க அனுதாபமும், இரக்கமும்... யாரோ வெள்ளம் ஊத்தியதுல இந்த குட்டிமணி நல்லா வளரணமுண்ணு ஆசப்படுற ஒனக்கு அந்த வெள்ளமா இருந்திருக்க மனமில்லையே... இப்படிதான் இந்த ஒலகம் வெறும் போதனையில மட்டுந்தான் கிடக்கு. செயலுல காட்ட ஒருத்தருக்கும் முடியாது.

அவன் கொடுத்த அழைப்பிதழ் அவள் கைகளில் நடுங்கிக் கொண்டிருக்க அவன் அவள் வீட்டு முற்றத்திலிருந்து திரும்பி நடந்தான். முற்றத்தில் விழுந்துகிடந்த மஞ்சள் பூக்கள் அவன் காலுக்கடியில் ஈர மண்ணில் நசுங்கி நசுங்கிப் போக, அவனால் எழும்பிய இவளின் உடல் உணர்வுகள் இவளைப் பரிகசித்து நசுங்கிக் கொண்டிருக்க ஆற்ற இயலா வருத்ததோடு கொன்னை மரத்தில் சாய்ந்தாள். இவளின் உணர்வுகளும், கண்ணீரும் கொன்னை மரத்தில் ஒட்டிய மழை ஈரத்தோடு கலந்துகொண்டதை உணராமல் பாலுராசி போய்க்கொண்டிருந்தான். அவளின் பார்வையில் அவன் இந்த உலகில் ஒருவனாக, கூட்டத்தில் ஒருவனாகத் தெரிந்தான்.

அவன் போய் வெகுநேரமாகியும் அவனால் எழுந்த வலி அவளிட மிருந்து போகாமல் இருக்க அந்நேரம் கேட்ட வாகனச் சத்தம் குட்டிமணியைக் கலைக்க அவள் திகிலோடு அந்த வாகன முகப்பைப் பார்த்தபோது அது காவல் வாகனம் எனத் தெரிய அதற்குள் முதல் ஆளாகத் தெரிந்தாள் முன்பொரு தடவை வந்த லீமா என்பவள்.

'போலீசு கொண்டு வந்துட்டாளோ...' குட்டிமணி அந்த வாகனத்தையும், அதிலிருந்து இறங்கிய பெண் காவலர் ஒருவரையும் கண்டு ஓடினாள் ஓட்டம். ஓடியவள் கல்லறைத் தோட்டத்திற்குள் மூச்சிரைக்க நுழைந்தாள். கல்லறைக்குண்டு தோண்டிய அப்பு சற்று ஓய்விற்காக அடிமை என்ற கல்லறை கூடாரத்தில் படுத்துக்கிடந்தான்.

கல்லறைத் தோட்டம் ஓடி வந்தவள் அங்கு அப்பு வெட்டிப் போட்ட குண்டை நோக்கி ஓடினாள். பின்னால் பார்க்க அங்கு காவலரும், லீமாவும் வருவது தெரிய அந்த குழிக்குள் சாடினாள். குழிக்குள் எவரோ சாடுவது தெரிய அப்பு எழுந்து குழிக்கருகில் சென்றான்.

ஈர மண் சதசதக்க கல்லறைக்குண்டில் பதுங்கியவள் அந்தக் குண்டை மனதார அந்நிமிடம் விரும்பினாள். உலகம் பார்க்க இயலாத ஒரு இடம்... வேதனைக் கொடுக்காத ஒரு இடம்... வெட்கமும், அவமானமும் தராத ஒரு இடம்... காதல் தேடாத ஒரு இடம்... இதில் கிடந்துவிட்டால் சுகம்தானே... மனம் ஏங்க குழிக்குள் பதுங்கியவளைப் பார்த்து அப்பு துடித்தான்.

'மோளே...' அவன் மனம் உருக அழைத்தான்.

'இதுல சுகமா இருக்கு அப்புவே... மண்ண வாரிப்போடுறியா?'

'எனக்க செல்ல மோளே...' அப்பு உடைந்து சிதற, காவல் வாகனம் திருப்பிப் போய்க்கொண்டிருந்தது.

'இண்ணு தப்புனாலும்... நாளையிக்கும் கூட்டியிட்டு வருவேன். தள்ளையையும் மொவளையும் போலீசை வச்சி இடி கொடுத்து உள்ள தள்ளுனாதான் எனக்கு நிம்மதி...' லீமா என்பவள் கத்தி விட்டுப் போய்கொண்டிருந்தாள்... அப்புவோ குட்டிமணியை கரையேற்றிக் கொண்டிருந்தான்.

•

காலை நேரம். தனது வீட்டின் முன்பக்கத்தில் குட்டிமணி அமர்ந்திருக்க அப்பு அதில் சிரித்துக்கொண்டு வந்தான். முன்பக்க மரவள்ளிக்கிழங்குத் தோட்டத்தில் ஒன்றிரண்டாக வியாபாரிகள் தென்பட்டார்கள். அப்புவின் சிரித்த முகத்தின் காரணம் குட்டிமணிக்குத் தெரிந்தது. இந்த விளையில் தெரியும் வியாபாரிகள் விளைந்து நிற்கும் மருச்சினிக் கிழங்கை பிடுங்கியெடுக்கவே வந்திருக்கிறார்கள். இதில் கிழங்கு பிடுங்கும் போதெல்லாம் அப்புவும் அதில் சென்று கிழங்குப் பிடுங்கி; கொடுப்பான். அப்படி கொடுக்கும்போது இரண்டு மூன்று கிலோ கிழங்கு கொடுப்பார்கள். இப்போது பயிர் வகைகள் குறைந்துப் போனதால், இல்லாமல் போனதால் இந்த பழக்கம் வழக்கத்தில் இல்லை.

பத்து பதினைந்து ஆண்டுகளுக்கு முன்பு வரை ஏழைகளும் நிலபுலன்கள் இல்லாதவரும் பணக்காரர்கள் வீட்டு விளைநிலன் களில் வாழ்வு கண்டார்கள். புளி உலுக்கும்போது, மாங்காய் பறிக்கும்போது, பலா பழம் பறித்துக்கொடுக்கும்போது, வயல் அறுத்து சூடு அடிக்கும்போது கிழங்கு பிடுங்கும்போது என அதில் ஒத்தாசைக்கு நின்றுகொடுத்தால் முடிவில் காசு பணம் கொடுக்க மாட்டார்கள். அதற்கு ஈடாக உணவுப்பொருள்கள் கொடுப்பார்கள்.

ஏழை வீடுகளிலும் உயர்ரக அரிசியுணவு ஓரளவேனும் கிடைத்திருந்த காலம் இன்றில்லை.

'கிழங்குப் பிடுங்கவா வந்து நிக்குற அப்பு...'

'ஓ மக்கா, நேத்தோ வியாபாரியாச் செல்லிச்சுனம். கிழங்குப் பிடுங்கிக்கொடுத்தா ஒரு கிழம அவுச்சக்கு கிழங்கு கிட்டும் இல்லியா, மக்கா பெட்டிய எடுத்து வை...'

அப்பு கூறிக்கொண்டே போக குட்டிமணி வீட்டிற்குள் சென்று பெட்டியைத் தேடினாள்.

'பவளம் இருக்கம்ப எனக்க சின்னப்பிராயத்துல நானும் இதுபோல கிழங்குப் பிடுங்கப் போயிருக்கியேன்...'

அப்பு அந்த விளையைப் பார்த்துக்கொண்டு நிற்க வியாபாரிகள் அவனை அழைத்தார்கள். அவன் அந்த விளைக்குள் சாடினான். இலைகள் பழுத்து நின்ற மரவள்ளிக்கிழங்குகள் தங்களை அர்ப்பணிக்கத் தயாராக நின்றதுபோல் தெரிய வாடிய இலைகளைத் தடவினான்.

வியாபாரிகள் கிழங்குச் செடியின் இலைகளை ஒரு பக்கத்திலிருந்து ஒடித்து வர அப்பு ஒவ்வொரு கம்பாக பிடுங்கத்துவங்கினான். மண்ணுக்குள் தனது வேர்களைவிட்டு பாதுகாத்த ஒரு சாதாரண செடிக்குள் கிலோ கணக்கில் கிழங்குகள் வீர்த்துப் புடைத்து நிற்க, அப்பு அவற்றை இழுத்து எடுக்கும்போது அவைத் திமிறிக்கொண்டு கொத்தாக முகம் காட்டியபோது அதிலிருந்து மண்கள் சிதறிச் சென்றது. மண் மணமும் கிழங்கின் பால் போன்ற மணமும் அப்புவை பரவசப்படுத்தியது.

ஒரு கம்பைக்கொண்டு சிறிதாக நட்டுவிட, அதிலிருந்து பச்சை இலைகளை துளிர்த்து குடைபோல் விரிந்து வந்து நாளடைவில் மனிதனுக்கு நல்லதொரு உணவை மண்ணுக்குள் தனது வேரில் பாதுகாத்துத் தரும் இந்த மருச்சினிக் கிழங்குப்போல்கூட சில மனிதர்கள் இல்லையே...

'மருச்சினி கிழங்கு என்ன ஒரு சத்தான உணவு. எனக்க சின்னப் பிராயத்துல எனக்க அம்ம பல வீடுகளுல கிழங்குப் பிடுங்கப் போயிருக்கியா... அந்தக் கிழங்குகள ஒடச்சிக் கொடுத்து ஒணத்தி வச்சப் போயிருக்கியா... அப்பல்லாம் வீட்டுல ஒரு நாளு கிழங்கில்லாம இருக்காது. யாருக்கு வேணும் அவுச்சதும் பொரிச்சதும். மண்ணு சட்டியில இந்தக் கிழங்க அவுச்சி மயக்கிப் போட்டா வேறு என்ன கூட்டுக்கறி வேணும்? வெந்து வாற கிழங்குல

மஞ்சையும், உப்பும், மிளகும், கருவப்பலையும் போட்டு பனை மட்டையில உள்ள துடுப்பு வச்சி வெந்த கிழங்க இடிச்சி மயக்குனா அதுலண்டு எட்டு ஊருக்கு அந்த மணம் எடுக்கும். அதுல ஒரு உருளைக் கிழங்கெடுத்து சோத்துல வச்சி விரவி வெள்ளம் ஊத்தி நெத்தோலியோ, சாளையோ மீனும் போட்டுக் கலக்கி குடிச்சா கோ, அது என்ன ருசியா இருக்கும்? அந்த உணவுக்க கிட்ட இண்ணத்த என்ன ஆகாரம் வரும்? அதுல மாவுச்சத்திருந்து... நாருச்சத்திருந்து... கிழங்கும் அக்கானியும் குடிச்சாம அண்ணத்த ஆளுகா இல்ல. எல்லாருக்க எலும்பும் வலுப்பெற்றிருந்து... இதுபோல சுகரும், பிளசரும் வரேல. ஒணத்தி வச்சிய கிழங்க பெரிய கூனி பானையில வச்சிட்டு கொஞ்சம் கொஞ்சமா எடுத்து அதையும் இடிச்சி மாவாக்கி புட்டு தின்னுட்டுண்டு. அந்தப் புட்டுதான் பாதி நாளு பட்டுனி தீத்துருக்கு... சூடா கிழங்குப் புட்டு தின்னா அப்பிடி ஒரு ருசியா இருக்கும்... ஒரு கிலோ அறுபது பைசாயிக்கி, ஒரு கிலோ ரெண்டு ருபாயிக்கி கிலோ அஞ்சி ருவாயிக்கி வித்த கிழங்கு... இண்ணு முப்பது ருவாண்ணு உள்ளதக் கேக்கம்ப நெஞ்சு பொடிஞ்சிப் போகுது. ஏண்ணா இந்த ஏரியாவுல இப்ப மருச்சினி விளையில்ல, அதுக்க பச்ச இலையளும் இல்ல... இப்ப எல்லாம் கேரளத்துலண்டு கொண்டு வந்து சந்தையளுல விக்கப் போட்டுருக்கு... இந்த ஒரு விளையிலும் இப்ப ஆசுவாசமா இந்தக் கிழங்கப் பாக்க முடியுது... எல்லாம் இந்த ரப்பர் மரத்துக்க வரவு செய்த வேலை... வயலழிச்சி, தென்னமரத்த அழிச்சி, பனையள அழிச்சி, பயறு வகைகள அழிச்சி... ஏன் அத்தனை பயிரு வகைகளையும் அழிச்சி வெறும் பண நோக்குக்காக வந்தேறிய ரப்பர் மரத்தால எல்லாம் போச்சி...' அப்பு பெருமூச்சிவிட்டான்.

கையிருந்த வீர்த்த கிழங்கை தடவிக்கொண்டே முத்தம் செய்தான். அந்த விளை முழுவதும் கரையில் பிடுங்கிப் பிடுங்கிப் போட்ட கிழங்குகளிடமிருந்து மண் சிதறிச் சிதறிப் போக நிலத்தாய் குதூகலிப்பதுபோல் அப்புக்குத் தெரிந்தது.

மண் மனிதர்களின் தாயானவள். மண்ணிலிருந்தே அனைத்து உணவுகளும் மனிதர்களுக்குக் கிடைக்கிறது. மண் மடியில் விளைப்பொருள்களை விளைவித்து எடுக்கும்போது மனிதர்களுக்கு பால் கொடுப்பதுபோல் மண் மகிழ்ந்து கிடக்கும்.

'மனுசனுக்கு ஆகாரம் கொடுக்க எம்புடு கொத்தப்பட்டாலும், குழிப்போட்டாலும் சிரிச்சிட்டே கிடக்குறியே... ஒனக்க இதயத்துல ஓட்டை எடுக்கியதுபோல எம்புடு ஆழ்குழாய் கிணறு, எம்புடு பாவச்செயல்கள், எம்புடு அநீயாய ரெத்தங்கள் சிந்தப்படுது. எல்லாம்

நீ எப்பிடியாக்கும் பொறுக்கிற?' மண்ணோடுப் பேசிக்கொண்டே கிழங்குளைப் பிடுங்கிக் கூட்டிச்சேர்த்தான்.

ஆடைத் திறக்கப்பட்ட உடல்போல விரிந்து வெட்ட வெளிச்சமாகத் தெரிந்தது கிழங்குகளை இழந்த நிலம். சுற்றியுள்ள கள்ளிச்செடி வேலிகளும் கழுதைகள்போல் தெரிந்தன... மறிந்தும் குலைந்தும் கிடந்த மண்ணில்போய் படுத்துக்கொண்டான். சலிந்த மண்ணின் மணம் அவனைக் கும்மாளப்படுத்த சுற்றிச் சிதறிக்கிடந்த மண்ணை வாரி மணத்திக்கொண்டே அந்த விளை முழுவதும் பார்த்தான். வெட்ட வெளிச்ச கழுதையாக நிலம் தெரிந்தது.

'ஒனக்கு ஏது துணி? ஆகாயத்துக்கும், பூமிக்கும், கடலுக்கும், புற்பூண்டுகளுக்கும் ஏது ஆடை? எப்பிடி வந்ததோ அப்படியே கிடக்குது. மறைப்பில்லாதவற்றிற்கு காமம் இல்லையோ! எப்ப மனுசனுக்கு காமம் பெருசாகிப் போச்சோ அப்பதான் ஆடை அவசியமாகிப் போச்சி. ஒடம்பு காமத்திற்கு மட்டுமுண்ணு உள்ளவங்களுக்கு மட்டுமே ஆடை பெரிய சர்ச்சை. அதுனாலதான் ஆடை ஆடையிண்ணு அதிகாரம் போடுறாங்க. காமம் எப்ப தலையாகிப் போச்சோ அப்பதான் ஆடையைப்பற்றி பேசுறாங்கா... இந்த ஒலகம் ஆடையில்லாமத்தான் கெடக்கு... மறைப்பில்லாம தான் கெடக்கு' மனதிற்குள் ரமணி வந்தாள்.

'லே நீ ஏன் இதுல இப்பிடிக் கெடக்கிய? கிழங்குவள லோடு ஏத்தி விட வால... மண்ணு தோண்டித் தோண்டி மண்ணு பயலுக்கு உறுத்தேலியா காணும்'

அழைத்த வியாபாரியைப் பார்த்து அப்பு புன்னகைத்துக்கெண்டே எழுந்தான்.

'மண்ணு எனக்க அம்மையப் போல; அது எனக்கு உறுத்தாது ஓய். அம்ம கூட பத்து மாசம்தான் அவா வயித்துக்குள்ள இடம் தந்தா... பிறந்து விழுந்ததிலண்டு வாழம்பையும், செத்தப்பிறகு மண்ணுக் குள்ளே தானே காலம் வரைக்கும் பதுங்கிப் போறோம். மண்ணு தாய்யா ஒரு மனுசனுக்க உண்மையான சொந்தம்.' அப்பு நினைத்துக் கொண்டே அந்த மண்ணில் நடந்தான்.

வியாபாரிகள் இவனுக்குரிய கிழங்கைக் கொடுக்க தனது கையிலி முண்டை விரித்துக்காட்டி கிழங்குகளை வாங்கிக்கொண்டு கனத்த கிழங்கை கால் அகட்டிக்கொண்டு குட்டிமணியிடம் நடந்தான்.

'மக்கா இந்த கிழங்குகள வாரி வச்சிட்டு அப்புக்கு குடிக்க கஞ்சி வெள்ளம் கெடந்தா கொண்டு வா...' கூறிக்கொண்டே திண்ணையில்

கிழங்குகளைத் தட்டினான். இவன் தட்டிய கிழங்குகள் திண்ணையில் உருண்டு உருண்டுக் கிடந்தன. குட்டிமணி வெள்ளத்துடன் வந்தாள். அப்பு தனது வியர்த்த முகத்தை தோர்த்தால் துடைத்துவிட்டு குட்டிமணி கொடுத்த பழைய சோற்றுத் தண்ணியை வாங்கினான்.

'வெள்ளத்துல உப்பிட்டியா மக்கா...'

'ஓ, போட்டேன்.' குட்டிமணி கூற அப்பு அந்தக் கஞ்சி வெள்ளத்தை சுண்டு விரலால் கலக்கி வாயில் ஊற்றுவதற்கென்று போனபோது அவன் கண்ணை உறுத்திய காட்சியால் வெள்ளத்தை வாயில் ஊற்றாமல் நின்றான். முன்பக்க விளையின் வேலிகளில் நின்ற கள்ளிச்செடிகளை வியாபாரிகள் பெரிய ஆக்கோத்தி ஆயுதத்தால் வெட்டிச்சாய்க்கத் துவங்க அப்பு அந்த வெள்ளத்தை திண்ணையில் வைத்து அவர்களை நோக்கி விரைந்தான். குட்டிமணியும் அதிர்ந்துப் போய் அந்தக் காட்சிகளைப் பார்த்தாள்.

'ஓய் அதுகள ஏன் வெட்டுதியா?' கேட்டுக்கொண்டே சென்றவனை வியாபாரிகள் பரிகாசமாகப் பார்த்தார்கள்.

'இவன் ஒருத்தன் கேக்கிய கேளுவியப் பாக்கேலியா? இந்த விளையிக்க ஒடையக்காரன் நீயா? லே இந்த விளையை ஒடையக்காரா வித்தாச்சி. இத வேண்டுன ஆளு இதுல எதோ கட்டிடம் வச்சப்போறாராம். இதுல இனி கள்ளி வேலியோ... மரங்களோ நிக்காது.' வியாபாரியில் ஒருவர் கூற அப்பு அதிர்ந்துப் போனான். குட்டிமணி ஆடிப்போனாள். அவள் ரசித்து கதைப்பேசி, சிரித்து, அழுது வளர்ந்த கள்ளிச்செடி வேலிகள் தன் கண்முன்னே நிரந்தரமாக மறைக்கப்படும் நிலையை அவளாலும்; ஏற்றுக்கொள்ள முடியவில்லை. எத்தனை எத்தனை மகிழ்வுகள்... எத்தனை கதைகள்... எத்தனை சீவிதப் போராட்டங்களில் உடன் நின்றதுபோல் நின்றவைகளை கண்முன்னே அழிக்கப்படுவதைத் தடுக்க வழியற்று நின்றாள்.

ஆளுயர வளர்ந்த பச்சை நவுடாக்கள்ளியின் உடல்களில் பெரிய இரும்பு ஆயுதம்கொண்டு சாய்த்துத் தள்ளும்போது அவையெல்லாம் 'குட்டிமணியே காப்பாத்து என்று அழைப்பதுபோல் இருந்தது... பூக்களைத் தந்து மகிழ்வு தந்தோமே, முட்களை காட்டி வாழ்க்கை உரம் தந்தோமே, நீ அழும்போது உன்னோடு அழுதோமே, வா வந்து காப்பாத்து... இனி இந்த இடத்தில் நாங்கள் போனால் வர மாட்டோம். இதில் கட்டிடங்கள் மட்டும் நிற்கும்போது எங்களைப் போன்று அவை உன் உணர்வை புரியாது வா குட்டிமணி.' என்று அழைப்பதுபோல் இருக்க நிலத்திற்குப் பிடிப்பாக எழுந்து நின்றவை

கள் சாய்ந்து சாய்ந்துப் போக அவள் அதனருகே விரைந்தாள். வியாபாரிகள் கொலைக்காரர் களைப்போல் தெரிந்தார்கள். உயிருள்ள வற்றைக் கொலை செய்கிறோம் என்ற உணர்வற்று வன்முறையில் சாய்த்த கள்ளிச்செடிகளைப் பார்த்தாள்... அதில் தரை விழுந்த அதன் உடம்பில் எப்போதோ இவள் எழுதிவைத்த பாலு ராசியின் பெயர் தெரிந்தது... என் அப்பன் எங்கே? என்று எழுதியது தெரிந்தது... எனக்கு உங்களைப் பிடிக்கும் என்று எழுதியிருந்தது தெரிந்தது. கண்கள் பனிக்க அவற்றைப் பார்த்து கும்பிட்டாள்.

'என்னை மன்னிச்சிருங்கா... ஓங்களக் காப்பாத்த முடியல.' குலுங்கி நின்றவளை ஆதரவாக அப்பு அணைத்தான்.

'நமக்க எந்த உணர்வும் மனுசங்களுக்கு மனசுலாகாது. கள்ளிக்கி உயிருண்டு, புல்லுக்கு மனசுண்டுண்ணு சொன்னா இந்த ஆளுகா சிரிப்பாங்கா. இந்நா சாச்சிப்போட்டுருக்கிறது கரையிறது நமக்கு மட்டும்தான் கேக்கும். பூமியெல்லாம் எல்லாருக்கும் சொந்தமுண்ணு சொல்லியிட்டாலும் பலமுள்ளவன் தனக்குண்ணு எல்லைப் போட்டு வச்சிருக்கியான். இந்த ஒலகம் எல்லாருக்கும் பொதுவுண்ணு சொல்லுல தான் இருக்கு மக்கா. காலடி மண்ணுகூட சொந்தமில்லாதவனும் இந்த மண்ணுல உண்டு. எல்லாருக்கும் பொதுவான சொத்தை ஒரு சிலருட்ட மட்டும் ஏக்கர் ஏக்கரா எழுதி வச்சிருக்குனம். ஆக கூடி ஆறடி மண்ணுக்குள்ளத்தான் சீவிதம் முடியும். ஆனா ஆயிரக் கணக்குல வேண்டிப்போட்டுட்டு எனக்க எனக்கண்ணு செல்ல ஒரு பரியெடு இருக்காதா? இதுல நிக்கிய கள்ளிச்செடியளுல நமக்கு எந்த உரிமையும் இல்ல... ஏண்ணா அது அடுத்தாளுக்க வகை...' அவன் கூறிக்கொள்ள வியாபாரிகள் அவனை எரிச்சலுடன் பார்த்தார்கள்.

'காவதிபய நல்லா தத்துவம் செல்லியானே...' ஒருவன் கூற மற்றவர்கள் சிரித்தார்கள்.

அப்பு குட்டிமணியை அணைத்துக்கொண்டு நடந்தான். அதற்குள் வியாபாரிகள் கொன்னை மரத்தைச் சூழ உயிர்துடிக்க இருவரும் நிமிர்ந்தார்கள்.

தடி கறுத்து நின்ற கொன்னை மரத்தின் இலைகள் மரணபீதியில் சிலுசிலுண்ணு ஆடுவவதைப்போல் இருக்க அப்பு தலையை உயர்த்தினான். மரணத்தின் தூதுவர்கள்போல் மரத்தைச் சுற்றி நின்றார்கள் வியாபாரிகள். அவர்களின் நோட்டத்தில் மரத்திற்கு மரணம் எழுதிவிட்டார்கள் என்பது தெரிய அப்பு வெளிறிப்போய் குட்டிமணியைப் பார்த்தான். குட்டிமணியின் கண்கள் சிவந்துபோக மரத்தைப் பார்த்தாள்.

மர வியாபாரிகள் மரத்தின் உச்சாணியில் ஏறி ஒவ்வொரு கிளையாக முறிக்க ஆயத்தமானார்கள்... குட்டிமணியோ ஓடிச்சென்று மரத்தைக் கட்டிக்கொண்டாள்.

‘இது எனக்க அப்பனப் போல எனக்க கூட நின்னதில்லியா? இந்த மரம் இதுல இல்லாம இந்த குட்டிமணியால வாழ ஒக்குமா? எத்தனையோ வலிகளுக்கு இந்த மரம்தானே சாட்சி... எத்தனையோ காயங்களுக்கு இந்த மரம்தானே ஆறுதல்... இது எனக்க மரம் இதை யாரும் முறிக்காதீங்க’ மனதில் குமுறிக்கொண்டே மரத்தை கட்டியணைத்து முத்தம் செய்து கசிந்தவளை வியாபாரிகள் சிரித்துக் கொண்டே பார்த்தார்கள். அவர்கள் யாருக்கும் அவள் மன உணர்வை புரிய முடியவில்லை.

அப்புவும் நெருங்கிய ஒருவரின் மரணம் தன் கண்முன்னே நிகழப் போவதை கண்டும்தடுக்க இயலாததுபோல் நின்றான்.

‘நான் பிறக்க முன்னே இந்த வேலியில சின்னதா நின்ன மரமிது... இதுக்க கொப்புல ஏறி ஊஞ்சல் போட்டுருக்கேன்... இதுக்க தாழ்ந்த கொப்புலக் கெடந்து ஒறங்கியிருக்கேன்... ரமணியிட்ட பேச வேண்டியதெல்லாம் பேசியிருக்கேன்... எத்தனையோ நாளு எனக்க மனச சொல்லி கரஞ்சிருக்கேன்... கண்ணு முளிச்சா இததான் பாப்பேன். கண்ணு மூடம்பையும் இதுக்க காத்துலதான் மூடுவேன். இந்த மரம் இல்லாம இனி அப்பு எப்பிடி வாழுவான்? இதுக்க எல்லாப் பேச்சும் நாங்க மூணணும் கேட்டுருக்கியோம்... சிரிச்சிருக்கியோம்... இதுல வந்து தங்குன காக்கா குருவியளுக்க கூட கதைப்பறஞ்சியிருக்கியோம்... எங்க சீவித வலிகளுக்க ஒப்பாரு கேட்டு எங்களோட நிக்கிய மரம். தணலும், குளுமையும் தரும் மரம்...’ கலங்கியபடியே மரத்தை நிமிர்ந்துப் பார்த்தான். மர வியாபாரிகள் டொக் டொக்கென்று ஒவ்வொரு கிளையாக முறிக்கத் துவங்க எந்த மறுப்பும் சொல்லாமல் மரம் தன்னை மரணத்திற்கு கொடுத்துக்கொண்டிருந்தது.

‘இத இதுல விடப்படாதா? மரம் கரையுது ஓய்...’ அவன் பேசுவதைக் கேட்டு மீண்டும் வியாபாரிகள் சிரித்தார்கள்.

‘இது ஒங்க எல்லாருக்கும் மரம். ஆனா எங்குளுக்கு எங்க குடும்பத்துல உள்ள ஒரு ஆளு. உயிரும், உணர்வும், பேச்சும், பாசமும் கொண்ட எங்க குடும்ப ஆளு... இதுட்ட பாசமுண்டு. இது எங்களுக்கு ஒரு அப்பனப் போல, அம்மையப்போல, கூட்டுக் காரனைப்போல சீவிதத்துல கலந்து உயிருக்குள்ள இணஞ்சிட்டு. எங்க சீவித கனமெல்லாம் இதுல இறக்கி வச்சிருக்கியோம்... மனுசங்க புறக்கணிச்சி தள்ளி விடம்ப இதுட்டதான் வந்து

அணஞ்சியிருக்கியோம்... சந்தோசம் வரம்ப இதுக்க கிளைகளுலக் கெடந்து ஆடியிருக்கியோம். எங்க சீவிதத்துக்க கூட ஒட்டி வளந்த மரத்த நீங்க முறிக்கப் போறதுல எங்க மனசு நோவுது ஓய்... குடும்பத்துல உள்ள ஆள சாவுக்குக் கொடுத்ததுபோல இருக்கு... எங்க வேதனை ஒங்களுக்கு மனசுலாகாது...'

அப்பு வியாபாரிகளோடு மன்றாடிய நேரம் ரமணி அதில் வந்தாள். கொன்னை மரத்தின் ஒன்றிரண்டு கிளைகள் முறிப்பட்டுக் கிடக்க அவள் அதிர்ந்து போனாள். மரத்தைக் கட்டிப்பிடித்து நின்ற தன் மகளைக் கவனித்தாள். மரத்திற்காக மன்றாடும் அப்புவைக் கவனித்தாள். கொன்னை மரத்தை நிமிர்ந்து பார்த்தாள்.

'எனக்க கூட்டுக்காரனைக் கொல்ல வந்தியளோ... எம்புடு முத்தம் தந்து, எம்புடு ஆறுதலும் தந்து, எம்புடு பிள்ளை அழிப்பின் ரத்தங்களை உறிந்துகொண்டு அதற்கு சாட்சியாக நின்ன மரம்... எம்புடு காமக்காரர்களைக் கண்ட மரம்... எனக்க அம்மை நாணுதூங்கி நின்ன மரம்... எனக்கு சீவிதபெலம் தந்த மரம்... இனி இல்லியா?' நினைத்துக்கொண்டே மகளருகே சென்றாள். கண்ணீர் முகமாக நின்றவளை அணைத்தாள்.

'மரமும் நம்மளப்போலதான் நாதியத்துப் போவுது. தப்பி ஓடுறதுக்கு மட்டும் ஒவ்வொரு மரத்துக்கும் முடிஞ்சிருந்தா ஒரு மரத்தையும் முறிச்சிருக்க மாட்டுனம்.'

'அய்யடா வேசயிக்க பிரசங்கத்த பாருங்கல...' மீசை தடிப்பா வச்சிட்டு வெளுத்த உடம்புமாக நின்ற வியாபாரி கூற, அனைவரும் மீண்டும் சிரித்தனர். அப்பு அவர்களைச் சீற்றமாகப் பார்த்தான்.

'மனுச உணர்வையே புரியாதவங்களுக்கு மரத்துக்க உணர்வு புரியவா போகுது... நீ குட்டிய கூட்டியிட்டு வீட்டுல போ ரமணி...' அப்பு கூறிக்கொண்டு திரும்பி நடந்தான்.

'போவாத...' மரம் சொல்வது போன்றிருக்க திரும்பினான்... அதன் ஒவ்வொரு இலைகளிலும் உயிரச்சம் அப்பிக்கிடக்க, கண்கலங்க மரத்தைப் பார்த்தான். அதனருகில் ஒட்டி நின்ற இருவரையும் வேதனையுடன் நோக்கினான்.

'மனுச கண்களுக்குப் பாவியாளக்கப்பட்ட இதுவளுக்கு ஒரு மரத்துக்க மனசு புரிஞ்சிருக்கே இதுவளா பாவியா...'

அப்புவின் வார்த்தைகள் வியாபாரிகளை கோபம் அடைய செய்தது.

'ஓய் இப்ப ஒங்க மூணணத்துக்கும் என்ன வேணும்? ஒழுங்கா மரத்த முறிச்ச விடுதியளா? ஒடையக்காரருக்கு போணு விளிச்சட்டா.

ஒருக்கால தத்துவம் பேசியிட்டு நிக்கியது. ஊரு ஒலகத்துல செய்யாததையா நாங்க செய்யுறோம்? விலவிப் போவியளா அப்பறம்...' அவர்களில் ஒருவன் கத்த.

ரமணிக்கும், குட்டிமணிக்கும் விசும்பல் கூடிப்போனது... விங்கென்ற சங்கடம் பொத்துச்சாட ரமணி தனது மரத்தை இதமாக முத்தம் செய்தாள்.

'போயிட்டு வா... இந்த சென்மத்துல இனி ஒனக்கும் எனக்கும் சந்திப்பில்ல... எனக்க மனசுக்குள்ள ஒனக்க ஓர்மை சாவுறது வரைக்கும் இருக்கும்...' அவள் முத்ததின் பாசமும், கண்களின் ஈரமும் மரத்தை உலுக்கியதுபோல் இருக்க... மரத்தை கண் உயர்த்திப் பார்த்தாள்.

'மூணு பேரும் ஒதுங்கிப் போங்கா... தப்பி ஓடக்குள்ள பலம் இல்லாத என்னை கொல்லத்தான் போறாங்கா... என்னையெல்லாம் வெட்டிப் போறதுனால இந்த பூமி வெப்பம் பிடிச்சி கருகிப்போகுது... இனி வாறக்காலத்துல மழையும் இல்ல... மண்ணு செழிப்பும் இல்ல. என்னைக் காப்பத்த ஒங்களால முடியாது. எனக்க கூட ஒட்டி வளந்த ஒங்களை இழக்க எனக்கும் வருத்தம்தான்... எனக்க மரணம் பாக்க ஒங்களுக்கும் நோவும்... ஆனாலும் விட்டுருங்கா... இதுலண்டு முறிச்சி தள்ளுனப் பிறகு எங்கியோ கதவாகவோ, சன்னலாகவோ, கட்டிலாகவோ, பீரோவாகவோ, மேசையாகவோ, எரிச்சி தள்ளிய விறகாவோ கிடப்பேன். அப்பிடிக் கெடக்கம்ப அடையாளம் கண்டா முனகிடுலாம்... இப்ப போட்டா.' மரம் பிரியாவிடை கேட்க, இரு பெண்களும் கண்ணீர் மல்க நின்றார்கள்.

'ரெண்டு பேரும் விலவுங்கா... சீவிதத்துல எதை இழக்காம வந்துருக்கியோம். அதுனால போறது எல்லாம் போட்டு... இந்த பிரிவுக்க ரணத்த நம்மளத் தவிர வேற யாருக்கும் மனசுலாகாது... மக்கா குட்டிமணி வா இப்பறம்.'

குட்டிமணியை அவன் தொட்டழைக்க கூடவே ரமணியும் மரத்திட மிருந்து விலகினாள். இருவரின் அணைப்பிலிருந்தும் விடுபட்ட மரம் அனாதைபோல் நின்றது.

பச்சை இலைகளையும், மஞ்சள் பூக்களையும் கொண்டு நின்ற மரத்தை வன்புணர்வு செய்ததுபோல் ஒவ்வொரு கிளையாக முறித்து தள்ளியிட தரையில் விழுந்த கிளைகளால் மரம் ஆடையிழக்கத் துவங்கியது போலிருந்தது. ரமணி மரத்தின் உச்சாணிக் கொம்பைப் பார்த்தாள். அதில் தன் தாய் தொங்குவதுபோல் தெரிய முறிந்து வரும்

அந்தக் கிளையைப் பீதியோடு பார்த்தாள். தாயின் உடல் சுமந்த கிளை இவள் காலருகே விழுந்தபோது அதில் ஒன்றிரண்டாக கூடு வைத்திருந்த அணில்கள் உயிர் தப்பும் வேட்கையில் சிதறி ஓடின... எறும்புக் கூடுகள் கலைந்து சிதறின.

'ம்... மா...' ரமணியின் உதடு முனகியது... மரம் அறுக்கிற இயந்திரம் மரத்தை கிறுச் கிறுச்செனு முறிக்கும் சத்தம் மரத்தின் மரண ஓலம்போல் கேட்க... அதில் விழுந்தே போனது மரம்.

'சீவித பலம் தந்த நீ எங்களை விட்டுட்டுப் போறியோ..ஓ' மூன்று பேரும் தரையில் விழுந்துகிடந்த மரத்தைப் பீதியோடு பார்த்தார்கள்.

22

வடசேரி பேருந்து நிலையத்தின் இடதுபக்க வெளிசாலையில் வரிசையாக நின்றிருந்த மரங்களின் நிழலில் நின்றுகொண்டிருந்தாள் ரமணி. சுற்றி அப்படி சாக்கடை நாற்றம் விரவிக்கறங்கியது. குட்டையாகிக் கிடந்த வெள்ளத்தில் பாசிகள் அடர்ந்து கிடக்க, அவற்றோடு புற்களும் பன்றிகளும் என சகசகவென நாற்றம் காற்றோடு கலந்து வீசியது. அவள் நிற்கும் சாலையின் எதிர்புறத்தில் ஆண்கள் பலர் வரிசையாக சிறுநீர் கழித்துக்கொண்டு நின்றார்கள். எந்தவொரு முக கூச்சமும் இல்லாமல் எதோ வேகத்தில் வருகிறார் கள். வந்த மட்டில் பேண்டை இறக்கி எடுத்துவைத்து ஊற்றுகிறார்கள். பலப் பல வாகனங்கள் கடந்துப் போய்க் கொண்டிருக்கின்றன... ஆட்கள் கடந்து போகிறார்கள்... பெண்கள் தெரிகிறார்கள்... ஆயினும் இதற்கான சட்டம் வாங்கியதுபோல் மிகச் சாதாரணமாக நின்றும், இருந்தும் சிறுநீர் கழிக்கிறார்கள்... இங்கு அசுத்தம் செய்யாதீர் என்று எழுதப்பட்டது தெரிந்தாலும் அதன் மேல் ஊற்றிக்கொள்கிறார்கள். இதுவே ஒரு ஆணாதிக்க திமிர்... ஆண் தானே எனக்குரியதற்கு கூச்சமில்லை என்ற வெளிப்பாடு. அருகில் கழிவறை இருந்தாலும் இப்படித்தான் எனக்காட்டும் போக்கிரித் தனம். இதைப்போல் பெண்கள் மட்டும் சிறுநீர் கழிக்க இந்தச் சமூகம் சம்மதிக்குமா? ஏளனமாக தனக்குள் சிரித்தாள். சாலையில் அடித்த வெயிலின் தாக்கம் மர நிழலில் இளைப்பாறுதல் கொடுப்பதுபோல் இருக்க, அந்த நிழலின் குளுமை அவளின் கொன்னை மரத்தை நினைவுப்படுத்த ஏக்கமாக பெருமூச்சு விட்டவளின் பார்வை அந்தச் சின்ன நிழலில் படுத்துக்கிடந்தவர்களின் மீது பதிந்தது.

அழுக்கேறிப் போன உடலுடன், கந்தையும் பாண்ட அழுக்குமான உடையுமாக படுத்துக்கிடந்தவர்களுக்கு அவர்கள் உடம்பின் அழுக்குப் போக்க வெண்டுமென்ற அக்கறையே இல்லாதவர்கள் போல் கிடந்தார்கள். இவர்களுக்கு வீடு கூடில்லை... இவர்களுக்கு சமூக அந்தஸ்த்து என்பதைத் தேடவில்லை... பலர் பார்ப்பார்களே என்ற கூச்சமில்லை... ஏன் இப்படித் தரையில் படுத்துக்கிடக்கிறோம் என்ற எண்ணமுமில்லை... படுத்து மட்டுமா கிடக்கிறார்கள்... சுகமாக தூங்கிக்கொண்டிருக்கிறார்கள்... அச்சமில்லை, அவமான மில்லை, கட்டுப்பாடில்லை, சம்பாதிப்பில்லை, சுதந்திரமாக வாழ்வை வாழ்வுகிறார்கள். ஏன் இவர்கள் இப்படி? எத்தனை வாழ்க்கைப் பாடங்களை இவர்களிடமிருந்து கற்றுக்கொள்ள வேண்டியிருக்கிறது... இவர்களும் மனிதர்கள்தானே! பஞ்சுமெத்தையில் வாங்காத தூக்கத்தை தெருவில் காண்கிறார்களே இவர்களுக்கு சுகர், பிரசர் இருக்குமா? கேட்கத்தான் வேண்டும்... சுதந்திர பூமியில் சுதந்திர வாழ்க்கை... யார் ஆண்டால் என்ன? யார் போனால் என்ன? பாசம், உணவு இது ஒன்று போதும் மற்றவை கட்டிக்காக்க வேண்டாம், அது பெரும் சுமையென்று தெருவீதியில் வந்து விட்டார்களோ? பலப் பல வினாக்கள் அவர்கள் முன் வைக்க வேண்டும்போல் ரமணிக்குத் தோன்ற கண்களை இதமாக மூடினாள்.

'இதே போல வந்து எனக்கு நீண்டு நிமுந்துக் கிடக்கணம்... சுகமா ஒறங்கணம்... மனசுக்குள்ள எந்தத் திகிலும் இல்லாம வாழ்க்கையை நின்னு நிதானிச்சி வாழணம்... முடியுமா?' கண்களைத் திறந்தாள்... சாலையில் முத்துவின் சிவந்த வாகனம் போவது தெரிய வாழ்வின் எதார்த்த போராட்டம் வந்து உலுக்கியது.

'எனக்க மொவா? அவளக் காப்பாத்தணுமே... அவளக் காப்பாத்தி விட எனக்கு பணம் வேணுமே...' அவள் ஏக்கமாக நினைத்த நேரத்தில் அதில் வந்து நின்ற கறுப்பு நிற வாகனத்திலிருந்து இறங்கினாள் ஒருத்தி. முகத்தில் அதிகமான ஒப்பனை போட்டிருந் தாலும் அவளால் தன் இயல்பை மாற்ற முடியாத பாவனையுடன் தெரிந்தவள் ரமணியிடம் வந்தாள். இங்கும் அங்கும் பார்த்துவிட்டு அவளிடம் பேச்சுக் கொடுத்தாள்.

'நீ மற்றக் கேசுதானே?' அவள் சடாரெனக் கேட்க, எந்த பதிலும் கூறாமல் அவளைப் பார்த்தாள்.

'கேக்கிறேன் இல்லா சொல்லு... போலீசுக்கண்டா பிரச்சன?'

'அதுக்கு இப்ப ஏன்?' ரமணி அவள் முகம் பார்க்காமல் கூறினாள்.

‘ஒனக்க நல்லதுக்குதான் கேட்டேன். இதுல அஞ்சிக்கும் பத்துக்கும் காத்து நிக்குற ஒனக்கு நல்லதா ஒரு வாய்ப்பு தந்தா போவியா நீ? ஒனக்கு லெச்சங்கள் கிட்டும்?’ அவள் கேட்க படாரென நிமிர்ந்தாள் ரமணி.

‘எனக்குத் தெரிஞ்சி ஒரு புரோக்கர் இருக்காரு. அவரு வெளிநாட்டுக்கு விட்டாப் போவியா நீ? ரெண்டு வருசம் அதுல நின்னா ஒனக்கு லெச்சக்கணக்குல கிட்டும். இதுபோல பிச்சையெடுத்து வாழாண்டாம் நீ?’

‘வெளி...நாடா?’ ரமணி வாய் பிளந்தாள்.

‘ஒனட்ட நின்னு விளக்க எனக்கு நேரமில்ல... ஒன்ன பல நாளு இதுலப் பாத்துருக்கேன் நான். இந்நா என்னோட அட்டுரசு. நீ ஒரு முடிவெடுத்துட்டு என்னை வந்து பாரு...’ அவள் வேகமாக தனது முகவரியைக் கொடுத்துவிட்டு கறுப்பு காரில் ஏறிக்கொள்ள அவள் கொடுத்த முகவரியை கையில் வைத்துக்கொண்டு அவள் போன திசையைப் பார்த்து நின்றாள் ரமணி.

•

வீட்டின் முன்பக்கம் வெட்டவெளிச்சமாகக் கிடந்தது. மரம் முறிக்கப்பட்டதால் சூழ்ந்து நின்ற வெறுமையை விரட்ட முடியாமல் ரமணி முற்றத்தை வெறித்தாள். கையில் அவள் கொடுத்த முகவரி உறுத்திக்கொண்டிருந்தது.

‘லெச்சங்கா கிட்டுமுண்ணு சென்னாளே, போட்டா நான். எனக்க மொவளைக் கெட்டிக்கொடுக்க கட்டு கட்டா லெச்சணம் வேணுமே... ரெண்டு வருசம் அதுலப் போய் நின்னா எனக்கு லெச்சங்கள் கிட்டும் இல்லியா? அவளைப்போய் பாத்து கேக்கட்டா முன் பணமா சில லெச்சங்கள் கிடைக்குமா? இல்லண்ணா எனக்க மொவளைப் பொறுப்பெடுத்து கெட்டிக்கொடுக்க ஒதவ முடியுமாண்ணு கேட்கட்டா. அப்படி உண்டுண்ணா அந்த கடம் தீரியதுவரை என் காலம் பூராவும் அதுல நின்னுட்டாலும் ஒண்ணுமில்லியே. எனக்க மொவளுக்கு ஒரு கரை காட்டு நான் அப்பிடியிண்ணா போயிருலாமுண்ணு அவளுட்ட செல்லட்டா...’ அவள் கொடுத்த முகவரியை உற்றுப் பார்த்தபடியே எழுந்தாள். சுவரில் தொங்கிய பையை சென்று எடுத்து உதறினாள். அதன் பொத்தல் கண்டு மனம் அதிர்ச்சியில் கருக அந்தப் பொத்தல் வழியாக தொலைந்த ஐந்நூறு ரூபாய் இனி எப்போதும் கிடைக்காதோ என்ற ஏக்கம் முட்ட பிச்சைக்காரனின் முடை இப்போதும் பச்சையாக

நாறிப்போக தலையை உலுக்கிக்கொண்டு அதே பையை தோளில் போட்டுக்கொண்டு வீட்டை விட்டு வெளியே வந்தாள்.

'அம்மோ ஓ' பின்னால் மகளின் சத்தம் கேட்க அவளைத் திரும்பி பார்த்தாள்.

'எங்கப்போற?' குட்டிமணி முகத்தைக் கடுப்பாக்கி கேட்டாள். மகளின் முகபாவம் மாறிப்போயிருப்பதை பார்த்தாள்.

'கதவச் சாத்தியிட்டு இரு... அம்ம இப்ப வருவேன்...'

'ஓ பத்மனாபபுரத்து அரண்மனையில உள்ள பெரிய கதவு. அப்புக்க பட்டி வந்து முட்டுனாலே திறக்கிய கதவப்பூட்டுனவுடன பரிசுத்தம் வராது. மனசத்தான் பூட்டணம்...' மகளின் ஆழமான பதில் கேட்டு ரமணி அவளை வியப்பாகப் பார்த்தாள்.

'நல்ல வளந்துருக்கிதியே மோளே.அம்மை ஒனக்கு புதிய வாழ்க்கைத் தருவா மக்கா. ஒனக்கு செணம் நல்லதா ஒரு மாப்பிளை வரப்போறான். லெச்சங்கள் கொடுத்து ஒருத்தனை வாங்குற அளவுக்கு அம்ம பணம் சம்பாரிச்சப் போறேன்...' குட்டிமணி தாயைச் சீறினாள்.

'மாப்பிளை ஒனட்ட கேட்டனா நான். மாப்பிளை மாப்பிளையிண்ணு நீ கொண்டு வாறவன் ஓடியிட்டே இருப்பான். எனட்ட ஒன்னப் போல உள்ள மனசில்ல. ஒரே ஒரு மனசும்தான் இருக்கு. அந்த மனசுல பலர ஏத்தி அழிச்ச ஒக்காது. ரெத்தமும் சதையும் உணர்வும் உள்ள எனக்க மனசுக்குள்ள ஒன்னைப்போல பலர மாத்தி மாத்தி வச்ச ஒக்காதுண்ணா ஒக்காது.'

அவள் கோபத்தில் வார்த்தையெடுத்து வீசிய அந்த நேரம் அப்புவும் அதில் வந்தான். ரமணியோ மகளின் வார்த்தையால் துண்டு துண்டாக உடைந்து சிதறினாள்.

'பல ஆளுகள ஏத்தி ஏத்தி வழியனுப்ப முடியாதுண்ணு சொல்லுறாளே... அப்படியிண்ணா என்னை இவளும் மோசமாகவா நினச்சிருக்கியா? சீவித ஓட்டத்துல ஒரே ஒருத்தர மட்டும்தான் மனசுக்குள்ள வச்சுருக்க முடியுமா? எத்தனை காதல்கள்... எத்தனை சந்திப்புகள்... எத்தனை பிரிவுகள்... இதுதானே சீவிதம். ஒரே காதல்... போதுமுண்ணு இருந்தா இந்த ஒலகத்துல என்னதான் நடந்துருக்கும்.' மகளை கண் சரித்துப் பார்த்தாள்.

'ஒனக்க ஒலகத்துலப் போய் கணக்கெடுத்துட்டு வா. ஒரு காதலுல எத்தனைப் பேரு வாழ்றாங்காண்ணு. இஷ்டப்பட்ட பலதை இழந்து, இஷ்டப்படாத பலதை ஏத்துக்கிட்டு, உயிருப்போல மனசுக்குப்பிடிச்ச

பல பாசங்களை ஏதோ சூழலுல யாருக்காகவோ இழந்துட்டு நடமாடுற பிணம்போல இந்த ஒலகத்துல எத்தனை பேரு வாழ்றாங்கண்ணு தெரியுமா ஒனக்கு? உயிரும் உணர்வும் உள்ள மனசுல என்னைப்போல பலரை ஏத்தி வச்ச முடியாதுண்ணு சென்ன இல்லியா? எனக்க மனசப் பிளந்து ஒனட்ட காட்டக்கு எனக்கு வழியில்ல மக்கா... அப்படி மட்டும் காட்டியிருந்தா ஒனக்குத் தெரியஞ்சி. ஒவ்வொருத்தனும் இறங்கிப் போம்ப இந்த ஈரக் கொலையில நடந்துட்டுள்ள மரணவலியைப் பத்தி... அம்மையிக்கி நோவேலண்ணு நினச்சியா நீ... நல்லாவே நொந்து மக்கா...' அப்பு அவளைப் பரிதாபமாகப் பார்த்தான்.

'கொப்பன் போம்ப நொந்து, அதுக்கப்பிறகு வந்தவன் போம்ப நொந்து, அதுக்கும் பிறகு வந்தவன் போம்பையும் நொந்து... எனக்க மனசுக்ககூட இளைப்பாற பலரை எதிர்பார்த்தேனே அப்பவும் நொந்து. உயிருப்போல உணர்வுல ஒட்டிப்போனவங்கா என்னை விட்டுட்டுப் போம்ப சாவ விட பெருசா நொந்து. அந்த வலிகளுக்க முன்ன சாவுக்கு என்ன வலி மக்கா? சாவெல்லாம் வலியே இல்ல... இந்த சீவித வாழ்க்கையில பாக்குற நம்பிக்கைத்துரோக வலிக்கு முன்னால சாவுக்கு ஒரு வலியும் இல்ல. ஒவ்வொருத்தரையும் அவரவர் சீவிதத்துக்கு வழியனுப்பி விடம்ப எனக்கும் நல்லா நொந்து மக்கா... ஆனா யாரையும் வாங்கண்ணு திருப்பி அழச்சேலே... ஏண்ணா வற்புறுத்தி இந்த ஒலகத்துல எதையும் வேண்டப்பாது மக்கா. வலுக்கட்டயா வாங்குற எதுவும் ருசியா இருக்காது. அது பிறகு வெறும் பாரமாகிப் போகும்... அம்மை எல்லாரும் வழியனுப்புவா... யாரையும் வேண்டிப்பறிச்ச மாட்டா...' கண்ணோரம் கசியக் கூறியவளை குட்டிமணி வேதனையாகப் பார்த்தாள். அப்பு தலைகுனிந்து வீட்டுத் திண்ணையில் அமர்ந்திருந் தான். அவளது வார்த்தைகள் அவனை உருட்டிப்போட்டுக்கொண்டே இருந்தன.

'அம்மையிக்க சீவிதம் ஒரு மரம் போல மக்கா. இதுல ஆயிரம் பறவைகள் வரும். இளைப்பாறும்... கிளைகளுல வந்திருந்து சிறகை விரித்து இதுலேயும், அதுலேயும் பறக்கும்... கொம்பால குத்திக் குடையும்... கூடு கெட்டும், முட்டையிடும், குஞ்சிப் பொரிக்கும்... காலம் பூரா இந்த மரம்தாண்ணு எந்த உடன்படிக்கையும் பறவைகள் எடுக்காது. பிடிச்சுமுண்ணா இருக்கும்... பிடிக்கலண்ணா போவும். ஏன் போறீங்கண்ணு பறவைகளுட்ட கேக்க முடியுமா மரத்துக்கு? கொம்புகளுக்க காயமிருக்கே... ஒங்களுக்க நினைவுகள் எனக்கும் இருக்குமே, ஒங்க பீ வடுகளும் எச்சில்களும் எனட்ட இருக்கேண்ணு

மரம் சொல்ல முடியுமா பறவைகளுட்ட... எவ்வளவு வலிச்சாலும் வலிக்காததுபோல மரம் நின்னுதானே ஆகணம். மரத்துக்க எந்த வலியாவது பறவைகளுக்கு கேக்குமா மோளே...' ரமணி கேட்க குட்டிமணி உடைந்தாள். அப்பு அதிலிருந்து எழும்பினான்.

'ஆயிரம் பேருவந்து தங்கியிட்டுப் போற சத்திரத்துக்கு எந்த மனுசனையாவது உரிமைக்கொண்டாட முடியுமா? நல்லவங்க மனசு ஒரு சத்திரம்போல அதுல யாருக்கும் அனுமதி இல்லாம வருலாம், அனுமதி கேக்காம இறங்கிப் போகுலாம்... அது எல்லாரையும் ஏற்றுக்கிடும். எல்லாரையும் விட்டுக்கொடுக்கும்... எவ்வளவு நொந்தாலும் தனக்குண்ணு வச்சிருக்காது மோளே... அம்ம எல்லாரையும் அவங்கவங்க சீவிதத்துக்கு விட்டுக்கொடுத்தா மோளே... பலர எனக்க மனவாசலுலண்டு இறக்கி விடம்ப எனக்கும் நொந்துது குட்டிமணியே...'

உடைந்து சிதறிக் கசிந்தாள் ரமணி. குட்டிமணி அவளருகில் நடுங்கிக்கொண்டே சென்றாள்.

'அம்ம பாவம் மோளே, எனக்க சீவிதம் முடிந்ததுப் போல ஒனக்க சீவிதமும் முடியப்பாதுண்ணு நான் துடிச்சியேன். உரிமையில்லாத ஆணுக்க முத்தம், பாசமத்தவனுக்க அரவணைப்பு, அம்மையிக்கி ஒங்காளம். எங்கிலும் ஒனக்கு வேண்டி எல்லாத்தையும் சகிச்சிட்டுக் கெடக்குறேன். ஒன்னக் காப்பாத்திவிட எனக்கு சம்பாரிக்க கிடைக்க ஒரே ஆயுதம் இந்த தேகம்தான். இதுல அகப்பட்டுப் போனவளுட்டப் போய்ப் பேசிப் பாரு. அப்ப அவவா சொல்லுவா இந்த நரகத்துக்க இருட்டைப்பத்தி... அலந்துப் போனவனுக்கு ஆகாரம் கொடுக்கிறேண்ணு உள்ள பெருந்தன்மையில எவ்வளவு தான் பிடிச்சி நின்னாலும் பல தடவை நிக்க ஒக்காது. எவ்வளவுதான் ஒழுக்கம் போதிச்சாலும் இந்த ஒலகம் ஒழுக்கமா இல்ல. எல்லாரும் சதையில இடறிப்போய் கிடக்குனம். சலனக்காரங்கா ஒழுக்கம் பேசுறாங்கா... ஒழுக்கம் இருட்டுக்க முகத்துக்கு மட்டும்தான் தெரியும். ஒன்னையும் இந்த ஒலகம் இருட்டுக்கு கேக்குது. அதுக்குள்ள ஒன்ன தள்ளாம இருக்கிற ஒரே வழி கல்யாணம். அதுக்குப் பணம் வேணும்... அதை எனக்க உடம்பால மட்டுந்தான் வேண்ட முடியும். அதுனால அம்மைய விடு... ஒனக்க சீவிதத்துக்கு ஒரு தணலுக்கொடுத்து நிறுத்தியிட்டா அதுக்கப்பிறகு அம்மையும் நிப்பா மக்கா...' சொல்லிவிட்டு ரமணி கண்களை மூடினாள்.

தான் நிற்கும் ஒரு அமைதியின் காலத்தை கண்முன்கொண்டு வந்தாள். விருப்பமற்றவனின் முட நாற்றம் கேட்காமல், பாசமற்றவன் உடலைப் புரட்டும் கொடுமையை அனுபவிக்காமல், மனமற்ற

வனின் காம முத்தங்களைப் பெறாமல் நின்று நிதானித்து தனது உடலை அமைதிப்படுத்தும் நாள் எவ்வளவு அழகாக இருக்கும்?

'அம்மோ' குட்டிமணி ரமணியின் அருகில் வந்து நின்றாள்.

'இவ்வளவு காலமாகுது இல்லியா மோளே, இப்ப வரைக்கும் அம்மையிக்க மனசுக்க கூட பேசுன ஒருத்தரும் இல்ல. தேகம் கொடுக்குற என்னைப்போல உள்ள பெண்ணுங்களுக்க மனசை இந்த ஒலகம் மறந்துப்போச்சி. அதுலக் கிடக்கிற வாழ்க்கை ஆசையைப் பற்றி எந்த மதமும் கேக்கேல... எந்த அரசியல்வாதியும் கேக்கேல... எந்தப் புரட்சியாளனும் கேக்கேல... ஆனா நீ கேக்கணம். குட்டிமணியிக்கிதான் ஒரு வேசியிக்க மனசு தெரியும். ஒனக்குண்ணு ஒரு காலம் வரம்ப நீ இவங்களைத் திரும்பி பாக்கணம். பேசணம்... வசதியான வாழ்வை அம்மை ஒனக்கு வேண்டித்தரம்ப நீ இவங்களுக்க வாழ்க்கையோட பேசணம்... ஏண்ணா இப்பிடிப்பட்டவங்கா ஒலகத்தால பாவியிண்ணு தள்ளி வச்சப்பட்டவங்கா... ஆனா கடவுளுக்க காதலிகள் மக்களே நாங்க...' ரமணியின் முகத்தில் கோபம் படர்ந்தது.

'தன்னையேக் கொடுக்கிறதுதானே கடவுள் பண்புண்ணு சொல்லுறாங்க. அப்படியிண்ணா நாங்கா எங்களையே நாள்தோறும் இழக்கிறோம். ஒனக்கு ஒரு விசயம் தெரியுமா மோளே...' குட்டிமணியுடன் அப்புவும் அவளை விழி விரித்துப் பார்த்தான்.

'ஒனக்க கொம்மையிக்க மனசுக்க கற்பை இண்ணுவரைக்கும் ஒரு பயலும் ஒடச்சேல மோளே...' கூறிய ரமணியின் குரல் உடைந்து சிதறியது.

'எனக்க அம்மோ ஓ...' குட்டிமணி ரமணியைக் கட்டிப்பிடித்துக் கொண்டு கசிய... அதற்கு மேல் தன்னைக் கட்டுப்படுத்த வலுவற்ற அப்பு அவள் முன் வந்தான். உதடு துடிக்க, கண்கள் பனிக்க அவளைப் பார்த்தான்.

'எனக்க ரமணியே ஒனக்க மனசுக்க கூட நான் இருக்கியேன். ஒன் மனசுக்க கற்ப நான் ஒடச்சியேன்... ஒனக்க மகளுக்க தவப்பனாட்டும் நான் வாறேன் ரமணியே...' தனது இரண்டு உள்ளங்கைகளையும் ரமணியின் முன் நீட்டிக்கொண்டு சொன்னவனைப் பார்த்து ரமணியின் மன உலகம் ஆடியது. தன் முன் நீண்டு நின்ற கைகளைப் பற்றிக்கொள்ள இவள் கரங்கள் துடித்தன... குட்டிமணி ரமணியைப் பரிதவிப்பாகப் பார்த்தாள்.

'ஒரு காலம் வரம்ப, எப்பமாவது இந்த அப்புக்க பார்வையோ, வார்த்தையோ என்னைக் காயப்படுத்துனா இப்ப இவன் நீட்டுற

இந்தக் காதல் எவ்வளவு கசந்துப்போயிரும். எவ்வளவு வேதனையாகிப்போகும்... அதை விட இந்தக் காதல் இதுல நின்னா அது பரிசுத்தமா இருக்கும். அப்ப எனக்க மகள வச்சிட்டு வழி தெரியாம தவிச்சம்ப இது போல வந்து நின்னா, அண்ணு சேந்துருப்பேன். ஏண்ணா அப்ப நான் வேசியாகலே... இப்ப எனக்கு தனியாப் போக்குள்ள பாதைக்குண்ணு ஆயிட்டேன். அப்புக்க காதல் இதுல நிக்கட்டும்... காலம் வரைக்கும் என் மனசுக்குள்ள களங்கப்படாம கிடக்கட்டு...' நினைத்தவள் தன் தோள்பையை இழுத்துப் போட்டுக்கொண்டு தன் வழியே நடந்தாள்.

'ரமணி... யே... நான் இருக்கேன் ஒனக்கு...' சத்தம் போட்டு அழைத்தவனை திரும்பிப் பார்த்தாள்.

'நான் போறேன் அப்புவே... நான் ஒணந்துப் போனேன்... எனக்க எல்லாமும் ஒணந்தாச்சி. ஒரு தணலைக் கேட்டு, சீவித துணைக்கு ஒரு கையைக் கேட்டு, சாஞ்சிக்க ஒரு மடியைத் தேடி, கண்ணீருத் துடச்ச விரல்களைக் கேட்டு, எனக்க மொவுளுக்கு ஒரு அப்பனைக் கேட்டு எத்தனைக் காலம் ஓடுனேண்ணு தெரியுமா? அப்ப நீ ஏன் வரேல அப்பு...' அவள் கேட்க அப்பு குத்துண்டவனாக அவள் முன் துடித்தான்.

'அப்பவே எனக்க மனசுல நீ தான் இருந்த... ஆளாளுக்கு குட்டிமணிக்கு அப்பாயக் காட்டிக்கொடுத்தியே, ஏன் என்னைக் காட்டிக் கொடுக்கேல...'

'இடறப்பட்ட பாவி நான், எப்பிடி ஒனட்ட வலிய வந்து ஏத்துக்கண்ணு சொல்ல முடியும்? முன்ன பின்ன பழக்கமத்தவனா நீ? ஒனக்கு வரக்குத் தோணேலியே...'

ரமணியின் வார்த்தையால் குற்ற உணர்வில் அவள் முன் மீண்டும் கையேந்தினான்.

'எல்லாம் போட்டு காலம் ஒன்னையும் என்னையும் இதுவரைக்கம் பிரிச்சி வச்சாலும் இன்னும் காலமிருக்கு.' அப்பு அவளுடன் இரந்துப் பேச அவனை வறண்ட சிரிப்புடன் பார்த்தாள்.

'ஒரு பெட்டச்சி மனசளவுல உலர்ந்துப் போறதுக்கு முன்னால அவளுட்ட பேசணம் அப்புவே. அவா மட்டும் ஒணந்துப் போயிட்டா அதுக்கப்பிறகு அவளுட்ட பேச ஒக்காது. இப்ப எனக்க நிலையும் இது தான். எனக்க மொவளையும் வச்சிட்டு அவளுக்கொரு அப்பனத்தேடி தேடி ஓடுனேன் பாரு ஓட்டம். அண்ணு ஒன்னைக் காணேலியே... இப்ப பாரு இவா தனியா வாழப்பழகியிட்டா... இனி

இவளால தனியாப் போக முடியும். இப்ப எனக்கு ஒரு தோள் வேண்டாம், இப்ப எனக்கு ஒரு மடி வேண்டாம், கண்ணீருத்துடச்சி விட விரலுகா வேண்டாம். ஒத்தெய்லப் போராடிப் போராடி சீவிதம் இப்ப பழகிப்போச்சி... பாசமான முத்தம் கேட்டு கெதிச்சி, பாசமான அரவணைப்புக் கேட்டு தவிச்சி, அன்புக்கான ஒதுக்கிடம் கேட்டு ஏங்கி இருட்டிலேயும், மறப்பிலேயும் கரஞ்சி கரஞ்சி அய்யப்போ இந்த ரமணி ஓடுன ஓட்டமிருக்கே... இனி என்னைக்கொண்டு ஓடக்கு ஒக்காது அப்புவே, நான் கேட்டக் காலம் இது ஒண்ணும் கிட்டாத வைராக்கியத்துல என்னை இறுக்கி இறுக்கி ஒணத்திப் போட்டேன். இனி இவளை விட்டுத்தள்ளு அப்புவே. இப்பவும் என்னைப்போல வீதி தோறும் பலப் பல ரமணிகள் காணும். அவ்வியளத் தேடிப்போய் அரவணைப்பை கொடுக்கிறியா?...'

'அய்யோ எனக்க குட்டிமணிய ஒனக்க கொம்மையிட்ட செல்லுடியே... அப்புவப் போட்டு கொன்னு கொன்னு பேசுறா...' அவன் குட்டிமணியிடம் தவிப்போடு கூற, அவனை பரிதாபமாகப் பார்த்தாள். அவன் தன் தாய் மீது வைத்திருக்கும் காதலின் தீவிரம் அவளைச் சுருட்டியது.

'ஒங்கொம்மையிட்டச் செல்லு மக்கா... அப்புக்க சினேகத்துல ஒங்கொம்ம சாயுலாம். எம்புடு கரையணுமோ கரையுலாம், எனக்கும் மனசுக்குள்ள நிறச்சி கரச்சியும் வேதனையும் கிடக்கு. அதெல்லாம் அந்த மடியில இறக்கி வச்சி எனக்கு கரையக்கு அந்த மடியில இடம் உண்டாண்ணு கேளு மோளே...'

குட்டிமணியிடம் பரிதவிப்பாகக் கூறியவன் என்ன நினைத்தானோ அதற்குள் ரமணியின் அருகில் சென்று அவள் கரங்களைப் பற்றினான். அவன் கண்களிலிருந்து பாய்ந்த கண்ணீர்த்துளிகள் அவள் கரங்களில் விழ தன் கைகளை அவனிடமிருந்து தட்டாமல் நின்றாள். புற்கள் மண்டிய காடுப்போல் முடிகளால் நிரம்பிய அவன் முகத்தில் வெளுத்துப்போன முடிகளும் நலிவாக அழுவது போன்றிருக்க, அவனது பெரிய கண்கள் ரத்தம்போல் சிவந்து தெரிய, அவனது பற்கள் முன் தள்ள தன் முன் குலுங்கி காதல் சொன்னவனை மனம் பொங்கப் பார்த்தாள் ரமணி. அவனைப் பார்த்த அவள் மன வனத்தில் சலசலவென வெள்ளம் பாய்ந்து உலர்ந்துப் போன தன் உணர்வுகளை உருக வைப்பதுபோல் இருந்தது. பொது பொதுவென செழிப்பான வெள்ளம் பட்ட மனவனத்தில் ஒன்றிரண்டாகச் செடிகள் முளைத்து பூக்கள் பூத்துக்குலுங்குவது போன்றிருந்தது. பலப் பல பக்கிகளும், புட்டான்களும் பறந்து திரிவதுபோல் இருந்தது... அவள் மனதின் கற்பு ஆடி மறிந்தது.

'எனக்க மோளே...' தன் மகளைச் சத்தம் போட்டு அழைத்தாள்.

'எனக்க குட்டிமணியே, இங்கேரு அம்மையிக்கி வேண்டி ஒரு ஆண் கரையிறான்... காதல் சொல்லியான்... என்னையும் ஒருத்தன் சினேகிக்கிறான் எங்கிறதுல எனக்கு இந்த ஒலகத்துல அளிச்சாம் குளுச்சம் புதுசா வந்து பெறந்து ஒண்ணுலண்டே வாழக்கு ஆசையா இருக்கு மோளே. அம்மையிக்க மனசு இங்கேரு ஆடுது...'

'அம்மோ...' குட்டிமணியும் ரமணியைக் கட்டியணைத்தாள். அப்புவும் கண்ணீரிட்டுச் சிரித்தான்.

உண்மையான அன்பைப் பெறக் கூடிய நிமிடங்கள் வாழ்வில் உன்னதமான நிமிடங்கள். ஒருவரின் காதல் வார்த்தை, காதல் தொடல், காதலான அரவணைப்பு வாழ்வைப் புதுப்பிக்கும் புனித நிமிடங்கள். ஓடி ஓடிக் களைக்கும் வாழ்வில் ஒரு துளி ஆறுதலாக அரவணைப்பைக் கொடுக்கும் காதல் நிமிடங்களை மனதார அனுபவித்து ரசித்து நின்ற ரமணி... அதிலிருந்து தன்னை விடுவித்துக் கொள்ளச் சிரமப்பட்டாள். எனினும் தன்னை உலுக்கிக்கொண்டு நிமிர்ந்தாள்.

'என்னை இறுக்கணம்... அப்புக்க காதல மனசார ஏத்துக்கிட்ட நான். இந்தக் காதலை எனக்குள்ள பத்திரமா வச்சிருக்கணம்... சீவித கடைசி வரை எனக்குள்ள இது சுகமா கிடக்கட்டு... கால தேவன் எனக்குத் தந்த பரிசா எனக்குள்ளே மணத்துட்டு இருக்கட்டு. ஏண்ணா இப்ப எனக்க காதலுக்கான நேரமில்ல... எனக்க மொவுளுக்கான வாழ்க்கையைக் கொடுக்க வேண்டிய நேரம்.'

'அப்புவே' அவனை அழைக்க அவன் ஆர்வமாக அவள் முகம் பார்த்தான்.

'எல்லாம் இதுல முடியட்டு அப்புவே. இவள நீ இனி குளுச்ச ஊத்தி பொட்டுவச்சிண்ணு அளுச்சாம் குளுச்சம் கொலுவச்சி பாக்க ஆசைப்படாத... இவா ஒரு ஒடஞ்சிப்போய் கிடக்குற ஓட்டாஞ்சுள்ளி. இவள இனி வனஞ்சி எடுத்து ஒட்ட வச்சமுடியாதபடி துண்டு துண்டா ஒடஞ்சிப் போயிட்டா. காலம் தப்பி நீ சொன்ன ஒனக்க காதல நான் மதிச்சியேன். ஆனாலும் நான் ஒனட்டண்டு தூரமா தான் நிக்கணம். அதுலதான் நம்ம காதலுக்க ஒறப்பு இருக்கு... எல்லா சீவிதபலமும் ஒத்தெய்லக் கண்டு மரத்துப்போன இந்த வேசயிட்ட காதலு சொன்னியே ஒனக்கு நன்றி அப்புவே... ஒலக ஆண்கள் பலரு தந்த காயத்துக்கு ஈடா நீயாவது எனக்க மனசுக்க கூட பேச வந்தியே நீ நல்லாயிருப்ப அப்புவே... நீ எனக்க மொவுளுக்க சீவிதத்துக்கு மட்டும் ஒனக்க உதவியை எப்பவும் போல தா... அது போதும் எனக்கு'

அவளின் பதிலில் அப்பு பொடி பொடியாகச் சிதறினான். ரமணி தன் வேதனைகளை அடக்கிப் பிடித்துக்கொண்டு நடந்தாள்.

‘ரமணி யே...’ அப்பு இயலாமையில் அவளைச் சத்தமாக அழைத்தான். அந்த அழைப்பின் காதலில் அவள் கால்கள் தடுமாற நின்றாள்.

‘அப்பு...’ மீண்டும் அழைத்தாள்.

‘எனக்கொரு உதவி செய்வியா?’ புன்னகைத்துக்கொண்டே கேட்டாள். அவனும் என்ன என்பதுபோல் அவள் முகம் பார்த்தான். தன் தாய் என்ன உதவி கேட்கப் போகிறாள் என குட்டிமணியும் ஆர்வமாக எதிர்நோக்கினாள்.

‘பலரும் பசியாத்த உதவிய எனக்க தேகம் ஒரு நாளு மூச்சத்து இந்த மண்ணுல சாயும். அண்ணு இந்தத் தேகத்தை ஒரு பட்டிப்பயலும் தூக்கியெடுத்து பூத்த உரிமைய வர மாட்டுனம். காதல் இல்லாதவனும் அப்பவும் வந்து பிச்சித் தின்ன வழியுண்டாண்ணு பாப்பான். இல்லண்ணா பாவி பாவியிண்ணு துப்பித்தள்ளி ஒதுக்கி போட்டுருவுனம். ஆனா அண்ணு நீ எனக்க தேகத்தை தூக்கியெடுத்து உன் தோளுலப் போட்டு என்னைப் பூத்தணம் இன்னா... நீ பூத்தாமப் போனா இந்தப் பிணம் அனாதைப்போல எறும்பரிச்ச, பட்டிநக்கக் கிடந்துருவேன்... அதுனால நீ என்னைப் பூத்தணம் அப்புவே...’ அவள் கேட்க அப்பு கிலுகிலுவென ஆடினான்.

தன் காதலி முதன்முதலாக முகம் பார்த்துக் கேட்கும் முதல் உதவி மரணம் பத்தி பேசவா... விக்கித்துப் போனான் அப்பு... குட்டிமணியும் ஆடிப்போனாள். ரமணி தன் கண்ணில் பெருகிய கண்ணீரை தனது சுண்டுவிரலால் தட்டிக்கொண்டு கையில் இருந்த முகவரியைத் தேடி நடந்தாள்.

‘எடியே நீ எங்கடிப் போற?’ குட்டிமணி ரமணியின் தோள் பையை பிடித்து இழுக்க, மகளை பாசமாகப் பார்த்து வேதனையுடன் சிரித்தாள். அந்தச் சிரிப்பில் தனது வாழ்வு தொலைந்த வலி தெரிந்தது.

‘கொம்மையை விட்டுத்தள்ளு மோளே, இந்த சென்மத்துல கொம்மையிக்கி இதான் வேடம். அலந்துப் போன பயலுகளுக்கு உணவு கொடுக்க சர்வேசுரனுக்க காதலி மக்கா. பாவப்பட்ட ரூபத்துல வந்திறங்குன சீரமத்த ஆண்டனுக்க ஆளு மக்கா நான். அவனுக்க மனசு இல்லாத எவளும் வேசயா இருக்க முடியாது... என்னை விட்டுரு. பலருக்க தேகப்பசி தீத்து அது வழியா வாழ்க்கைப் பசியாத்த அம்ம போயிதான் ஆகணம்...’

மகளிடமிருந்து தனது பையை இழுத்து வாங்கிக்கொண்டு திரும்பியும் பார்க்காமல் அவள் வேகமாக நடந்தாள்.

'ரம..ணியே...' அப்பு அலறிக்கொண்டு அழைத்தான்.

'அம்மோ..ஒ...' குட்டிமணியும் அழைத்தாள்.

மனம் கலங்கி மறிய வேகத்தில் நடந்த ரமணி தன் கையில் ஒட்டிக்கொண்டிருந்த அப்புவின் கண்ணீரைப் பார்த்தாள். அதை குனிந்து முத்தினாள். அந்தக் கண்ணீரின் உப்பு கரிப்பில் காதல் கலந்திருப்பது ரமணியிக்க புரிய மனதில் இதமாக வலித்தது.

23

மாலை ஆறரை மணி. அந்தி மாலையின் இருட்டோடு மழை இருட்டும் ஒட்டிக்கிடக்க அந்தப்பொழுதில் இரவுக்குரிய அம்சம் தெரிந்தது. அப்புவும், சந்தனமும் கல்லறைத்தோட்டத்தில் ரோசம்மா கிழவியை அடக்கம் செய்ய நின்றார்கள்.

'என்னை நீ தான் பூத்தணம். அதற்குள்ள காசு உறியில் வைத்திருக்கிறேன் என்று அடிக்கடி சொல்லி வந்த ரோசம்மா செத்துக்கிடக்கிறாள் என்று கேள்விப்பட்டபோது அப்பு அவளிடம் ஓடினான். யாருமற்றவள் உறங்கியதுபோல் கிடந்தாள். அவளருகே அடுப்படியில் தொங்கிய உறியும் கரிப்பிடித்து இருந்தது. உறி என்றால் அந்தக் காலங்களில் வீடுகளில் பாதுகாப்பான இடம் என்று கருதப் பட்ட ஒன்று. துணியில் முறுக்கி வட்டவடிவமாக சட்டிப்பானை வைக்குமளவுக்கு, திருக்கி முறுக்கி எடுத்து அதை கயிறால் கட்டி வீட்டின் மேற்கூரையின் கம்பில் ஏதாவது தொங்க விடுவார்கள். ஏதாவது காசுகளை சட்டியில் போட்டு வைப்பது... பூனை நாய்களுக்கு பயந்து சோற்றுப்பானைகளையும், குழம்பு பானை களையும் தூக்கி வைப்பார்கள்.

அவளருகே இறக்கப்பட்ட உறியை அப்பு பார்த்தபோது அதில் ஒரு உண்டியல் தென்பட்டது. கூடவே ஒன்றிரண்டு அழுக்குப்பிடித்த கை குட்டையும் தெரிந்தது... உண்டியலைக் குலுக்கியபோது எண்ணி விடுமளவுக்கு சில்லறைக் காசுகள் தெரிய... கைக்குட்டையைப் பிரித்தபோது ஒரு ஐந்து ரூபாய் நோட்டும், ஒரு பத்து ரூபாய் நோட்டும் கசங்கித் தெரிய அப்புக்கு அழுகை வந்துவிட்டது... இத்தனைக் காசுகளை வைத்துவிட்டு என்னை பூத்தணம்

மோனேண்ணு சொல்பவளின் ஏழ்மை அவனைக் குத்திக் கிழித்தது. உறவினர்கள் என்று யாரும் கூடவில்லை.

கிழவியை அடக்கம் செய்துவிட்டால் பலரும் வருவார்கள், வீடு பங்கு வைக்க... அப்பு அவளின் உண்டியலை உடைத்தபோது வெறும் பதினெழு ரூபாய் தென்பட்டது.

குழிக்குள் இறக்கபட்ட ரோசம்மா கிழவியின் மேல் மண்வாரி போடுவதற்கு என்று நின்ற சந்தனத்திற்கு தலைசுற்றுவதாக சொல்லிக் கொண்டார்.

'லே மோனே... என்னாண்ணு தெரியேல தலை சுத்தி ஆவேல... நான் வீடு வரைக்கும்போய் ஒரு கிளாசு வெள்ளம் குடிச்சிட்டு தலச்சுத்துக்குள்ள குளுசயப் போட்டுட்டு வரட்டா...'

'நீரு தெளிஞ்சி வந்தா போதும்'

'நேரமும் இருட்டியிட்டு இல்லா வருது. கிழவியிக்க யோகத்தை கண்டியா? பேர்சியாக்காரனுக்கு வெட்டுன குழி கிடைச்சிருக்கியது. நல்லா உருண்டு பெரண்டு கிடக்கட்டு இல்லியா?' வெளி நாட்டிலிருந்து வேலை செய்த ஒருவர் இறந்து குழி வெட்டச் சொல்லி... எல்லாம் ஏற்பாடான பிறகு அந்தப் பிணத்தை தந்தையின் குடும்பத்திற்குக் கொண்டு செல்வதாகத் தகவல் வர... இந்தக் குழியை மூடுவதற்காக இருந்த நிலையில் ரோசம்மா இறந்த தகவல் கிடைக்க இப்போது ரோசம்மா அதற்குள் வைக்கப்பட்டாள்... குழிக்குள் எட்டிப் பார்த்த போது இன்னும் இடமிருக்கிறதென்று அகலமாக தெரிந்தது. குழிக்குள் பார்த்துக்கொண்டிருந்த அப்புவிடம்.

'லே, இவளை அடக்குனது போல என்னையும் பூத்தணம் இன்னா...' சந்தனம் கூற அவரை கனிவாகப் பார்த்த அப்புவின் மனதில் ரமணி வந்தாள்.

'ஆளாளுக்கு என்னை பூத்தணமுண்ணு சொல்லுதியளே..என்னை யாராக்கும் பூத்துவா? பலருக்கு குழி வெட்டிக்கொடுக்கிய இந்த அனாதப்பயல பூத்தக்கு ஆளு வேண்டாமா? இன்னும் ஒருத்தி அவளைப் பூத்தக்கு கேட்டு வச்சிருக்கியா அப்பச்சி... அவளை நான் தோளுலப் போட்டுக்கொண்டு போய் பூத்தணமாம்...' அப்பு கூறும் போது குரல் உடைந்தது.

'ஒனட்ட அவளுக்கு பாசம் இருக்குல... அதான் இந்தப் பெரிய வார்த்தை செல்லியிருக்கியா? உரிமையும், உறவும் பாசமும் உள்ள ஒன்ன தாண்டி அவா இந்த பொறுப்பை வேறு யாருட்டயாவது செல்லியிருப்பாளா? செல்லதான் முடியுமா? காலம் இன்னும்

கெடக்கு அப்புவே... அவா மொவா சீவிதம் உருப்பிடிச்சி வரம்ப ஒன்னை அவா பாப்பா.' சந்தனம் கூறிய அந்த வார்த்தைகள் அப்புவின் மனதில் இதமாக இருக்க சந்தனத்தை புன்னகைத்துக்கொண்டே பார்த்தான்.

கல்லறைத் தோட்டத்தின் முன்பக்கம் கிடந்த விளக்கு வெட்டி வெட்டி எரிந்துகொண்டிருக்க காற்று பலமாக வீசி அந்த வெளிச்சத்தையும் எடுத்துக்கொண்டது. ஆம். மின்சாரம் காணாமல் போனது... மழைத்துளிகளும் ஒன்றிரண்டாக விழத்துவங்கியது.

மழை விழத் துவங்கியதும் அப்பு பரபரவென நின்றான். கரையில் தட்டிய மண் ஊர்ந்து இறங்கி கிழவியின் பெட்டிக்குள் தாறுமாறாக சென்று விடக்கூடாது என்பதற்காக துரிதமாக நின்றான். அதற்குள் மழை சே என அதிகமாகியது. நாலுபக்கத்திலிருந்தும் வெள்ளம் பாய்ந்து திறந்துக்கிடந்த குழிக்குள் சாடி வருவதற்கு நிற்க, அப்பு குழியைச்சுற்றி வரப்பு வைக்க அதையும் தாண்டி குழிக்குள் பொடார் பொடரென வெள்ளம் பாயும் சத்தம் கேட்க அப்புக்கு சங்கடம் ஆகி விட்டது.

'முப்பதாயிரம் ருவா வட்டிக்காரனுட்டண்டு வேண்டி ஒருக்கி பறக்கி குழிக்குள்ள வச்ச கிழவிய மழ வெள்ளம் இப்பிடி நனச்சுதே. மின்னல் வெட்டிப்பிளக்க அந்த வெளிச்சத்தைப் பிடித்துப் பிடித்து கிழவியின் குழியைச்சுற்றி ஓரளவுக்கு தடுப்புக் கொடுத்துவிட்டு நிமிரும்போது காற்றும் மழையும் இன்னும் அதிகரித்தது... கல்லறைக்குழிகள் ஒவ்வொன்றும் மழையில் உறைந்து எழும்பி நின்றதுபோல் தெரிந்தன... உள்ளேக் கிடக்கும் பிணங்களில் ஊடுருவி இறங்கிப் போகும் மழைவெள்ளத்தை நினைத்துக்கொண்டே கையில் மண்வெட்டியையும், கோடாரியையும் எடுத்துக்கொண்டு அடிமை என்ற கல்லறையின் கூடாரத்தை நோக்கி நடந்தான். கால் பாதங்கள் திக்குமுக்காடிப் போகுமளவுக்கு மழைவெள்ளம் ஆறுபோல் சரசரவென பாய்ந்து சென்றது. மழை வெள்ளத்தின் சுறுசுறுப்பான ஓட்டத்தை மிதித்துக்கொண்டே நடந்தான். கல்லறைத் தோட்டத்தில் நின்ற செடிகள் மழையின் சாரலில் குனிந்து குளிர்ந்து தெரிந்தன.

'ரோசம்ம நல்ல கிழவி. அதான் மழ இந்த பெய்யலு பெய்யுது... நல்லவியாச் செத்தா மழ பெய்யுமாம் இல்லியா...' நினைத்துக் கொண்டே அடிமை என்ற கல்லறைக்கூடாரத்தின் அருகே சென்ற போது அதற்குள்ளிருந்து பேச்சு சத்தம் கேட்க, யார் இந்த நேரம் இங்கே நின்று பேசுவதென அந்தக் குரலைக் கூர்ந்து கேட்டான்.

'நான் வீட்டுக்க அடையாளம் காட்டித் தந்துட்டேன் இல்லியா? நீங்க போய் தூக்கியிருங்கா. குட்டி சின்னக்குட்டியாக்கும். அந்தக்

கணக்குக்கு நீங்க தந்த பணம் குறைவு. இண்ணு ராத்திரிக்குள்ள அவளைத் தூக்கியிட்டுப் போங்கா... வீட்டுக்க கிட்ட ஒரு பிணம் பூத்திபய உண்டு. அவன் மட்டுந்தான் அதுகளுக்கு வேண்டி எதாவது பட்டிப்போல கொலைப்பான்... அவன் இப்ப சிமுந்தேரியிலதான் நிக்கியான். அவன் வீட்டுல வரக்கு முன்ன கொண்டுப் போயிருங்கா...' முத்து என்பவன் அலைபேசியில் எவருடனோ குட்டிமணியைக் கொண்டுபோவதற்கு விலைபேசி முடித்ததைக் கேட்டு அப்புக்கு அந்த மழையிலும் வியர்த்தது.

'லே...' அப்பு அந்த இருட்டில் அவனிடம் உறுமினான். முத்துவும் அவனை தன்னருகில் எதிர்பார்க்கவில்லை. இருட்டுவாக்கில் வந்தவனை அவன் கவனிக்கவும் இல்லை.

'எம்பிள்ளையை நீ விலைப்பேசி விக்கிறியா? எனக்க உடம்புல உயிரு இருக்கியது வரைக்கும் அது நடக்குமா? நான் முளிச்சி யிருந்தும் எனக்க ரமணியிக்க சீவிதம் தகர்த்துப் போட்டியா? இனி அவளைத் தகர்க்க நான் தர மாட்டேம்ப்ல...'

'லே நீ எனட்ட ஆளு தெரியாம விளையாடம ஒம்பாட்டுக்கு விலகிப்போ... இதுல எதாவது கமுசன் ஒனக்கும் வேணுமுண்ணா தல்லாம்...' முத்து கூற அப்பு காறி துப்பினான்.

'எனக்க குட்டிமணியிக்கி நீ எனட்டே கமுசன் பேசுறியா?'

'என்னல பெரிய எனக்க பிள்ள பிள்ளயிண்ணு செல்லிய? ராயனுக்க கள்ளப்பிள்ளையிக்கி நீ தவப்பனாக முடியாதுல'

'அடுத்தவன் பிள்ளையிக்கி பல ஆணுங்கா அறிஞ்சும், அறியாமலும் தவப்பனா வாழுற ஒலகம் இது. பாசமத்த ஒனக்கு இதெல்லாம் தெரியாது.'

'நீ எனட்ட தத்துவம் பேசி பேடிக்காட்டாம விலகிப்போ... அதுகளுக்கு வேண்டி உரிமையிட நீ அவளுக்கு எந்த முறையும் இல்ல.'

'என்ன முறையில்ல? ரமணியி எனக்க உயிருல... அவாப் பெத்தது எனக்கும் பிள்ளைதாம்பல'

'பெரிய உரிமைக்கொணேடாட நீ என்ன அவளைக் கெட்டுனியா?' முத்து சத்தம் எழுப்பிக் கேட்க அப்பு தனக்குள் வேதனையில் சுருண்டான்.

'நீ கேக்கிறது போல நான் அவளுக்கு ஆளுகூட்டி கல்யாண மேடை வச்சி தாலி வேண்டிக் கெட்டி எனக்க பெண்டாட்டியிண்ணு உள்ளத

காட்டேல. பெண்டாட்டியிண்ணா ஒங்களுக்கெல்லாம் தாலி காட்டணம் இல்லியா? அடிமப் போல ஒரு பெண்ணை ஆக்கிக்கிற ஒங்களுக்கெல்லாம் தாலி பெருசா காணும்... ஆனா எனக்க மனசுக்குள்ள மகாராணிப் போல வச்சிருக்கிற எனக்க ரமணியிக்கி தாலிப்போட்டுதான் எனக்க பாசத்தைக் காட்டணமுண்ணு உள்ள அவசியம் இல்ல. வாண்ணா வந்து, போண்ணா போய், கிடண்ணா கிடந்து, ஒன் வீட்டு அடுக்களை வேலையை செய்து, ஒனக்கும் ஒன் குடும்பத்துக்கும் அடிமை சாசனம் எழுதிக்கொடுத்த பெண்ணுக்கு நீயெல்லாம் கட்டுற தாலியால பெண்ணுக்கு என்ன முன்னேத்தம் வந்து? பெண் மனசைப் புரியாத தாலியால எவளுக்கு விடுதலை கிட்டுச்சி? எனக்க மனசுல ரமணி எசமானிப் போல இருக்கியா... அந்தக் குட்டியிட்ட நான் வச்சிருக்கிய பாசத்துக்கு தாலிப்போட்டு காட்ட அவசியமில்ல. எல்லா பாசத்துக்கும் ஒனக்க ஒலகம் அடையாளம் கேக்குது. அந்த அடையாளம் எனக்குத் தேவையில்லை... அவளுக்கு ஒண்ணுண்ணா இந்த உயிரும் மனசும் துடிச்சிப் போகுதே... இதான் பாசம். இதுக்கு தாலியிண்ணு உள்ள அடையாளம் தேவையில்லை...' தனக்குள் சிந்தித்தவன், மங்கிய இருளில் தெரிந்த முத்துவை பார்த்தான். இவனோடு சண்டை யிடுவதைவிட சமரசம் பேசி குட்டிமணியை விட்டுவிடச் சொல்லி பார்க்கட்டா? இவன் காலில் விழுந்து கெஞ்சிக் கூத்தாடியாவது அவளை விட்டுவிடச் சொல்லட்டா? என்று நினைத்த அப்பு குட்டிமணிக்காக காலில் விழுந்துவிட்டான்.

'ஒன்னாண நீ நல்லாயிருப்ப... அவளை விட்டுரு. பாவப்பட்ட அதாவது சீவிச்சட்டு.' காலில் விழுந்தவனைப் பார்த்து முத்து பேயாகச் சிரித்தான். குட்டிமணிக்கென்று அவன் வேட்டி மடிப்பில் வாங்கி வைத்த சில லட்சங்கள் உறுத்திக்கொடுக்க அப்புவைப் பார்த்து பரிகசித்தான். அவன் மனதில் அப்புவின்மீது கொலை வெறி வந்தது. இவனை ஒழித்தால் மட்டுமே எல்லா விசயங்களையும் முடிக்க முடியும். இந்தப் போக்கத்தவன் வாழ்ந்து அப்படி என்ன காரியம் ஆகப்போகிறது? முத்து இருட்டில் கண்களைச் சுழட்டினான். குழி கொத்தும் கோடாரி தன்னருகே கிடப்பதைக் கண்டவன் நீசத்தனமாக அதை கையில் எடுத்து தன்னருகே குனிந்து கிடந்தவனின் பின்னந் தலையில் ஓங்கியடித்தான். எதிர்பாராத அடியால் நிலைகுனிந்த அப்பு தடுமாறிப் போனான். தலைபிளந்து ரத்தம் ஒழுகி கழுத்து வழியே வலியோடு பாய்ந்த நிலையில் அப்புவுக்குள் போராட்ட வேகம் எட்டிச் சாடியது. எனக்குச் செய்ய முடியாததை என் மகளுக்குச் செய் என்று ரமணி சொல்வதுபோல் கேட்டது. என் மகளைக் காப்பாற்று என ரமணி கதறுவது போலிருந்தது. உள் மனம்

ஆவேசத்தில் மூள, முத்துவின் காலைப் பிடித்துக்கொண்ட அவன் கைகள் இன்னும் பல மடங்கு ஆவேசத்தில் இறுகிக்கொள்ள, அவனையும் பிடித்துக் கீழே தள்ளினான்.

சுற்றும் எதிர்பாரா நிலையில் மழைவெள்ள சகதியில் நின்ற முத்துவின் கால்கள் உறுதியிழந்து அப்புவின் இழுப்பிற்கு வளைந்துப் போக அவன் படாரென கீழே விழுந்தான்... தலைப்பொட்டி ரத்தம் வழிந்த வலியோடு பேய்போல் எழுந்தான் அப்பு. ரமணியின் கண்ணீர் முகம், வாழ்வை எதிர்கொள்ளப் பயந்து பரிதவிக்கும் குட்டிமணியின் முகம் அவன் கண் முன்னே வர... உடுத்தியிருந்த ஈரமான தோர்த்து துண்டை உருவி பிளந்த தலையில் கட்டிக்கொண்டு மழைவெள்ளத்தில் சதக் பிதக்கென எழும்ப மறிந்துகொண்டு கிடந்தவனை ஆவேசத்துடன் இழுத்தான்.

‘எனக்க குட்டிமணிய விக்கப் போறானாம் விக்க... இந்த அப்புக்கு உயிரு இருக்கியது வரைக்கும் அது நடக்குமா? இப்ப பாரு பலருக்க முன்ன ஒன்ன இழுத்துப் போட்டு காட்டுறேன். ஓய் அப்பச்சியே... ரமணியே... செணம் வாருங்கா’ அவன் கத்தலை காற்று இழுத்துக் கொண்டதே தவிர எவரையும் சென்றடைய வில்லை.

இருட்டில் இழுத்து வர வர முத்து திமிறிக்கொண்டு தன்னை விடுவிக்க முயல, அப்புவின் கையிலிருந்த முத்துவின் கால் படாரென வழுவிப் போக, அப்பு அதிர்ச்சியில் தன் கைகளைப் பார்த்தான். முத்து தன் கையிலிருந்து வழுவிப் போயிருந்தான். அப்போது வானில் முழங்கிய முழக்கமும், இடி வெட்டத்தின் வெளிச்சமும் அவ்விடத்தில் வெட்டிப் பிளக்க அப்பு தன் தலையைப் பிடித்துக்கொண்டு பார்த்தபோது படாரென சத்தம் எழுப்பிக்கொண்டு முத்து ரோசம்மா கிழவியின் குண்டுக்குள் போய் விழ, அப்புவிற்கு அதிர்ச்சியும் அதோடு ஆவேசமும் மூண்டது. உயிர் போகின்ற வலியோடு குழிக்குள் பார்த்தான். இருண்ட உருவமாக முத்து கரைப்பிடித்து மேலேறுவது தெரிய அப்புவின் மனதிலும்கொலை வெறி மூண்டது.

ஒன்பது வயது குட்டிமணியின் அலறல் கேட்டது. சீவிதம் தா என பிணத்திடம் மன்றாடிய ரமணியின் வாழ்க்கை வலி கேட்டது. இவனைப் போன்ற பலர் அழிக்கப்படவேண்டியவர்களே... மனம் அழுத்தமாகக் கூற... சுற்றும் முற்றும் பார்த்தான்.

ஞானப்பிறாயி என்ற கல்லறையின் அருகில் மெழுகுவர்த்தி கொழுத்துவதற்கென போடப்பட்டிருந்த கருங்கல்லை கையில் எடுத்தான்... உயிர்பெறும் வெப்புராளத்துடன் கரையேறி வரும் முத்துவின் தலையைக் குறி வைத்து அப்பு அதி ஆவேசமாகப் போட.

‘அம்மோ..ஓ...’ என்ற முத்துவின் மரண ஓலம் கேட்டது.

இவனின் வன்புணர்வில் சதைக் கிழிந்துப்போய் மனதளவில் காயப்பட்டு இவன் சாவுக்குக் காத்திருந்த குட்டிமணியின் முகம் நினைவில் வர, அப்பு பரபரவென கரை தள்ளிய மண்ணை குழிக்குள் தள்ளத் துவங்கினான். அவனது பட்டி பெரும் ஊளையிட்டுக் கொண்டிருப்பதைக் கவனித்தான் அப்பு.

‘பட்டி ஊளையிட்டா சாவு விழும் மோனே... உயிரெடுக்குற காலன் வரம்ப பட்டிக்குத் தெரியும். அதான் அது ஊளையிடுறது.’ பவளத்தின் வார்த்தைகள் நினைவில் வந்து முட்டியது.

‘காலன் அவனுக்கு உயிரு எடுக்காம போனாலும் இந்த அப்பு எடுத்தான். ரோசம்மா கிழவியோட அந்தக் குண்டுக்குள்ள அவன் கிடக்கட்டு...’ முகத்தில் ரத்தமும் வியர்வையும் பொத்துச் சாட குழிக்குள் மண்ணைத் தட்டிக்கொண்டிருந்தவனின் கண்களில் நிரந்தர இருட்டு வந்து கவ்விக்கொள்ள நிற்க தடுமாறினான் அப்பு. தலை முழுவதும் காலியாகிப் போக அதற்குள் நிரந்தர இருள் குடியேற வந்து நின்றது.

‘எனக்குப் போணும்... இந்த குழியை செணம் நிரத்தியிட்டுப் போணும்... ரமணியிட்டப் போய்ச் சொல்லி குட்டிமணியையும் கூட்டியிட்டு இதுலண்டு மறைந்துப் போணும். காறுல குட்டிமணியைக் கொண்டுப் போக்கு ஆளுவா வருவுனம்... அதுக்க முன்ன எனக்குப் போணும்?’

தனக்குள் தைரியம் கொடுத்துக்கொண்டே நின்றபோதும் அவன் உணர்வலைகளில் சாவின் நிழல் எட்டி எட்டிப் பார்த்தது... அடிவயிற்றிலிருந்து சில்லிட்ட அச்சம் பரவியது. சிந்தனை ஓட்டத்தில் தடுமாற்றம் பொங்கியது... தனது உயிரை எவரோ கை நீட்டி வாங்குவதுபோல் இருக்க.

‘வேண்டா..ம்... நான் வர மாட்டேன்...’ கத்த வாய் திறந்தபோது வார்த்தைகள் வரவில்லை... எங்கும் வலியும்... அச்சமும் அவனை கவ்விக்கொள்ள மண் அப்பிய தன் கையால் பின் மண்டையைத் தொட்டபோது அதன் பாகம் இரண்டாகப் பிளந்து நிற்க... அவன் ‘அய்யோ...’ என்று அலறிக்கொண்டான். உயிர் வேண்டும் என்ற வேகத்தில் மண்வெட்டியை கீழேபோட்டுவிட்டு பாதி மூடிய கல்றையையும் விட்டு அவன் ஓட எத்தனித்தபோது கண்களில் வந்து சாடியது பேரிருட்டு... உணர்வுகளில் வந்து சாடியது நித்யமான இருட்டு.

‘ரமணியே ஓடு...’ என்ற அவனது உள் உணர்வுகளை விழுங்கிக் கொண்டு கால்கள் மண்ணோடு தடுமாற திறந்துக்கிடந்த ரோசம்மா கிழவியின் கல்லறைக்குழிக்குள் அப்புவும் கழுத்து குத்தற விழுந்துப் போனான். அவன் பட்டி சத்தம் எழுப்பிக் குரைத்தது.

மழை ஓய்ந்திருந்த நேரம். சந்தனம் கல்லறைத்தோட்டத்தில் வந்த போது அப்புவின் பட்டி அவரிடம் எதேதோ சொல்லி உய் உய் என கரைய அவர் எதையும் கவனிக்காமல் அப்புவைத் தேடினார். எங்கும் இதமான இருட்டு பீதியாக தெரிந்தது.

‘லே அப்புவே. எங்கல போன?’ கேட்டுக்கொண்டே கல்லறைக் குழியினருகே வந்தார். கண்ணை இடுக்கிக்கொண்டு குழியைப் பார்த்தார்.

‘குழியையும் பாதியில போட்டுட்டு எங்க போனான்? இப்படியேக் கிடந்தா இதுல பட்டியோ கிட்டியோ இல்லியா வந்து விழும்’ அவர் மண் வெட்டியை எடுத்தார்... அதில் கூடிக் கிடந்த ஈர மண்ணை இழுத்து இழுத்து குழிக்குள் தள்ளினார்.

அப்புவின் பட்டி பேரழுகைப்போல் குரைக்கத் துவங்கியது... குழி மண் உயர்ந்து வந்துகொண்டேயிருந்தது... உண்மையானக் காதலில் உயிராக இருந்தவனை மண் இருட்டு வாங்கிக்கொண்டேயிருந்தது... என்று இவனது உணர்வுகள் கல்லறைத் தாண்டி வெளியே வருமோ? என்று இவனது காதல் வார்த்தைகள் இவ்வுலகில் பேசப்படுமோ தெரியாது.

அங்கு சுற்றி நின்ற கல்லறை மேடுகள் ஒவ்வொன்றும் அச்சத்தால் எழும்பி நின்றதுபோல் இருந்தது. சுற்றி நின்ற மரத்தின் கிளைகள் அசையாமல் நின்றன. ஓய்ந்த மழை தன் வருத்தத்தை மீண்டும் அழுகையாகக் கொட்டத் துவங்கியது. அப்புவின் அம்மா பவளத்தின் கல்லறை மேட்டின் மண் மழைவெள்ளத்தில் கண்ணீர்போல் உருகிக்கொண்டிருந்தது.

சந்தனம் குழி மண்ணை மூடிவிட்டு அப்புக்காக கல்லறைத் தோட்டத்தில் அந்த இரவில் காத்திருந்தார். இந்த மண் மீதில் பல அப்புக்களின் வருகை தேவையென்ற தேடலில் இருந்தாரோ என்னவோ?

●

முகவரிக் கொடுத்தவளைக் கண்டுக்கொள்ள இயலாத அயற்சியில் திரும்பி வந்துகொண்டிருந்த ரமணி திறக்கப்பட்ட நிலையில் தெரிந்த தன் வீட்டைப் பார்த்து அதிர்ந்தாள். வீட்டின் மூலையில் பாவம்போல்

எரிந்துகொண்டிருந்த விளக்கின் ஒளியில் அப்படியொரு சோகம் அப்பித் தெரிந்தது. வீட்டில் சிகரெட் நெடி எடுக்க அடிவயிறு பயத்தால் சில்லிட்டது.

'எனக்க மொவா எ..ங்க?' உயிர் வரை வலிக்க மகளைத் தேடினாள்.

'மோ..ளே...' எந்தப் பதிலும் வரவில்லை. பெரைக்குள் நுழைய முயன்றாள். அப்போதுதான் கவனித்தாள். சன்னலருகே தென்பட்ட உருவத்தை... யாரிந்த உருவம்?

'யாரது?' நடுங்கிக்கொண்டு கேட்டாள்... பதிலில்லை.

'யாரு இதுல நிக்கிறது? எனக்க மொவள என்ன செய்ய வந்த?' பதிலில்லை.

'விட்டுருங்கய்யா எனக்க மொவள விட்டுருங்கா... எதோ ஒரு வயசுல அறியாத பிராயத்துல அறியாத காதலுல இடறிப்போனேன் எங்கிறதுக்காக என்னை இந்த ஒலகத்துக்கு தந்திருக்கேன் இல்லியா? எனக்க குட்டிமணியை விட்டுருங்கா..வேசியிக்க மன இருட்டுக்க ஆழம் தெரிஞ்ச வேதனையில முழுக்க முழுக்க நான் நிக்கிறேனில்லியா எனக்க மெவாள விட்டுருங்கா... கோழிக்குஞ்சிய தூக்க வாற செம்பிராந்துட்டண்டு தனக்கப் பிள்ளையளக் காப்பாத்த தள்ளக்கோழி எவ்வளவு தனக்க சிறகுக்க உள்ள வச்சிக்கிடுமோ அதுபோல நானும் எனக்க மொவளை இயன்ற மட்டும் எனக்குள்ள வச்சி பாதுகாத்தும் கொத்தியிட்டு போவாதீங்கய்யா... எல்லாரும் ஒரு நாளும் செத்துப்போற வாழ்க்கையில எல்லாரும் வாழட்டு முண்ணு எங்கள விட்டுருங்கய்யா...' அவளின் எந்த முறையீடையும் அந்த உருவம் ஏற்றுக்கொண்டதுபோல் தெரியவில்லை.

'எனக்க சீவிதம் போச்சி... அவா வாழ்றதை எனக்குப் பாக்கணம். பண ஆசையில பெண்ணுங்கள கடத்தியும், விலைபேசியும் விபச்சார இருட்டுக்குள்ள அடச்சி இடாதீங்கய்யா... அவா மனசுக்கு வாழம்பே மரணம் கொடுக்காதீங்கய்யா... பிறப்புலண்டு இறப்பு வரைக்கும் சதையைக் காப்பாத்த ஓடுறதுனால சீவிதத்துக்க மற்ற எல்லா பக்கங்களையும், திறமைகளையும் வளக்க மறந்துப் போனாய்யா பெட்டச்சி...'

ரமணியின் முறையீடுகளை ஏற்றுக்கொள்ளாத உருவம் குட்டிமணியை தேடி பெரைக்குள் போக முயற்சிக்க, அவளோ ஓடி சென்று அவனை வழி மறித்தாள். அந்த உருவம் அவளை எட்டித்தள்ள ரமணியோ மூலையில் சாத்தி வைக்கப்பட்ட மண்ணெண்ணெய் கேனில் விழுந்து சரிய... அருகேயிருந்த விளக்கும் உருண்டு மறிந்து

சரிய இவளின் முதுகோரம் தீ முத்திக்கொண்டது. குப்பென்றுப் பிடித்துக்கொண்ட தீயின் காந்தலில் வாய் அலறிக்கொள்ள எத்தனிக்க தன் உதடைக் கடித்துக்கொண்டு அந்த வலியை உள்ளடக்கினாள். திபு திபுவென தீ ஏறிக்கொண்ட உடம்புடன் எழுந்தவள் அந்த உருவத்தை பின் பக்கமாக சென்று இறுக்கமாகக் கட்டிக்கொண்டாள்.

'எனக்க குட்டிமணியே நீ ஓடியிரு மக்களே' அச்சத்துடன் ஒளிந்திருந்தவள் தாயின் சத்தம் கேட்டு வெளியே வந்தாள்.

'போ... இங்கண்டு..ஒன்னக்கொண்டு போறதுக்கு வந்திருக்கு... இன்னும் வருவுனம்..போ...'

எவனோ ஒருவனைக் கட்டிக்கொண்டு தீயாக எரியும் தாயை பீதியுடன் பார்த்தவளின் மனத்திரைக்குள் பேரிரச்சல் ஒலிக்க... தாயை நோக்கி ஓடினாள்.

'வராதே போ' ரமணி அலற... அங்கே முத்து ஏற்பாடு செய்த வாகனம் வந்து நின்றது. அதிலிருந்து இன்னும் ஒன்றிரண்டு பேர் இறங்கி வருவது தெரிந்தது. இவள் பிடித்துக்கொண்ட உருவம் திமிறிக் கொண்டு அலறி அலறி திக்கற்று ஓடியது... அந்த அலறல் கேட்டு ரமணி சத்தமாகச் சிரித்தாள்... பதினைந்து வயதில் துவங்கிய ஓட்டத்தின் வெப்புராளம் அந்தச் சிரிப்பில் தெரிந்தது. காதலற்று சதை தின்னவர்களில் ஒருவனையங்கிலும் எரித்தேனே என தீ முத்தும் வலியோடு அங்கும் இங்கும் ஓடி ஓடிச் சிரித்து அலறுபவளை குட்டிமணி திகிலுடன் பார்த்துக்கொண்டு ரமணியை நோக்கி ஓடினாள்.

'வராத... அந்நா பிறமண்டு வருனம் கொண்டு போறதுக்கு...' வாகனத்திலிருந்து இறங்கிய உருவங்கள் குட்டிமணியை நோக்கி விரைந்து வர, குட்டிமணியின் கால்களோ அந்த இருட்டில் வாழ்வைத் தேடி ஓடத்துவங்கின. தாயை விட்டு ஓடியவள் திரும்பிப் பார்த்த போது... அவள் தீயாகத் தெரிந்தாள்.

'காதலா காமாண்ணு தெரியாத பிராயத்துல இடறிப்போய் என்னைப் பெத்து அதுனால இப்பவரைக்கும் வேசயாக்கபட்ட எனக்க அம்மையிக்க அறியாப்பிழையை குற்றமாக்கி உலக மேடையில அவளுக்கு பாவி பட்டம் கொடுத்த அயோக்கியர்கள் முத்தம் செய்த உடலை தீ அணைத்துக் கொள்கிறதோ? அந்தத் தீ எனக்கு அவளை இனி தராதோ? எனக்கக் கூட எனக்க அம்ம இனி இல்லியா? குட்டிமணி ஒத்தெய்ல போராடணுமா?' திரும்பிப் பார்த்துக் கொண்டே அந்த இருட்டில் ஓடியவளை துரத்திய கால்களின் சத்தம் கேட்கக் கேட்க இன்னும் அவளின் ஓட்டத்தின் வேகம் கூடியது.

கடைசிவரை போராடிய ரமணி தீ தின்ற உடம்போடு சரிந்துப் போக... அவள் மன உணர்விலிருந்து கடைசி விண்ணப்பம் இந்த உலகை நோக்கியே நீண்டது.

'அவா ஒங்குளுட்ட ஒங்கள நம்பி வாற? எங்கியாவது அவளை நீங்க பாப்பீங்க... அப்ப அவளைக் கல்லெடுத்து எறியாதீங்க... அவளை பலாத்காரம் செய்யாதீங்க... அன்பைக் கொடுத்து அரவணையுங்க... எனக்க குட்டிமணி பாவம்... அவா வாழணம்...' கரிந்த முகத்தில் கடைசி துளி ஏக்கம் ஒட்டிக்கிடக்க அவள் தரையில் சரிந்தாள் நெருப்புத்துண்டாக...

தன்னை உரிமையாகத் தூக்கியெடுக்க வராத அப்புவையும் அவள் அறியவில்லை.

மீண்டும் ஒரு போராட்டத்தை இந்த மண்ணில் விட்டுச் சென்றவளின் மன உணர்வுகள் இந்த உலகை உரசுமோ, போராட்டம் நிற்குமோ!

•

சில வலிகளுக்கு வார்த்தையில்லை.
பல போராட்டங்களுக்குச் சத்தமில்லை.
சில இழப்புகளுக்குப் பிரதிபலனில்லை.
பல துரோகங்களுக்கு வெளிச்சமில்லை.
துரத்தும் கால்களுக்கும் தண்டனையில்லை.
பாதிக்கப்பட்டவர்களுக்கு விடியலுமில்லை.
எல்லாம் வளர்ந்து விட்டதென - இனியும் கத்த வேண்டாம்.
இருளின் மறைவில். உலகமேடையின் மறைப்பக்கத்தில
நாள் தோறும் போராட்டமே - முடிந்தால் எல்லா பார்வைகளும்
இங்கே திரும்பட்டும்.
ஓடுபவர்கள் நிற்கட்டும்... நின்றே போராடட்டும்.
அப்போதே துரத்துபவர்களும் அடங்கி, அடக்கம் பெற்றுப்
போவார்கள்.
மாற்றமென்பதை முழங்கும் வார்த்தைகளில் மட்டும் விதைத்து
வீணானது போதும்.
தனிமனித வாழ்வைச் சூறையாடி... அழித்தொழிக்கும் அவலம்...
திரைமறைவில் தொடரும் வரை.
புரட்சியென்ற வெற்று வார்த்தைகள்... மேடைகளில்
மௌனமாகட்டும்... செத்தொழியட்டும்.

நட்புடன்
உங்கள் மலர்வதி

சொல்லகராதி

அடக்கணம்	-	புதைக்கவேண்டும்
அடுக்களை	-	சமைக்கும் இடம்
அண்டியாபீசு	-	முந்திரிப்பருப்பு தொழிற்கூடம்
அண்டியிலண்டு விரிவதற்கு முன்	-	சிறு பருவம் தப்புவதற்கு முன் (அண்டி- முந்திரிக்கொட்டை, அண்டி- விதையைக்குறிக்கும்)
அண்ணே	-	அப்போதே
அத்த ராத்திரி	-	நடு இரவு
அந்நளிச்சி	-	விசாரிப்பு, தேடுவது
அப்ப	-	அந்தக்காலம்,முற்காலம்
அய்யம்	-	அசிங்கம்
அல்லோலபடம்ப	-	அங்கும் இங்கும் துன்புறும் போது
அவுச்சக்கு	-	வேக வைக்க
அளுச்சாம் குளுச்சம்	-	மீண்டும் துவக்கத்திலிருந்து
அறுத்து	-	அற்று
ஆகாரம்	-	உணவு
ஆரம்	-	கழுத்தில் போடும் பூமாலை
இணுக்கு	-	துண்டு
இருப்பிடம்	-	வசிப்பிடம்
ஈக்காம் பெட்டி	-	பனைஓலையின் ஈர்க்கிலில் செய்யும் பெட்டி
உச்ச	-	மதியம்
உச்சாணி	-	உயர்ந்த
உம்மா	-	முத்தம்
உரியாடி	-	உரையாடி
உருப்படி	-	நகை
உருப்பிடிச்சி	-	சரியாகி
உருவி	-	கழட்டி
உறி	-	உயரமான இடத்தில் அமைக்கும் பாதுகாப்பிடம்
ஊத்து	-	பெரிதாகி

ஊத்து வந்த	-	வீங்கி தெரிந்த
ஊரலு	-	அரிப்பு
எகதேசம்	-	ஏறத்தாழ
எங்கி	-	என்றால்
எங்கோட்டு	-	எந்த வழியில்
எட்டணா	-	ஐம்பது காசு துட்டு
எண்ணாவது	-	என்றாவது
எண்ணும்	-	என்றும்
எத்தி	-	எட்டி
எம்புடு	-	எவ்வளவு
எரை	-	வயிற்றுப் பூச்சி
எள்ளுபோல	-	சிறிதளவு
ஏப்புச்சி	-	ஒப்படைத்து
ஒக்காது	-	முடியாது
ஒக்கும்	-	முடியும்
ஒடப்பெறந்தவியா	-	உடன்பிறந்தவர்கள்
ஒண்டிவச்சிட்டு	-	அணைத்துக்கொண்டு
ஒத்தக் கூட்டுக்காரன்	-	நெருங்கிய நண்பன்.
ஒதவல்	-	ஒதுக்கப்பட்டவை, தூசு.
ஒம்ப்புல	-	ஆமாம்
ஒருக்கமும்	-	அலங்காரமும்
ஒருவாடு	-	அதிகமாக
ஒளிச்சி	-	மறைத்து
ஒறப்பு	-	உறுதி
ஓங்காளம்	-	வாந்திவருவது
ஓசுல	-	இலவசமாக
ஓட்டாஞ்சுள்ளி	-	உடைந்த மண்பாண்டத்துண்டு.
ஓர்மையாட்டு	-	நினைவாக
கக்கல்	-	வாந்தி
கச்சிக்கொட்டை	-	கோலிக்குண்டு
கஞ்சிவெள்ளம்	-	சோறு வடித்த தண்ணீர்
கணக்கு சொல்வது	-	குறிசொல்வது
கண்டமானம்	-	அதிகமாக
கயத்து	-	கசந்து

கரஞ்சி	-	அழுகை
கர்ப்ப பாத்திரம்	-	கர்ப்பப் பை
கலுச்சிருக்கு	-	கரிப்பு
கழிஞ்சா	-	சென்றால்
கழுதை	-	நிர்வாணம்
களஞ்சி	-	தொலைந்து
கள்ளபிள்ள	-	தவறுதலாகப் பிறக்கும் குழந்தை
களியேல	-	உடம்புக்கு முடியவில்லை
கறி	-	குழம்பு
கறுச்சட்டி	-	குழம்பு வைக்கும் மண் சட்டி
காணக்கா	-	பார்ப்பதற்கா
கிட்ட	-	பக்கம்
கிட்டும்	-	கிடைக்கும்
கிடையாகி	-	படுக்கையாகி
கிணாட்டாமல்	-	பிகு பண்ணாமல்
கிலுக்கி	-	குலுக்கி
கிழமையிக்கி	-	வாரத்திற்கு
கீறி	-	கிழித்து
குசும்பு	-	பொறாமை
குண்டணி	-	கோள் சொல்வது
கும்பி அலந்து	-	வயிறு பசித்து
குருக்காது	-	முளைக்காது
குழி	-	குண்டு
குளுச	-	மாத்திரை
குறியமுண்டு	-	கோவணம்
குறுக்கு	-	முதுகு
கூட்டாட்டு	-	துணையாக
கூட்டுக்கறி	-	குழம்பு
கூட்டுக்காரி	-	தோழி
கெச்சாப்பு	-	உடல்வலிமை
கெதிப்பு	-	ஆசை
கொத்த வேலை	-	கட்டிடவேலை
கொல்லாம்பழம்	-	முந்திரிபழம்
கொவுடு	-	கன்னம்
கொவுர இட்டது	-	ஊற வைத்தது.

கொள்ளாம்	-	நல்லவனற்றை சொல்வது
சக்க	-	பலாபழம்
சக்கறம்	-	பணம்
சங்கு	-	கழுத்துச் சங்கு
சஞ்சி	-	பை
சடங்காகி	-	வயசுக்கு வந்து
சதச்சி	-	சிதைத்து
சந்தம்	-	அழகு
சமயம்	-	நேரம்
சர்க்காரு	-	அரசாங்கம்
சல்லாபிச்சி	-	சபலம்
சவுட்டி	-	மிதித்து
சாய	-	பால் காபி
சிமுந்தேரி	-	கல்லறைத்தோட்டம்
சின்னபிராயம்	-	சிறுவயது
சினேகம்	-	அன்பு
சீத்தப்பேரு	-	அவமான பெயர்
சீவிதம்	-	வாழ்க்கை
சீனி	-	சர்க்கரை
சுண்டு	-	உதடு
சுணை	-	சொரணை
சுளவு	-	முறம்
சூலி	-	பிள்ளதாச்சி
செணம்	-	சீக்கிரம்
செம்பறு	-	ரவிக்கை
செரட்டை	-	கொட்டாங்கச்சி
செவுள	-	சென்னி, கன்னம்
சொக்கன்	-	குரங்கு
சொட்டு	-	துளி
சோக்கேடு	-	நோய்
சோலி	-	வேலை
தர்மகாரன்	-	பிச்சைக்காரன்
தராதரம்	-	தகுதி
தரிச்சி	-	வேதனை
தல்லு	-	கையால் அடிப்பது

தானகடு	-	கெட்டவார்த்தை
திக்கா	-	திசை
தீனம்	-	நோய்
தெளிஞ்சி	-	சமாதானமாக
தேச்சியம்	-	கோபம்
தேயிலவெள்ளம்	-	தேயிலை தேநீர்
தொட்டாளி	-	தொட்டாற்சிணுங்கி
தொழி	-	சகதி
தொளிஞ்சி	-	உதிர்ந்து
தொறப்பா	-	விளக்குமாறு, துடைப்பான்
நக்காப்பிச்சை	-	சிறிதளவு கொடுக்கும் உணவுகள், ஏனையிப்பொருள்கள்
நசுப்பிச்சி	-	நாசமாகி
நரக்கியிட்டு	-	பொடித்து
நாலணா	-	இருபத்தியைந்து காசு துட்டு
நிக்கறு	-	டவுசர்
நிசாரம்	-	மதிப்பற்று
நீக்கம்பு	-	காலரா
நெட்ட	-	உயரம்
நெட்டை	-	உயரம்
நேர்ச்சை	-	நேர்த்திக்கடன்
நொம்பலம்	-	வேதனை
நொம்பலம்	-	வேதனை
நோவு	-	வலி
நோவுது	-	வலிப்பது
பக்கி	-	வண்ணத்துப்பூச்சி
பச்சாதாபம்	-	மனஸ்தாபம்
பட்டி	-	நாய்
படப்பு	-	புதர்
பம்பயில	-	தலைமுடி
பராதி	-	புகார்
பரியெடு	-	அவமானம்
பவுந்து	-	பங்குவைத்து
பவுறு	-	பெருமை
பவுறு	-	பெருமை

பளுக்காரம்	-	நாகரிகம்
பறைய, பறைதல	-	திட்டுவது, சொல்வது
பாங்குண்டு	-	ஆழமான குழி
பாசை	-	மொழி
பாடுபடுத்தி	-	துன்புறுத்தி.
பிசுக்கன்	-	கஞ்சன்
பிஞ்சிலே	-	சிறுபருவத்தில்
பிய்யாத்தி	-	கத்தி
பிரசித்தி	-	பிரபலம்
பிராயசித்தம்	-	கைமாறு
பிராயம்	-	வயது, பருவம்
பிலா நெட்டி	-	பலா இலை
பிலாக்கொட்டை	-	பலாவிதை
பிறுத்திக்காய்	-	அன்னாசிபழம்
பிறுத்திக்காய்	-	அன்னாசிபழம்
புட்டான்	-	தும்பி
பூத்தணம்	-	புதைக்க வேண்டும்
பூரா	-	முழுவதும்
பெரை	-	மறைவிடம், அறை
பேடி	-	பயம்
பேர்சியா	-	வெளிநாடு
பேரைக்காய்	-	கொய்யா
மட்டக் கூட்டம்	-	விறகுகள் வைத்திருக்கும் இடம்
மடிச்சுனம்	-	தயங்குவது
மண்டவெட்டு	-	தலைவலி
மதி	-	போதும்
மயிருக்கு	-	தலைமயிர்
மயினி	-	அண்ணி
மருச்சினிக்கிழங்கு	-	மரவள்ளிக்கிழங்கு
மருத்தூச்சி	-	மருத்துவப் பெண்
மறுதலித்து	-	மறுத்து
மனசுலாச்சி	-	மனிதில் புரிவது
மாக்கான்	-	தவளை
மாஞ்சி	-	மாய்ந்து
மாண்டு	-	மறைந்து

மிடுக்கு	-	பெருமிதம்
மிண்டாம	-	முனகமால், அரவம் காட்டாமல்
முண்டு	-	வேட்டி
முளிச்சக்கு	-	முழிப்பதற்கு
முறி	-	அறை
மூணலு	-	முனகல்
மொச்சை	-	மணம்
மோச்ச விளக்கு	-	இறந்தவரின் பதினைந்தாவது நாள்
யப்ப	-	அசிங்கத்தை சொல்வது, மட்டமாக சொல்வது
யாக்கோட்டி	-	மசக்கை
யாத்திரை	-	பயணம்
ருசி	-	சுவை
வக்கத்த	-	போக்கில்லாத
வட்டப் பாத்திரம	-	வட்டவடிவில் உள்ள சோற்றுப் பாத்திரம்
வண்டிச்செலவு	-	பேருந்து செலவு
வண்ணம்	-	சதைப்பிடிப்பு
வயிறு ஊக்க	-	வயிறு நிறைய
வலியோன்	-	பணக்காரன், அதிகாரமுள்ளவன், தீமையாளன், பலசாலி என்பவர்களை குறிக்கும்.
வஸ்த்து	-	சொத்து
வியாதி	-	நோய்
விளிச்சிட்டு	-	அழைத்துக்கொண்டு
விறுத்தியா	-	சுத்தமாக
வெக்கை	-	வெப்பம்
வெகளம்	-	கலவரம்
வேளம், வேளங்கள்	-	வார்த்தை, வார்த்தைகள், பேசுவது

www.ingramcontent.com/pod-product-compliance
Lightning Source LLC
LaVergne TN
LVHW090321051026
849518LV00005B/1845
9788184937145